AF756277

അമ്മു സന്തോഷ്

യഥാർത്ഥ നാമം ബിന്ദു എസ് എന്നാണ്. അമ്മു സന്തോഷ് എന്ന തൂലികാനാമത്തിൽ ആനുകാലികങ്ങളിലും ഫേസ്ബുക്കിലും കഥകൾ, കവിതകൾ, ലേഖനങ്ങൾ എന്നിവ എഴുതാറുണ്ട്.

അധ്യാപികയും മനഃശാസ്ത്ര കാൺസിലറുമാണ്. പ്രാർത്ഥനപോലെ പ്രണയം എന്ന കവിതാസമാഹാരം പ്രസിദ്ധീകരിച്ചിട്ടുണ്ട്. കുടുംബസമേതം തിരുവനന്തപുരത്തു താമസിക്കുന്നു.

വിലാസം : സുവല്യ, ടി.സി. 5/1808 (1) പേരൂർക്കട പി.ഒ,
തിരുവനന്തപുരം 695 005

ഫോൺ : 9544 551 317

Malayalam Language
Kadalethum Vare
(Novel)
by
Ammu Santhosh

Published in October 2022
by Kairali Books Private Limited
Thalikkavu Road, Kannur.
Ph : 0497-2761200
E-Mail : kairalibooksknr@gmail.com

Cover Design
Prasanth Mangad

Price ₹ : 270.00
58/22-23/Sl.No.1363/300/NS 18.6
ISBN 978-93-94472-12-9

കടലെത്തും വരെ

അമ്മു സന്തോഷ്

കൈരളി ബുക്സ്

ആമുഖം

ഈ നോവൽ എഴുതി തുടങ്ങുമ്പോൾ എനിക്ക് എന്നിൽ ഒരു വിശ്വാസമുണ്ടായിരുന്നില്ല. എനിക്കിതു കഴിയില്ലെന്ന് ആയിരം വട്ടം എന്റെ മനസ്സ് എന്നോട് പറഞ്ഞു. പക്ഷെ നിനക്ക് അല്ലാതെ മറ്റാർക്ക് ഇത് സാധിക്കുമെന്ന്, ഇത് വളരെയെളുപ്പം നിനക്ക് ചെയ്യാൻ കഴിയുമെന്ന് പതിനായിരം വട്ടം അവൾ എന്നോട് പറഞ്ഞുകൊണ്ടിരുന്നു. എനിക്ക് പറ്റുന്നില്ല എന്ന് തോന്നുമ്പോഴൊക്കെ പറ്റും എന്നാവർത്തിച്ചുകൊണ്ടിരുന്നു. അവൾക്കാണ് ഈ നോവലിന്റെ എല്ലാ ക്രെഡിറ്റും ഞാൻ കൊടുക്കുക.

അവൾക്ക്, ഞാൻ വിനി എന്ന് വിളിക്കുന്ന വിനീത അനിലിന്. അവളില്ലായിരുന്നെങ്കിൽ ഈ നോവൽ ഇല്ല. നന്ദി പ്രിയപ്പെട്ടവളെ.

എന്റെ മോൻ കണ്ണനോട് എനിക്ക് നന്ദി പറയേണ്ടതില്ല. പക്ഷെ അലസമായിരിക്കുന്ന നേരങ്ങളിൽ എഴുതി പൂർത്തിയാക്ക് അമ്മേ എന്ന് ആവർത്തിച്ചു കൊണ്ടിരുന്ന, അമ്മ കിടു അല്ലെ, പൊളിയല്ലേ എന്നൊക്കെ പറഞ്ഞു എന്നെ കൊണ്ട് മുഴുവൻ എഴുതി തീർപ്പിച്ച എന്റെ പൊന്നിനോട്... അമ്മയുടെ പ്രാണനെ ഉമ്മകൾ...

ഇടക്കൊക്കെ എനിക്ക് തുടർച്ച കിട്ടുന്നില്ല എന്ന് വേവലാതിപ്പെടുമ്പോൾ എനിക്ക് വേണ്ടി പ്രാർത്ഥിച്ച എന്റെ സുഹൃത്ത് സായി ശങ്കർ... പ്രിയപ്പെട്ട കൂട്ടുകാരാ നന്ദി...

Last but not the least

എന്റെ സന്തോഷേട്ടൻ, എന്റെ അമ്മ... എന്റെ എഴുത്തുകൾക്ക് തരുന്ന പ്രോത്സാഹനം, സ്നേഹം ക്ഷമ... നിങ്ങളില്ലാതെ ഇത് പൂർണമാവില്ല.

എല്ലാ തടസ്സങ്ങളും മാറ്റി ഇത് പൂർണമാകുമ്പോൾ എന്റെ ഭഗവാന് എന്റെ കൂപ്പുകൈ.

നന്ദി.

അമ്മു സന്തോഷ്

അധ്യായം 1

'ദേ അച്ഛാ ഈ പച്ചപ്പട്ടുപാവാട വേണോ ചുവപ്പ് വേണോ?' ശ്രീക്കുട്ടി അച്ഛനോട് ചോദിച്ചു.

രണ്ടായി മെടഞ്ഞ മുടിയുടെ അറ്റത്തു ഓരോ ചുവപ്പ് ബാൻഡ് ഇട്ടു കൊടുത്തു നന്ദൻ ചുവപ്പ് പട്ടു പാവാടയിൽ വിരൽ തൊട്ടു.

'മുല്ലപ്പൂ വേണ്ടേ? അച്ഛനും മോളും കുറെ നേരമായല്ലോ ഒരുക്കം തുടങ്ങിയിട്ട്. ബസ് പോകും കേട്ടോ. വൈകുന്നേരം ആറു മണിക്ക് തുടങ്ങും താലപ്പൊലി. നമുക്ക് ഒരു നാലു മണിക്കെങ്കിലും എത്തണം.' പാർവതി ചിരിയോടെ പറഞ്ഞു.

'ദേ കഴിഞ്ഞു അമ്മേ...' അവൾ അച്ഛൻ എടുത്തു നീട്ടിയ ചുവപ്പു പട്ടു പാവാടയും ബ്ലൗസും എടുത്തു എഴുന്നേറ്റു.

'ഞാൻ ഇതിട്ട് വരാട്ടോ.'

നന്ദൻ തലയാട്ടി.

'ഇനി എനിക്കിത്തിരി കണ്ണെഴുതി താ.'

കണ്മഷി നീട്ടി കുസൃതിയിൽ ചിരിച്ചു പാർവതി. നന്ദൻ അവളുടെ കയ്യിൽ പിടിച്ചു അടുത്തിരുത്തി കൈക്കുള്ളിൽ ആ മുഖം എടുത്തു കണ്ണുകളിലേക്ക് നോക്കി കണ്ണുകളുടെ ആഴങ്ങളിലേക്ക്. അവയിൽ പിടഞ്ഞടിക്കുന്ന തിരമാലകളിലേക്ക്...

കണ്ണുകൾക്ക് മുകളിൽ നേർമ്മയായി ചുണ്ടുകൾ അമർന്നപ്പോൾ പാർവതി കണ്ണടച്ച് കളഞ്ഞു. അവളുടെ മുഖം രക്തനിറമായി...

'മോള് ഇപ്പൊ വരും. വേഗം എഴുതി താ.'

നന്ദൻ നേർത്ത ചിരിയോടെ കണ്മഷി ചൂണ്ടു വിരലിൽ തേച്ചു. മെല്ലെ കണ്ണുകൾക്കുള്ളിലേക്ക് അത് ഒരു രേഖയിലൂടെ അങ്ങനെ. കണ്ണുകളിൽ തണുപ്പ്. നന്ദന്റെ വിരലുകൾക്ക് കണ്മഷിയുടെ മണം.

'എന്നോടല്ലേ ഏറ്റവും ഇഷ്ടം...?' അവൾ ആ കാതിൽ ചോദിച്ചു.

നന്ദൻ ഒരു കള്ളച്ചിരി ചിരിച്ചു.

'അയ്യടാ കള്ളച്ചിരി കണ്ടില്ലേ ? എനിക്കറിയാം മോള് ജനിച്ചതിൽ പിന്നെ എന്നോടുള്ള ഇഷ്ടം കുറഞ്ഞൂന്ന്.'

ഇതിപ്പോ പന്ത്രണ്ട് വർഷമായി സ്ഥിരം പല്ലവിയാണ്. കുശുമ്പി. നന്ദൻ അവളുടെ മൂക്കിന്റെ തുമ്പിൽ ഒരു കരിപ്പൊട്ടു തൊട്ടു.

'ദേ... ഞാൻ മിണ്ടൂലെ... പറ... ഇഷ്ടം കുറഞ്ഞോ?'

നന്ദൻ ഇല്ലെന്ന് തലയാട്ടി.

പിന്നെ അവളുടെ മുഖം നെഞ്ചിലേക്ക് ചേർത്ത് വെച്ച് ഹൃദയം മിടിക്കുന്നത് കേൾപ്പിച്ചു കൊടുത്തു.

'പാറു എന്ന് കേൾക്കാമോ ?'

അയാൾ ചോദിച്ചു.

പാർവതി ഒന്ന് കൂടി തല ചേർത്ത് വെച്ച് കേട്ട് നോക്കി. അപ്പോൾ അതവൾക്ക് പാറു എന്ന വിളിപ്പേര് മാത്രമായി തോന്നി. കൃത്യമായ താളത്തിൽ, ഈണത്തിൽ... മിടിപ്പ്.

അവളുടെ കണ്ണ് മെല്ലെ നിറഞ്ഞു.

'എന്നും ഇങ്ങനെ തന്നെയാവില്ലേ ?'

നന്ദൻ തലയാട്ടി.

'ഞാൻ മരിക്കുന്ന വരെ...?'

നന്ദൻ ആ ചുണ്ടിൽ ഒരു തട്ട് കൊടുത്തു.

'ഹാവൂ നൊന്തു...'

ശ്രീക്കുട്ടി പുറകിൽ വന്നു നിന്നതവർ അറിഞ്ഞതേയില്ല

'റൊമാൻസ് തീർന്നെങ്കിൽ എന്നെ ഒന്ന് നോക്കിയേ' അവൾ കുറുമ്പൊടെ പറഞ്ഞു.

അവർ രണ്ടു പേരും തല തിരിച്ചവളെ നോക്കി.

കടും ചുവപ്പ് പാവാടയിലും ബ്ലൗസിലും ഒരു തീജ്വാല...

ആദ്യമായി നീളൻ പാവാടയുടുക്കുന്നതിന്റെ ഒരു പതർച്ചയുണ്ട് മുഖത്ത്.

അവൾ പെട്ടെന്ന് മുതിർന്നപോലെ നന്ദന് തോന്നി.

ഇന്നലെ വരെ ചെറിയ ഉടുപ്പിൽ, നിറയെ മുത്തുകളൊക്കെ പിടിപ്പിച്ച ചെറിയ ഉടുപ്പുകളിലൊക്കെ കണ്ടിട്ട് നീളൻ പാവാട ഉടുത്തു കണ്ടപ്പോ... വലിയ പെണ്ണായ പോലെ...

'കൊള്ളാമോ അമ്മേ ?'

'പിന്നെ നല്ല ഭംഗിയുണ്ട്... ഇന്നെല്ലാവരും എന്റെ കുട്ടിയെ ആവുമല്ലോ ഈശ്വരാ നോക്കുക. വന്നയുടനെയുഴിഞ്ഞിടണം അല്ലെ നന്ദേട്ടാ?'

നന്ദനും അത് തന്നെയാണ് ചിന്തിച്ചത്.മോള് വളരുന്നു. അവൾ അതിസുന്ദരിയായി വളരുന്നു. എല്ലാവരെയും മോഹിപ്പിക്കുന്ന സൗന്ദര്യം... ഉള്ളിലൊരു ആധി നിറയുന്നത് പോലെ.

പാർവതിയുടെ തറവാട്ടിലെ കാവിലെ ഉത്സവമാണ്. ജോലി തിരക്കു കൊണ്ടു കുറെ നാളായി തറവാട്ടിലേക്ക് പോയിട്ട്. കൃത്യമായി പറഞ്ഞാൽ കഴിഞ്ഞ ഉത്സവത്തിന് പോയതാണ്. ഇടയ്ക്കു ഒരു തവണ അവളുടെ അമ്മയും അച്ഛനും ഇങ്ങോട്ട് വന്നു കുറച്ചു ദിവസം ഉണ്ടായിരുന്നു. ശ്രീക്കുട്ടി വയസ്സറിയിച്ചതറിഞ്ഞു വന്നതായിരുന്നു... ഒരാഴ്ച ഇവിടെയുണ്ടായിരുന്നു... അത് കഴിഞ്ഞിട്ടിപ്പോ ആറു മാസമായി. അങ്ങോട്ട് പോകാൻ പറ്റീട്ടില്ല. ഇതിപ്പോ കാവിലെ ഉത്സവം നടക്കുന്നു. കൂട്ടത്തിൽ ചെറിയമ്മാമയുടെ മകൾ പൗർണമിയുടെ വിവാഹ നിശ്ചയവും. ഒഴിവാക്കാൻ പറ്റില്ല. അഞ്ചു ദിവസമാണ് ലീവ് എടുത്തത്. സാരമില്ല, അങ്ങനെയൊന്നും ലീവ് എടുക്കില്ല എന്ന് കമ്പനിയിലെ മാനേജർ ജയൻ സാറിനും അറിയാം. അത് കൊണ്ട് തന്നെ ചോദിച്ചപ്പോൾ ലീവ് തന്നു. സാറും കുടുംബവും ഒരു ജോലിക്കാരനായിട്ടല്ല കാണുന്നത്. അവരുടെ തന്നെ വീട്ടിലെ ഒരാളായിട്ടാണ്. പതിനെട്ട് വയസ്സിൽ അച്ഛൻ മരിച്ച് അനാഥനായി എന്ത് ചെയ്യണമെന്നറിയില്ല, എങ്ങോട്ടു പോകണമെന്നറിയില്ല അങ്ങനെ ഭാവിയൊരു ചോദ്യചിഹ്നം പോലെ മുന്നിലങ്ങനെ, നിൽക്കുമ്പോ ജീവിക്കണോ മരിക്കണോ എന്നൊരു ആശയക്കുഴപ്പം മാത്രമേ മനസ്സിലുണ്ടായിരുന്നുള്ളൂ. പതിനെട്ട് വയസ്സ് തികഞ്ഞിട്ടില്ല. പഠിക്കാൻ അത്രമിടുക്കനും ആയിരുന്നില്ല.

അന്ന് ജയൻ സാറും ഭാര്യയും മാത്രമേ കൂടെ ഉണ്ടായിരുന്നുള്ളു. കൂടെ കൊണ്ട് പോയി. ആ വീട്ടിലൊരു മുറി തന്നു. ഭക്ഷണം തന്നു.

ഇനി പഠിക്കണമെങ്കിൽ പഠിപ്പിക്കാം എന്ന് പറഞ്ഞപ്പോ എനിക്കൊരു ജോലി മതി സാറെ എന്നാണ് അന്ന് താൻ പറഞ്ഞത്.

'ക്യാഷിൽ ഇരിക്കാൻ ഞാൻ ഇനി വേറെ ആളെ നോക്കണ്ടല്ലോ നന്ദ?' എന്ന ചോദ്യമായിരുന്നു മറുപടി.

കാൽക്കൽ വീണു കരഞ്ഞു പോയി. ദൈവത്തെ പോലെയൊരു മനുഷ്യൻ. അല്ലെങ്കിലും കെട്ടിടങ്ങളിലല്ല ദൈവം എന്ന് ചിലപ്പോൾ തനിക്ക് തോന്നാറുണ്ട്. ദൈവം ഒറ്റയ്ക്കാകുന്നവന് കൂട്ട് വരുന്നവന്റെ ആത്മാവിലാണ് ഉള്ളത്. ആരുമില്ലാതെ തളർന്നു പോകുന്നവന് കൈ പിടിക്കാൻ തയ്യാറായി വരുന്നവന്റെ ഹൃദയത്തിൽ ആണ് ദൈവം.

ചുറ്റും കടൽ മാത്രമുള്ള ഒരു ദ്വീപിൽ ഒറ്റയ്ക്കാകുന്നവനറിയാം, വിശപ്പും ദാഹവുമല്ല, ഒറ്റയാകുക എന്നതാണ് ഏറ്റവും വലിയ സങ്കടക്കടൽ എന്ന്.

ജീവിതത്തിൽ ഒരു ദിവസം പൊടുന്നനെ ഒറ്റയ്ക്കാവുക... അത് അനുഭവിച്ചു തന്നെ അറിയണം... പകലിന്റെ വെളിച്ചവും രാത്രിയുടെ ഇരുട്ടും

ഒന്നും ബാധിക്കില്ല. മഴയോ മഞ്ഞോ ചൂടോ തണുപ്പോ ഒന്നും അറിയില്ല. വിശപ്പില്ല ദാഹമില്ല... മനസ്സ് മരുഭൂമി കണക്കെ ചുട്ടുപൊള്ളി അങ്ങനെ...

തനിച്ചിരിക്കാൻ ജയൻ സാർ സമ്മതിക്കില്ല.

അവരുടെ കുട്ടികൾക്കൊപ്പം സിനിമക്ക് കൊണ്ട് പോകും, ഹോട്ടലുകളിൽ കൊണ്ട് പോകും. എന്നാലും ചില സ്ഥലങ്ങളിൽ നമ്മൾ അധികപ്പറ്റ് തന്നെ.

നമ്മുടേതല്ലാത്ത ചിലയിടങ്ങളുണ്ട്. അത് വേഗം നമുക്ക് മനസ്സിലാകും, അവിടെ ചെന്ന് എത്തിപ്പെടുമ്പോൾ ഒരു അസ്വസ്ഥതയാണ്, ശ്വാസം മുട്ടലാണ്. അത് ഉണ്ടായിട്ടുണ്ട് പലപ്പോഴും.

അച്ഛനും താനും ജീവിച്ചിരുന്ന വീട്ടിലേക്കു മാസങ്ങൾക്കു ശേഷം താൻ തിരിച്ചു പോരുമ്പോഴേക്കും ആ ഒറ്റപ്പെടൽ കൂട്ടുകാരനായി കഴിഞ്ഞിരുന്നു.

അതങ്ങനെയാണ്. അതിജീവിക്കാൻ കഴിയില്ല എന്ന് തോന്നുന്നതെന്തും ആ അവസ്ഥയിൽ നിന്ന് ഒന്ന് മാറി നിന്നാൽ മനുഷ്യൻ പുഷ്പം പോലെ അതിജീവിച്ചു തിരിച്ചു വരും. ആ അവസ്ഥയിൽ നിന്ന് ഒന്ന് മാറി നിൽക്കണം എന്ന് മാത്രം.

മറക്കുകയില്ല ചിലതൊക്കെ ഓർമിക്കാതിരിക്കുകയാണ്. ഓർമിച്ചു പോയാൽ ചിലപ്പോൾ ഭ്രാന്ത് പിടിച്ചേക്കും എന്നുറപ്പുള്ളത് കൊണ്ട് ഓർമിക്കാതിരിക്കുകയാണ്. കണ്മുന്നിൽ ലോറിയിടിച്ച് അച്ഛൻ പിടഞ്ഞു മരിച്ചതും അത്തരം ഭ്രാന്ത് പിടിപ്പിക്കുന്ന ഒരു ഓർമ്മയാണ്. വാഹനങ്ങൾ ഉപയോഗിക്കാത്തതും അതെ ഭ്രാന്ത് കൊണ്ട് തന്നെ ആണ്.

'അച്ഛൻ എന്താ ആലോചിച്ചിരിക്കുന്നത്. അമ്മ റെഡി ആയി. അച്ഛൻ ഈ ഷർട്ട് തന്നെ അല്ലെ ഇടുന്നത്?'

അയാൾ ചിന്തകളിൽ നിന്ന് തന്നെ ഒന്ന് കുടഞ്ഞെറിഞ്ഞു. പിന്നെ മകളെ നോക്കി തലയാട്ടി.

'അച്ഛനെ കാണാൻ എന്ത് ഭംഗിയാ അല്ലെ അമ്മെ? സ്കൂളിലെ കുട്ടികൾ പറയുന്നത് അച്ഛന് മമ്മൂട്ടിയുടെ ഛായ ഉണ്ടെന്ന്. എന്റെ ഏട്ടൻ ആണെന്നേ തോന്നുകയുള്ളെന്ന്.'

പാർവതി ചിരിച്ചു.

പിന്നെ നന്ദനെ ഒന്ന് നോക്കി. ഇളം റോസ് നിറത്തിലുള്ള ഷർട്ട് അണിഞ്ഞപ്പോ അയാളുടെ നിറമേതാ എന്ന് സന്ദേഹം തോന്നും...

ഈ ഭംഗിയാണ് ഒറ്റക്കാഴ്ചയിൽ അടിമയാക്കി കളഞ്ഞതും. ഭംഗിയുള്ള മനസ്സാണ് വലുത് എന്നൊക്കെ ആൾക്കാർ തത്വം പറയും. ഒറ്റ

കാഴ്ചയിൽ മനസ്സ് അറിയാൻ പറ്റുമോ?

സൂര്യനെ പോലെ ജ്വലിക്കുന്ന ഒരു മുഖം. ഒറ്റ കാഴ്ചയിൽ തന്നെ ഭ്രമിപ്പിച്ച മുഖം.

'ഇതെന്താ ഇങ്ങനെ നോക്കി നിൽക്കുന്നെ? പോകണ്ടേ ?' അയാൾ ചോദിച്ചു.

അവൾ തലയാട്ടി എയർ ബാഗുകൾ ഒന്ന് നന്ദന് നീട്ടി മറ്റൊന്ന് തോളിലിട്ടു. വീട് പൂട്ടുന്നത് എപ്പോഴും നന്ദനാണ്. തനിക്ക് സംശയം തീരില്ല. പൂട്ടിയാലും പൂട്ട് ശരിക്കും വീണോ എന്ന് വീണ്ടും ആവർത്തിച്ചു പിടിച്ചു നോക്കും. അതിൽ ഭേദം നന്ദൻ അതങ്ങ് ചെയ്യുന്നതാണ്.

ശ്രീക്കുട്ടിയുടെ കയ്യും പിടിച്ചവൾ മുറ്റത്തേക്ക് ഇറങ്ങി. വീട് പൂട്ടി നന്ദനുമവർക്കൊപ്പം ചേർന്നു.

'ഇനിയെന്നാ വരിക നന്ദേട്ടാ?'

അപ്പുറത്തെ ഭാമ മതിലരികിൽ.

'ഉടനെ വരും.' പാർവതി പെട്ടെന്ന് പറഞ്ഞു നന്ദന്റെ കൈ പിടിച്ചു നടന്നു.

ശ്രീക്കുട്ടിക്ക് ചിരി പൊട്ടി. അവൾ അച്ഛനെ നോക്കി. അച്ഛൻ അതൊന്നും ശ്രദ്ധിക്കുന്നു കൂടിയില്ല.

അച്ഛന്റെ വിരലിന്റെ തുമ്പിൽ അമ്മയുടെ വിരൽ തുമ്പു കോർത്തിരിക്കുന്നുണ്ട്. അച്ഛൻ മുന്നോട്ട് നോക്കിയാണ് നടക്കുന്നതെങ്കിലും അമ്മയ്ക്കൊപ്പമാണ് ആ ചുവടുകൾ.

ബസ്റ്റോപ്പിലേക്ക് അധികം ദൂരമില്ല. എങ്കിലും ബസ് വരാൻ സമയം ആയത് കൊണ്ട് അവർ ധൃതിയിൽ നടന്നു കൊണ്ടിരുന്നു.

അധ്യായം 2

ബസ് ഓടിക്കൊണ്ടിരുന്നു.

പാർവതി തല തിരിച്ചു നന്ദനെയൊന്നു നോക്കി. അവരിരുന്നതു രണ്ടു പേർക്കിരിക്കാവുന്ന സീറ്റിലായിരുന്നു. ബസിൽ നന്നേ തിരക്ക് കുറവായതു കൊണ്ട് ശ്രീക്കുട്ടി ആദ്യം തന്നെ വശത്തെ സീറ്റ് കൈവശപ്പെടുത്തി ഒറ്റയ്ക്ക് ഒരു സീറ്റിൽ പോയിരുന്നു. അതാണവൾക്കിഷ്ടവും.

'അതെ..ദേ...' പാർവതി അവനെയൊന്നു തൊട്ടു.

'ഉം?'

'വിനുവേട്ടനും ഫാമിലിയും വരുന്നുണ്ടത്രേ.'

നന്ദൻ പൊട്ടിവന്ന ചിരി ഒന്നടക്കി.

'വരട്ടെ.'

പാർവതിയുടെ മുഖം ചുവന്നു.

'എത്ര നിസ്സാരം അയ്യടാ... അയാൾക്ക് നിശ്ചയിച്ച പെണ്ണിനെയാ ഈ മഹൻ അടിച്ചോണ്ട് വന്നിരിക്കുന്നെ. അതോർമ്മ വേണംട്ടോ.'

'ഞാൻ ആരെയും അടിച്ചുകൊണ്ടു വന്നില്ല. എന്റെ പെണ്ണ് എന്റെ അരികിലേക്ക് വന്നു. തിരിച്ചു പോകാനിഷ്ടമല്ല, വേറെയൊരാളെ കല്യാണം കഴിക്കേണ്ടി വന്നാൽ ചത്തുകളയുമെന്ന് പറഞ്ഞു. നട്ടെല്ലുള്ള ഏതെങ്കിലും കാമുകൻ അവളെ ഉപേക്ഷിച്ചു കളയുമോ? ഇല്ല. എന്റെ പെണ്ണ് എന്റെ അവകാശമല്ലേ? അവളെ നോക്കേണ്ടത് എന്റെ കടമയല്ലേ ?'

'അല്ലാതെ സ്നേഹം ഉള്ളത് കൊണ്ടല്ല ?'

അവളുടെ മുഖം കൂർത്തു.

'എന്റെ പെണ്ണ് എന്നല്ലേ ഞാൻ പറഞ്ഞെ ? അപ്പൊ അതിലെന്താ ഉള്ളത് സ്നേഹമല്ലേ ? നീ ഇങ്ങനെ ഒരു പൊട്ടിക്കാളി.'

'ഞാൻ ഈ ഒരു കാര്യത്തിൽ അങ്ങനെ തന്നെയാ. വെറും പൊട്ടി...' അവളുടെ കണ്ണ് നിറഞ്ഞു.

നന്ദൻ അവളെ ചേർത്ത് പിടിച്ചു.

അവളുടെ സ്നേഹം എന്നുമങ്ങനെ തന്നെ ആയിരുന്നു ഒരു ഭ്രാന്തൻ കാറ്റ് പോലെ തന്നെ ചുഴറ്റിയെറിഞ്ഞു ശ്വാസം മുട്ടിക്കുന്ന സ്നേഹം. ചിലർ പറയും എനിക്ക് അത്തരം സ്നേഹങ്ങൾ ഇഷ്ടമല്ല. അതെന്റെ

സ്വകാര്യതയിലേക്കുള്ള കടന്നുകയറ്റം പോലെ തോന്നും. എനിക്ക് എന്നെ നിയന്ത്രിക്കുന്നതിഷ്ടമല്ല. ഓരോ വ്യക്തിയും ഓരോ വ്യക്തിത്വ മാണ്. താൻ അത്തരം വലിയ ചിന്തകളൊന്നുമുള്ള ആളല്ല. പക്ഷെ ത നിക്ക് അത് ഇഷ്ടമാണ്. അവളുടെ സ്വാർത്ഥത അവളുടെ സ്നേഹമാ ണെന്നു തനിക്കറിയാം. ഭൂമിയിൽ അവൾക്കേറ്റവും ഇഷ്ടം തന്നെയാണെ ന്നും തനിക്കറിയാം. ആരുമില്ലാത്തവന്, അങ്ങനെയൊരു പെണ്ണിന്റെ സ്നേഹം കിട്ടുന്നവന് പരാതികളില്ല, അവളുടെ സ്നേഹത്തിന്റെ ഭ്രാ ന്ത് ഇഷ്ടമാണ്. അതാസ്വദിക്കുകയാണ്. അവളിലേക്ക് ലോകം ഒതുക്കി ജീവിക്കാൻ ഇഷ്ടമാണ്. അതാണ് സന്തോഷം.

ചില കൂട്ടുകാർ പറഞ്ഞു കേട്ടിട്ടുണ്ട്. ഈ ഭാര്യ എന്നുള്ള പദവി അങ്ങോട്ടു കിട്ടിക്കഴിഞ്ഞാൽ പിന്നെ പെണ്ണിനെന്തൊരു മാറ്റമാ. ഇത് വ രെ കണ്ട ആളെയല്ല... പിന്നെ നിയന്ത്രണങ്ങളായി, പരാതി പറച്ചിലാ യി, കുറ്റപ്പെടുത്തലായി... എന്താ വൈകിയേ, എപ്പോ വരും എന്നുള്ള ചോദ്യങ്ങളായി... ഇടയ്ക്കിടെ ഉള്ള ഫോൺ വിളികളായി.

'ശല്യം തന്നെ കല്യാണമേ കഴിക്കണ്ടായിരുന്നു.' എന്ന് വിലപിക്കു ന്നവരുണ്ട്. തനിക്ക് മനസ്സിലാകാത്തത് ഇതാണ്.

ശിശു ആയിരിക്കുന്ന കാലത്തു നിന്ന് ബാലൻ ആകുമ്പോൾ ഉള്ള മാറ്റം നമ്മൾ അംഗീകരിക്കുന്നുണ്ട്. അപ്പൊ എത്രയധികം പേരു നമ്മെ നിയന്ത്രിക്കുന്നുണ്ട് ? അച്ഛൻ, അമ്മ, അപ്പൂപ്പൻ, അമ്മൂമ്മ, അമ്മാവന്മാ ര്, ചിറ്റപ്പന്മാര്, കുഞ്ഞമ്മമാര് എന്തിനു അയല്പക്കത്തെ ചേട്ടൻ വരെ നമ്മളോട് പറയും മോനെ അങ്ങോട്ട് പോകരുത്, ഇത്ര വൈകരുത്, പാമ്പ് ഒക്കെയുള്ള റോഡാണ്. സൂക്ഷിച്ചു നടക്ക്. തലയാട്ടി ഒക്കെ കേൾ ക്കും സ്കൂളിലെ അധ്യാപകർ അവരുടെ നിയന്ത്രണങ്ങൾ. അവിടെ ഒക്കെ നമ്മൾ ഡബിൾ ഓക്കേ ആണ്. പിന്നെ കൗമാരത്തിലാകുമ്പോഴും അച്ഛ നും അമ്മയും ബന്ധുക്കളും അവരുടെ കണ്ണെന്ന cctv യുടെ നിയന്ത്ര ണത്തിൽ തന്നെയാണെപ്പോഴും. അമ്മ പറയുന്നതെന്തും സന്തോഷ ത്തോടെ ചെയ്യുന്ന മക്കൾ പലരും ഭാര്യ അതേ വിഷയം ആവർത്തിക്കു മ്പോൾ അസഹിഷ്ണുത പ്രകടിപ്പിക്കുന്നതെന്തിനാവോ? എന്ത് കൊ ണ്ടാണ് ഭാര്യയും അവരെ പോലെ തന്നെയോ അതിൽ കൂടുതലോ തന്നെ സ്നേഹിക്കുന്നുണ്ടെന്ന് അവർക്ക് മനസ്സിലാകാതെ പോകുന്നത് ? സർവ്വോപരി വിവാഹം കഴിയുമ്പോൾ വരുന്ന വലിയ മാറ്റം നമ്മൾ അംഗീ കരിക്കേണ്ടതാണെന്നു സ്വയം ബോധ്യമുണ്ടാകാത്തതു എന്ത് കൊണ്ടാണ് ? എന്നും ഒരേ പോലെയിരിക്കാൻ പറ്റുമോ മനുഷ്യന് ?

ഒരുകാലത്തും ഓരോ മാറ്റമുണ്ടാകും. കുറ്റം പറഞ്ഞിട്ടു കാര്യമുണ്ടോ?

ഭാര്യ വീട്ടിൽ പോകുകയാണെന്ന് ഇന്നലെ കൂട്ടുകാരൻ വിഷ്ണുവിനോട് പറഞ്ഞപ്പോ അവനൊരു പുച്ഛം. അഞ്ചാറ് ദിവസമൊക്കെ ഭാര്യ വീട്ടിൽ പോയി നിന്നാൽ വില പോകുമത്രേ. അപ്പൊ ജീവിതകാലം മുഴുവൻ ഭർത്താവിന്റെ വീട്ടിൽ നിൽക്കുന്നവൾക്ക് പൂജ്യമാണോ വില ? എന്റെ അച്ഛനെയും അമ്മയെയും നോക്കേണ്ടതവളുടെ കടമയാണ്. പക്ഷെ അവളുടെ അച്ഛനും അമ്മയും എനിക്കാരുമല്ല എന്നാണു പലരുടെയും രീതി. അങ്ങനെ അവളും അങ്ങ് കരുതിയാൽ തീർന്നില്ലേ എന്ന് ചോദിയ്ക്കാൻ തോന്നിയിട്ടുണ്ട് പലപ്പോഴും. ഇതൊക്കെ എന്നാണാവോ മാറുക? ഭാര്യയുടെ അമ്മയെയും അച്ഛനെയും സ്വന്തം അച്ഛനമ്മമാരായി കാണുക പലർക്കും പ്രയാസമാണ്.

ഈ വന്ന കാലത്തും ഇങ്ങനെ ഒക്കെയുണ്ടോ എന്ന് ചോദിച്ചാൽ പഴയതിനേക്കാൾ കൂടുതൽ എന്ന് തന്നെയാണ് ഉത്തരം.

കേട്ട കഥകളൊക്കെ അങ്ങനെയാണ്. കേൾക്കുന്ന കഥകളും അങ്ങനെ തന്നെ, കെട്ട കാലമാണ്. ഓരോന്ന് കേൾക്കുമ്പോൾ ഉള്ളിൽ ഒരു പേടി നിറയും. മീനാക്ഷി വളരുന്നത് കാണുമ്പോൾ ആധിയാണ് എല്ലാ അച്ഛനും തോന്നുന്നതാവും അങ്ങനെ. എന്നാലും ഓരോ മനസ്സും വ്യത്യസ്തമല്ലേ?

'എന്താ ആലോചിക്കുന്നത് ? വിനുവേട്ടന്റെ കാര്യമാണോ ? അതിപ്പൊ അങ്ങേര് പ്രണയനഷ്ടത്തിൽ ജീവിതം കളഞ്ഞ ദേവദാസ് ഒന്നുമായില്ലല്ലോ? കല്യാണം കഴിഞ്ഞു അമേരിക്കയിൽ ജോലിയുമായി. പിന്നെ നമുക്കെന്താ അല്ലെങ്കിലും അങ്ങേരെന്നെ പ്രേമിച്ചു നടന്നത് ഞാൻ അറിഞ്ഞു കൂടിയില്ല.'

അവളൊരു കള്ളച്ചിരിചിരിച്ചു.

'അറിഞ്ഞിരുന്നെങ്കിൽ ?' അവൻ ചോദിച്ചു.

'എങ്കിലും മാറ്റമൊന്നുമില്ല. മനസ്സിലുള്ളത് എത്ര ദരിദ്രനാണെങ്കിലും പ്രണയിക്കുന്ന പെണ്ണിന് അവൻ കോടീശ്വരനാ. പ്രണയത്തിന്റെ കോടീശ്വരൻ. അവനോടൊപ്പമുള്ള ജീവിതം മാത്രമായിരിക്കും അവളുടെ ഉള്ളിലുണ്ടാകുക. മറ്റൊരാൾ എത്ര സുന്ദരനോ പണക്കാരനോ ആകട്ടെ അതൊന്നും അവളെ ബാധിക്കാതെ പോകും.'

'അങ്ങനെയല്ലാത്ത ഒത്തിരി പേരുണ്ട് കേട്ടോ.'

'ആ കൂട്ടത്തിൽ ഞാൻ ഇല്ല.' അവൾ ചിരിച്ചു.

'നോക്ക് നന്ദ... മഞ്ഞ് പെയ്യുന്നത്? ഇത് വരെ നിന്നില്ല. മലകളൊക്കെ മഞ്ഞ് മൂടിയിട്ടാ ഉള്ളത്. എന്താ ഭംഗി!'

ശരിയായിരുന്നു. ഡിസംബർ മാസമാണ് മഞ്ഞുണ്ട്. രാവിലെ ഇറ

ങ്ങുമ്പോൾ പോലും സൂര്യൻ അത്ര പ്രത്യക്ഷനായിരുന്നില്ല വശങ്ങളിൽ മലകൾ മാത്രമേ കാണാനുള്ളൂ. മഞ്ഞു മൂടിയ മലകൾ. നല്ല തണുത്ത കാറ്റ്. ചൂളിപ്പിടിച്ചു വീണ്ടും പാർവതി നന്ദന്റെ ചൂടിലേക്ക് ചേർന്നിരുന്നു.

വിനുവിനെ താൻ ഒരു തവണ കണ്ടിട്ടുണ്ട്. അന്നവന്റെ സ്വരത്തിൽ ഭീഷണിയുണ്ടായിരുന്നു.

ഒരു പുഴുവിനെ നോക്കുന്ന അറപ്പ്. നിസ്സാരത. തനിക്ക് ചിരിയാണ് വന്നത്.

നിനക്ക് എന്ത് യോഗ്യത ഉണ്ടെടാ മാളികപ്പുറത്തെ പെണ്ണിനെ പ്രേമിക്കാൻ എന്ന് അലറുമ്പോഴും ഒരു ദേഷ്യവും തോന്നിയില്ല.

എന്റെ യോഗ്യത അളക്കുന്ന മെഷീൻ ഇത് വരെ കണ്ടു പിടിച്ചില്ലല്ലോ വിനൂ എന്ന് മറുപടി പറഞ്ഞു.

അല്ലെങ്കിലും എന്താണ് ഇവരൊക്കെ പറയുന്ന യോഗ്യത.

ഐ എ എസ്

ഐപി എസ്

ഡോക്ടർ

എഞ്ചിനീയർ

സയന്റിസ്റ്റ്

ഗവണ്മെന്റ് ജോലി

ഇതൊക്കെയാണ് ഇവർ ഉദ്ദേശിക്കുന്ന യോഗ്യതകളിൽ പ്രധാനപ്പെട്ടത്. അല്ലെങ്കിൽ ബിസ്സിനസ്. ചെറുതൊന്നും പോരാ. കുറച്ച് കൂടിയ നിലവാരത്തിൽ തന്നെ.

ചിലപ്പോ ആലോചിക്കും ശരിക്കും എന്താണ് ഒരു പെണ്ണിനെ സ്നേഹിയ്ക്കാനും ഒപ്പം ജീവിക്കാൻ കൂട്ടാനുമുള്ള യോഗ്യത ?

അവളെ ബഹുമാനിക്കാനും സ്നേഹിക്കാനും ഉള്ള മനസ്സല്ലേ ഏറ്റവും വലിയ യോഗ്യത ?

പാർവതി തന്റെ ഒപ്പം ജീവിതം തുടങ്ങുമ്പോൾ അവൾക്കു പത്തൊമ്പതു വയസ്സാണ്. കാത്തിരിക്കാൻ ഒരു പാട് താൻ പറഞ്ഞു നോക്കി. പഠിച്ചു ജോലി വാങ്ങിക്ക് ഞാൻ നിന്നേ വിട്ടു പോകില്ല എന്ന് പറഞ്ഞു നോക്കി.

ഇത്രയും വേഗം വേണ്ട എന്ന് ആവർത്തിച്ചു. കേട്ടില്ല. ഒരു രാത്രി ആരും അറിയാതെ പുറപ്പെട്ട് പോരുന്നു. കല്യാണം കഴിക്കേണ്ടി വന്നു പോയതാണ്.

അവളെ തന്നെ താൻ കല്യാണം കഴിക്കുമായിരുന്നുള്ളു. പക്ഷെ പെൺകുട്ടികൾ കുറച്ചു കൂടെ പ്രായമായിട്ട് കല്യാണം കഴിക്കുന്നതാ

ണ് നല്ലത് എന്നാണ് തന്റെ മനസ്സിൽ. അത് കൊണ്ട് തന്നെ പാർവതിയെ പഠിപ്പിച്ചു. അവൾക്കു ജോലിയായി. അവൾക്കു കുറച്ചു കൂടെ പക്വത ആയി എന്ന് തോന്നിയപ്പോഴാണ് ശ്രീക്കുട്ടി ജനിച്ചത് പോലും. അവളുടെ മാതാപിതാക്കൾ തന്നെ സ്നേഹിക്കുന്നതും ഇത് കൊണ്ടാണെന്നു തനിക്ക് തീർച്ചയാണ്.

പിന്നെ വിനു. വിനു അവളെ പ്രണയിച്ചിരുന്നു. ഭ്രാന്തമായി തന്നെ അത് കൊണ്ടാണല്ലോ തന്നെ ഭീഷണിപ്പെടുത്തിയത്.

അല്ലെങ്കിൽ ഭാര്യയായവളെ തിരിച്ചു കൊടുക്കണമെന്ന് ആരെങ്കിലും പറയുമോ? അവന് ഭ്രാന്ത് ആണ്, പ്രണയം അല്ല എന്ന് താൻ തിരിച്ചറിഞ്ഞതപ്പോഴാണ്. പ്രണയം നോവിക്കില്ലല്ലോ.

അവന്റെ കണ്ണിലെ പുച്ഛം ഇപ്പോഴും ഓർമ്മയുണ്ട്.

സമൂഹം ഒന്നുമല്ലാത്തവന് നേരെ, ഒന്നുമില്ലാത്തവന് നേരെ നോക്കുന്നതും അതെ കണ്ണുകൾ കൊണ്ടാണ്. അതെ പുച്ഛം നിറഞ്ഞ കണ്ണുകൾ എത്ര നിസ്സാരതയാണ് അല്ലെ?

മനുഷ്യൻ എത്ര നിസ്സാരനാണ്. ഒന്ന് കാലിടറി വീണാൽ തീരാവുന്നതേയുള്ളു അഹന്ത. പിന്നെ നടക്കാനവന് ഊന്നുവടി വേണം. ആശുപത്രി വരാന്തയിൽ ഊഴം കാത്തിരിക്കണം.

കസേരയിൽ നിന്നെഴുന്നേറ്റ് നടക്കണമെങ്കിൽ കൂടി ആരെങ്കിലും പിടിക്കണം. എന്നിട്ടും അഹന്ത. താനാണ് വലിയവൻ എന്ന ഭാവം.

വിനു ഒടുവിൽ തന്നോട് പറഞ്ഞ വാക്കുകൾ ഇന്നുമുള്ളിലുണ്ട്.

'എന്നെങ്കിലും അവൾക്ക് മടുക്കും. പ്രണയവും മാങ്ങാതൊലിയുമൊക്കെ പണക്കാർക്ക് പറഞ്ഞിട്ടുള്ളതാടാ. നിന്നെ പോലെ ഒരു അത്താഴപ്പട്ടിണിക്കാരനെ വിട്ട് അവൾ പോകും. ഭംഗിയുള്ള മുഖവും രൂപവും കൊണ്ട് എക്കാലവുമവളെ മോഹിപ്പിക്കാമെന്നു കരുതണ്ട. അവള് നിന്നേ വിട്ടു പോകും. അന്നവൾ എന്റെയായിരിക്കും.'

ഭാഗ്യം. പെട്രോൾ ഒഴിച്ച് കൊല്ലും എന്ന് പറയാതിരുന്നത് ഇന്നായിരുന്നെങ്കിൽ ചിലപ്പോ സ്കോപ് ഉണ്ടായിരുന്നു.

ഭംഗിയുള്ള മുഖവും രൂപവുമല്ലടാ കഴുതേ ആണിനെ അളക്കാനുള്ള അളവ് കോൽ എന്ന് ഉറക്കെ പറഞ്ഞാൽ കൊള്ളാമെന്നുണ്ടായിരുന്നു.

പിന്നെ വിചാരിച്ചു. കാലം തെളിയിക്കട്ടെ.

അതെ കാലം തെളിയിക്കും ഓരോന്നും.

അധ്യായം 3

'വിനു പോകാൻ തന്നെ തീരുമാനിച്ചോ?' അഖില അവന്റെ അരികിൽ വന്നു ചോദിച്ചു.

വസ്ത്രങ്ങൾ അടുക്കി വെയ്ക്കുന്നതിനിടയിൽ വിനു അലസമായി ഒന്ന് മൂളി.

'കമ്പനി മീറ്റിംഗ് ഉള്ള ദിവസങ്ങൾ അല്ലെ അത് ?'

'അത് പോസ്റ്റ് പോൺ ചെയ്തു.'

അവൻ മറുപടി കൊടുത്തു.

'അതിന്റെ ആവശ്യമെന്തായിരുന്നു ?' അവൾ മൂർച്ചയോടെ ചോദിച്ചു.

'അമേരിക്കയിൽ നിന്ന് ഇത്രയും ദൂരെ വെറുമൊരു ഉത്സവത്തിനും കല്യാണ നിശ്ചയത്തിനും ഇത്രയും നാൾ പോയി നിൽക്കേണ്ട ആവശ്യമെന്ത് ? അതവളെ കാണാനല്ലേ ?'

'അതെ...'

അവൻ നിവർന്നു.

എന്നിട്ട് കൂസലില്ലാതെ വീണ്ടും പറഞ്ഞു.

'പാറുവിനെ കാണാൻ തന്നെയാ.'

അവൾ എന്തോ പറയാൻ ഭാവിച്ചിട്ട് മടിച്ചു.

'പറയെടീ. എന്താ നിനക്ക് വല്ല ഒബ്ജെക്ഷനും ഉണ്ടോ? ഉണ്ടെങ്കിൽ ബോധിപ്പിക്കണം. അടിയൻ അനുസരിച്ചോളാം.'

അവൻ പരിഹാസത്തോടെ പറഞ്ഞു.

അവളുടെ മുഖത്ത് കഠിനമായ ഒരു ആത്മനിന്ദ നിറഞ്ഞു. സ്വന്തം ഭർത്താവ് ഭാര്യയുടെ മുഖത്ത് നോക്കി പറയുകയാണ്.

അതേടി ഞാൻ കാമുകിയെ കാണാൻ പോവുകയാണ് നിനക്ക് എന്താ ഒബ്ജക്ഷൻ എന്ന്.

നല്ല കഥ. ഇതിലും വലിയ ഒരു അപമാനം ഉണ്ടോ ?

വിവാഹം ചെയ്യുന്ന സമയത്തു തനിക്കൊരു പ്രണയം ഉണ്ടായിരുന്നു എന്ന് വിനു പറഞ്ഞിരുന്നു.

അത് കാര്യമാക്കിയില്ല. പ്രണയം ഇല്ലത്തവർ ആരാണ് ?

മിക്കവാറും എല്ലവരും അതിൽ കൂടി കടന്നു പോയവരായിരിക്കും അതിന്റെ ചുഴികളിൽ കൂടി. ആഴങ്ങളിൽ കൂടി. കടുത്ത വേദനകളിൽ കൂടി. ഭ്രാന്തമായ ഉന്മാദങ്ങളിൽ കൂടി.

ഒരാളിൽ മാത്രം നിലയുറപ്പിച്ചു കൊണ്ട്, ഒരാളെ മാത്രം കേന്ദ്രബിന്ദു ആക്കി അങ്ങനെ ജീവിക്കുന്ന നാളുകൾ.

എല്ലാവർക്കും ഒരേ പോലെയല്ലെങ്കിലും പ്രണയം ഏകദേശം ഇത് പോലൊക്കെ തന്നെയാണ്. തനിക്കുമുണ്ടായിരുന്നു ഒരാൾ. ഗോവിന്ദ് പാവമായിരുന്നു. ജീവനായിരുന്നു.

പക്ഷെ അത് പോരല്ലോ വിവാഹം കഴിക്കാൻ എന്ന് അമ്മയും അച്ഛനും പറഞ്ഞു. വിവാഹം കഴിഞ്ഞുള്ള ജീവിതം വാടകവീട്ടിൽ കഴിയാൻ നിനക്ക് പറ്റുമോ എന്ന് തർക്കിച്ചു.

എയർ കണ്ടിഷൻഡ് മുറിയിൽ കിടന്നു ശീലിച്ച നീ അവന്റെ വീട്ടിലെ മുഷിഞ്ഞ മുറികളിൽ എങ്ങനെ കാലം കഴിക്കും എന്ന് കളിയാക്കി.

പിന്നെ ആലോചിച്ചു.

പ്രണയം കൊണ്ട് മാത്രം ജീവിക്കാനാകുമോ ?

കൂട്ടുകാർ പറഞ്ഞു.

ആദ്യത്തെ ആവേശമൊക്കെ കുറച്ച മാസങ്ങൾ കൊണ്ട് തീരും. അത് കഴിഞ്ഞു ജീവിതം ആണ്. ഇങ്ങനെ ആർഭാടത്തോടെ ജീവിച്ച നീ ഒരു ജോലി പോലുമില്ലാത്ത അവനെ പ്രണയിച്ചത് തന്നെ അതിശയം. ഇനി ജീവിക്കാൻ തീരുമാനിച്ചാ ഞങ്ങൾ ആരും ഒപ്പം ഉണ്ടാകില്ല കേട്ടോ.

അച്ഛനും അമ്മയും നേരെത്തെ തന്നേ അത് വ്യക്തമാക്കിയിരുന്നു. നീ അതാണ് ഡിസൈഡ് ചെയ്യുന്നതെങ്കിൽ ഞങ്ങളെ മറന്നേക്കുക.

ഒടുവിൽ തീരുമാനിച്ചു. പ്രാക്ടിക്കൽ ആയി ജീവിക്കാൻ ഉറച്ചു.

ഗോവിന്ദിനോട് പറഞ്ഞപ്പോൾ ആ മുഖത്ത് ഒരു നടുക്കം വന്നത് ഇപ്പോഴും ഓർമയുണ്ട്. അവന്റെ കണ്ണുനീര് ഇപ്പോഴും ഓർമ്മയുണ്ട്.

നീ ഇല്ലാതെ ജീവിക്കാൻ വയ്യ എന്ന് കെഞ്ചിയത്, നിനക്കെങ്ങനെ കഴിയുന്നു നമ്മളൊന്നിച്ചുള്ളതൊക്കെ മറക്കാൻ എന്ന് അത്ഭുതപ്പെട്ടതുമൊക്കെ ഇന്നലെയെന്ന പോലെ ഓർക്കുന്നു.

ആ നേരം പക്ഷെ മനസ്സ് കല്ലായിരുന്നു. എങ്ങനെയും ഒഴിവാക്കാൻ ഉള്ള ത്വരയായിരുന്നു.

വിനുവിന്റെ ആലോചന വന്ന സമയം ആയിരുന്നു. എല്ലാം കൊണ്ടും ഗോവിന്ദിന് മുകളിൽ ആയിരുന്നു വിനു.

സൗന്ദര്യം കൊണ്ടും പണം കൊണ്ടും ജോലി കൊണ്ടും. ഒരു കുറവുമില്ല എന്ന് തോന്നിപ്പിച്ച ഒരാൾ. ആകർഷകമായ ചിരിയും സംസാരവും.

ഇത്ര ചെറുപ്പത്തിൽ ഇത്ര വലിയ ഒരു പൊസിഷനിൽ ഇരിക്കുക നിസ്സാരമാണോ ? അതും അമേരിക്കയിൽ. നമ്മുടെ തറവാട്ടിലില്ല ഇത് പോലെ ഒരാൾ. നിന്റെ ഭാഗ്യമാ.

എല്ലാവരും പറഞ്ഞു.

ഗോവിന്ദിനെ കടന്നു പോരുമ്പോൾ ആശ്വാസം തോന്നി. രക്ഷപ്പെട്ടു. ഗോവിന്ദ് ഒരു പാവമായതു കൊണ്ട് പ്രതികാരമോ പകയോ ഭയക്കേണ്ട തില്ല എന്നറിയാമായിരുന്നു. അത് കൊണ്ട് തന്നെ മനസ്സ് ശാന്തമായിരു ന്നു പ്രത്യേകിച്ച് കുറ്റബോധമൊന്നും തോന്നിയില്ല.

പക്ഷെ ദൈവത്തിന്റെ പക അവിടെ തുടങ്ങുന്നതേയുള്ളായിരുന്നു. ഓരോ തവണ ഒന്നിക്കുമ്പോഴും പാറു എന്ന് മാത്രം മന്ത്രിച്ചു തന്നെ പുണരുന്ന തന്റെ ഭർത്താവ്. മറ്റൊരു സ്ത്രീയുടെ ഓർമ്മയിൽ മാത്രം പുരുഷനാകാൻ കഴിയുന്ന തന്റെ ഭർത്താവ്. അപമാനം കൊണ്ട്, നിന്ദ കൊണ്ട് പുളഞ്ഞു. കണ്ണീരു വാർത്ത ദിനരാത്രങ്ങൾ.

വിനു ഞാൻ നിങ്ങളുടെ ഭാര്യയാണ്, ഇത് ക്രൂരമാണ് വിനു കെഞ്ചി നോക്കി.

'എനിക്കിങ്ങനെയേ സാധിക്കൂ. നിനക്കു യോജിച്ചു പോകാൻ പറ്റി ല്ലെങ്കിൽ ഡിവോഴ്സിന് ഞാൻ തയ്യാറാണ്. എനിക്ക് നീ തന്നെ ഭാര്യ യായി വേണമെന്ന് നിർബന്ധം ഒന്നുമില്ല .'അറുത്തു മുറിച്ചു പറഞ്ഞു.

'ഡിവോഴ്സ് ?'

താൻ ഞെട്ടി നോക്കി.

'എന്താ കേട്ടിട്ടില്ലേ ? നഷ്ടപരിഹാരം പറഞ്ഞാ മതി തന്നേക്കാം.'

'വിനു... ഇത്ര നിസ്സാരമായി എങ്ങനെ പറയുന്നു? വിനു എന്നെ ഒട്ടും സ്നേഹിക്കുന്നില്ലേ?'

'നീ ഇതിലും നിസ്സാരമായിട്ടല്ലേ ഗോവിന്ദിനെ ഉപേക്ഷിച്ചത് ? അവ ന്റെ ഒപ്പം എവിടെല്ലാം പോയിട്ടുണ്ട് നീ ? എന്റെ ഒപ്പം കഴിയുമ്പോൾ നീ അവനെ ഓർക്കാറില്ലെ? തീരെ അങ്ങ് പതിവ്രത ചമയരുത്. എനി ക്കെല്ലാം അറിയാം. എല്ലാം. എല്ലാം അറിഞ്ഞിട്ട് തന്നെയാ കല്യാണം കഴിച്ചത്. എനിക്ക് തോന്നുന്നത് ഞാൻ ചെയ്യും. എന്നെ നിയന്ത്രിക്കാ നും എന്റെ സ്വാതന്ത്ര്യത്തിൽ കൈ കടത്താനും വന്നാൽ അന്ന് നീയും ഞാനും വേറെയാ. മനസ്സിലായോ?'

സ്തംഭിച്ചു നിന്ന് പോയി.

അന്ന് തുടങ്ങി പിന്നെ ഇന്ന് വരെ ഒന്നിനും നിർബന്ധിച്ചിട്ടില്ല വിനു വിനെ. ഒന്നും ആവശ്യപ്പെട്ടിട്ടില്ല. ഒരു കുഞ്ഞിനെ പോലും.

കുഞ്ഞു വേണ്ട എന്ന് വിനു പറഞ്ഞപ്പോൾ തലയാട്ടി സമ്മതിച്ചു

കൊടുത്തു. രണ്ടു തവണ അബോർഷന് വിധേയയാകുകയും ചെയ്തു.

എന്ത് കൊണ്ട് വിനുവിനെ ഉപേക്ഷിച്ചു പോകുന്നില്ല എന്ന് എല്ലാം കേട്ടപ്പോൾ ഏറ്റവും അടുത്ത കൂട്ടുകാരി അനന്യ ചോദിച്ചു.

'നീ എന്തിനാണ് അയാളെ സഹിക്കുന്നത് ?'അവൾ രോഷത്തോടെ ചോദിച്ചു.

'ഈ ശിക്ഷ ഞാൻ ഏറ്റുവാങ്ങുകയാണ് അനി. ഗോവിന്ദിനെ ചതിച്ച തിനുള്ള ശിക്ഷ ആണിത്. ഇത് ഞാൻ അർഹിക്കുന്നുണ്ട്. ഞാൻ മാറി യാൽ ചിലപ്പോൾ അയാൾ വേറെ കല്യാണം കഴിക്കും. നിരപരാധിയാ യ മറ്റൊരു പെണ്ണിന്റെ ജീവിതം പോകും. ഞാൻ എന്തായാലും പെട്ടു. ഇത് ഇങ്ങനെ തന്നെ തീരട്ടെ.'

അവൾ വേദനയോടെ തന്നെ നോക്കിയിരുന്നു.

പത്തു വർഷങ്ങൾ കഴിഞ്ഞു പോയിരിക്കുന്നു. ഈ കാലയളവിൽ വിനു ഒരിക്കലും നാട്ടിലേക്ക് പോയില്ലതാനും.

ഒരു ചലിക്കുന്ന യന്ത്രം പോലെ താൻ ജീവിക്കുന്നുണ്ടെന്നേയുള്ളു.

ഒന്ന് പഠിച്ചു. ഈ കാലയളവിൽ ഏറ്റവും മനോഹരമായ ഒന്ന് പഠി ച്ചെടുത്തു. അഭിനയം. ഉള്ളിൽ എന്തുണ്ടെങ്കിലും ആരും അറിയാതെ അഭിനയിക്കാൻ ഇപ്പൊ താൻ മിടുക്കിയാണ്. വിനു പോലും ഈ കഴി വിൽ തന്റെ ഏഴു അയല്പക്കത്തു വരില്ല.

വിനു ചിലപ്പോൾ തന്നെ സംശയത്തോടെ നോക്കുന്നത് കാണാം. ഇവൾക്ക് ഇനി ഭ്രാന്താണോ എന്ന് അയാൾ ചിന്തിക്കുന്നതു പോലെ തോന്നും. അപ്പോൾ തനിക്ക് ചിരി വരും.

തന്റെ സങ്കടങ്ങൾ മറ്റുള്ളവർ അറിഞ്ഞിട്ടെന്തിനാ. സന്തോഷമാണ് എന്ന് തന്നെ അറിഞ്ഞോട്ടെ.

വിനു വസ്ത്രങ്ങൾ അടുക്കി പൂർത്തിയാക്കി കഴിഞ്ഞിരുന്നു.

'ഞാനും കൂടി വരുന്നു.' പെട്ടെന്ന് അവൾ പുഞ്ചിരിയോടെ പറഞ്ഞു. വിനു സംശയത്തോടെ അവളെ ഒന്ന് നോക്കി.

'ഞാൻ ഇതുവരെ നിങ്ങളുടെ തറവാട്ടിൽ വന്നിട്ടില്ലല്ലോ ? അവിടെ എല്ലാ വർഷവും ഉത്സവം ഉണ്ടായിരുന്നിട്ടും നിങ്ങളും പോയിട്ടില്ല. ഈ വർഷം നിങ്ങൾ പോകാൻ തീരുമാനിച്ചെങ്കിൽ അതിന്റെ ഒറ്റ കാരണം പാർവതി ആയിരിക്കും എന്ന് എനിക്കറിയാം. ഞാനും ഒന്ന് കണ്ടോട്ടെ ആ വിശ്വസുന്ദരിയെ. എന്റെ ഭർത്താവിന്റെ ആത്മാവിലും ഞരമ്പിലും രക്തത്തിൽ പോലും നിറഞ്ഞു നിൽക്കുന്ന ആ പെണ്ണിനെ എനിക്കുമൊ ന്നു കാണാൻ ആഗ്രഹം ഉണ്ട്. എനിക്കില്ലാത്ത എന്താണ് അവൾക്കുള്ള ത് എന്നൊന്ന് അറിയണമല്ലോ. നിങ്ങളീ ഭ്രാന്ത് കാണിക്കുന്നതിന് എന്തെ

ങ്കിലും റീസൺ ഉണ്ടോന്നു അറിയണ്ടേ ?'

വിനു ഒന്ന് ചിരിച്ചു.

'നിനക്കില്ലാത്ത പലതുമുണ്ട് അവളിൽ. സ്നേഹിച്ച പുരുഷൻ എത്ര ദരിദ്രനായിട്ടും പ്രണയത്തിനു ജീവന്റെ വില കൊടുത്തവളാണ് അവൾ. നിന്നെക്കാൾ സമ്പന്നയായിരുന്നു. പ്രണയിക്കുന്നത് ഒരു അനാഥനെയാണെന്നു അവൾക്കറിയാമായിരുന്നു. ജീവിക്കേണ്ടി വരുന്നത് ഏറ്റവും കഠിനമായ അവസ്ഥയിൽ കൂടിയാണെന്നും അറിയാമായിരുന്നു. ജീവനെ പോലെ സ്നേഹിച്ച ഞാൻ ഇപ്പുറത്തുണ്ട് എന്നതറിയാമായിരുന്നു. ഒരു വാക്ക് പറഞ്ഞാൽ രാജകുമാരിയെ പോൽ ജീവിക്കാം എന്നും അവൾക്കറിയാമായിരുന്നു. അവൾ അവന്റെ ഒപ്പം തന്നെ ജീവിക്കാൻ തുടങ്ങി. അവളോടെനിക്ക് ബഹുമാനമാ. നിന്നോടില്ലാത്തതും അതാ.'

അഖില ഉറക്കെ പൊട്ടിച്ചിരിച്ചു.

'കൊള്ളാല്ലോ... കാമുകിയെ പറഞ്ഞപ്പോൾ പൊള്ളിയല്ലോ.'

'പൊള്ളും...വേദനിക്കും... അവളെന്റെ ജീവനാ' അയാൾ അവൾക്കു തൊട്ടരികിൽ വന്നു.

'ഇന്നും വിനുവിന്റെ മനസ്സിൽ അവളെയുള്ളു. എന്നും അവളെ ഉണ്ടാകുവുള്ളു...'

'നാണമില്ലേ മനുഷ്യാ അവളിന്നു മറ്റൊരുത്തന്റെ ഭാര്യയാ. ഇപ്പോഴും അതോർത്തോണ്ടു നടക്കാൻ ലജ്ജയില്ലേ ?'

'അവളെന്നും എന്റെയാ... എന്നും...'അയാളുടെ കണ്ണുകളിൽ ഭ്രാന്തമായ ഒരു തിളക്കം മിന്നി മറഞ്ഞു.

'നീയൊക്കെ വെറും മാംസപിണ്ഡമാണെടി. അവളൊരു ദേവതയാ. അവളെ കാണുമ്പോൾ നിനക്കതു മനസ്സിലാകും. നീ ഇനി ഒപ്പം വരാൻ തീരുമാനിച്ചത് നന്നായി... എനിക്ക് കാര്യങ്ങൾ കുറച്ചു കൂടി എളുപ്പമാകും.'

അഖില സംശയത്തോടെ അയാളെ നോക്കി. അയാളുടെ കുറുക്കൻ കണ്ണുകളിലേക്ക്. ചതി ഒളിപ്പിച്ചു വെച്ചിരിക്കുന്ന കുറുക്കൻ കണ്ണുകളിലേക്ക്.

അധ്യായം 4

'അവരൊക്കെ എപ്പോഴാ എത്തുക ചേച്ചി ?'

ജിഷ പാത്രം കഴുകി ചായയ്ക്ക് വെള്ളം വെയ്ക്കുന്നിതിനിടയിൽ ദേവികയോട് ചോദിച്ചു.

'ഉച്ചയോടെ എത്തും. നമുക്ക് ജോലിയൊന്നുമില്ല കുട്ടീ ഇപ്പൊ എല്ലാം കാറ്ററിംഗ് സർവീസ് ആയില്ലേ ? പിന്നെ ഇടയ്ക്കിടക്കുള്ള ഈ ചായകുടി പൗർണമിയുടെ അച്ഛന്റെ ശീലമാ. അത് ഞാൻ തന്നെ ഇട്ടു കൊടുക്കുകയും വേണം. വാശിക്കാരനാ.'

അവരുടെ മുഖത്ത് സ്നേഹം കലർന്ന ഒരു ചിരി വന്നു പോയി.

ജിഷ അവിടെ ജോലിക്ക് വന്നിട്ട് ഇതിപ്പോ അഞ്ചാം വർഷമാണ്. ഇത് വരെ ദേവികച്ചേച്ചിയും വേണു സാറും തമ്മിൽ ഒരു ഒച്ചയിടൽ അവൾ കണ്ടിട്ടില്ല. നല്ല സ്നേഹമാ അവർ തമ്മിൽ. മനു സാറും ജാനകി ചേച്ചിയും അങ്ങനെ തന്നെ. അവർക്ക് രണ്ടു പേർക്കും ജോലിയുള്ളത് കൊണ്ട് ഇത് പോലെ കാണാൻ കിട്ടില്ല എന്നേയുള്ളു.

പറമ്പിൽ ജോലിക്ക് നിൽക്കുന്ന പദ്മനാഭൻ ചേട്ടൻ സമയം കിട്ടുമ്പോൾ കഥകളൊക്കെ പറയും.

'ശുഷ്കിച്ചു ശുഷ്കിച്ചു ഇപ്പൊ തറവാട്ടിൽ ഇവരു മാത്രമായി. പണ്ടൊക്കെ എന്തായിരുന്നു?. കാവിലെ ഉത്സവം വന്നാൽ ഈ ഗ്രാമത്തിലെ ആൾക്കാരുമുണ്ടാകും ഇവിടെ. തറവാട്ടിലെ ആൾക്കാർ തന്നെ ഒരു ഉത്സവത്തിനുള്ള ആളായി. എന്നാലും നാട്ടുകാര് മുഴുവനും കാണും അതാണ് ഈ നാട്ടുകാർക്ക് ഇവരോട് ഉള്ള സ്നേഹവും ബഹുമാനവും. ഇവിടെയുള്ളവരെന്നു വെച്ചാൽ കിരീടം വെക്കാത്ത രാജാക്കന്മാരായിരുന്നു ഒരു കാലത്ത്. ഇപ്പൊ ആരും ഇവിടെയില്ലല്ലോ അമേരിക്കയിലും കാനഡയിലും ദുബായിലും. ഇത്തവണ പക്ഷെ എല്ലവരും വരും. പൗർണമി മോളുടെ കല്യാണ നിശ്ചയമല്ലെ? എത്ര വർഷം കൂടിയ ഇങ്ങനെ ഒരു ആഘോഷം നടക്കുന്നത് ?ഇതിനു മുന്നേ പാറുക്കുട്ടിയുടെ കല്യാണത്തിന് വേണ്ടിയാ ആൾക്കാര് കാത്തിരുന്നത്. തറവാട്ടിൽ പെൺസന്തതികൾ കുറവായിരുന്നു. എല്ലാം ആൺകുട്ടികളാ. ഒരു സമയം ആൺകുഞ്ഞുങ്ങൾ തന്നെ ഉണ്ടായിക്കൊണ്ടിരുന്നു. ആ സമയത്തു ഈ തറവാട്ടിലെ മുത്തശ്ശി ഒരു നേർച്ച നേർന്നു .ഇനിയുള്ളത് പെൺകുഞ്ഞ്

ആകുകയാണ് എങ്കിൽ സർപ്പക്കാവിൽ ഉത്സവം തറവാട് ഏറ്റെടുത്തു നടത്തിക്കൊള്ളാമെന്ന്. അന്ന് വരെ അത് നാട്ടുകാര് ഏറ്റെടുത്തായിരുന്നു നടത്തികൊണ്ടിരുന്നത്. എന്തായാലും ആ വർഷം മനു സാറിനും ജാനകി കുഞ്ഞിനും പെൺകുഞ്ഞ് ഉണ്ടായി. പാർവതി. ഞങ്ങളുടെ പാറുക്കുട്ടി... ശരിക്കും പാർവതി ദേവിയെപോലെ ഒരു കുഞ്ഞായിരുന്നു കേട്ടോ. രാജകുമാരിയെ പോലെയാ വളർന്നത്. ജോലിക്കാരോടൊക്കെ എന്തൊരു സ്നേഹമാണെന്നോ. എല്ലാവരോടും ആ കൊച്ചിന് സ്നേഹമാരുന്നു. ആരുടെയും കണ്ണ് നിറയാൻ സമ്മതിക്കുകേല. ആർക്കെങ്കിലും കഷ്ടപ്പാടാണെന്നു അറിഞ്ഞാൽ അതിനു സങ്കടമാ. അപ്പൊ തന്നെ അച്ഛന്റെ അടുത്ത് ചെന്ന് അവർക്കെന്താ വേണ്ടതെന്നു വെച്ചാൽ ചെയ്തു കൊടുക്കും. എന്റെ മോളുടെ കല്യാണത്തിന് ഇവിടെ നിന്ന് തന്നത് കൂടാതെ സ്വന്തം കൈയിൽ കിടന്ന മോതിരം കൂടി ഊരി തന്നു പൊന്നുമോൾ. അന്നതിനു പത്തോ പന്ത്രണ്ടോ വയസ്സേയുള്ളൂ. ഞാൻ അത് കൊണ്ട് സാറിന്റെ അടുത്ത് ചെന്നപ്പോ സാർ പറയുവാ അവള് തന്നതല്ലേ നീ കൊണ്ട് പൊക്കോ അല്ലെങ്കിൽ എന്റെ കുഞ്ഞിന് അത് സങ്കടമാകും എന്ന്. അച്ഛനും അമ്മയും മകളും തമ്മിലുള്ള സ്നേഹം അവരുടെ കണ്ടു പഠിക്കണം. ആരുമില്ലാത്ത ഒരു ചെക്കനെ സ്നേഹിച്ചതും സത്യത്തിൽ ആ നല്ല മനസ്സാ. ആരുമില്ലാത്തവർക്കല്ലേ നമ്മൾ കൂട്ടാകേണ്ടത് ? എല്ലാവരും ഉള്ളവർക്ക് നമ്മൾ എന്തിനാ ?ആരുമില്ലാത്തവന്റെ കൈ പിടിക്കുമ്പോൾ അവനെന്തു സന്തോഷമാകും എന്ന് ആലോചിച്ചു നോക്കിക്കേ. ജീവിതത്തിൽ ഒറ്റയ്ക്കായി പോകുന്നവർക്ക് കൂട്ടായിരിക്കുന്നതിലും വലിയ പുണ്യമൊന്നുമില്ല കുട്ടി. പക്ഷെ അതവർക്ക് അംഗീകരിക്കാൻ പറ്റിയില്ല ആദ്യമായിട്ട് പാറുകുട്ടിയെ അതിന്റെ അച്ഛൻ തല്ലി. ദേ ഇ മുറ്റത്തു ഇട്ടാ തല്ലിയത്. ഞാനാ തടസ്സം പിടിച്ചത്. എനിക്കും കിട്ടി കുറെ തല്ല്. സാറിന് ഭ്രാന്ത് പിടിച്ച പോലായിരുന്നു. പാറുക്കുട്ടി കരഞ്ഞില്ല അടി തടഞ്ഞില്ല. കണ്ണടച്ച് അനങ്ങാതെ ഒറ്റ നിൽപ്. സത്യത്തിൽ ഞാൻ പേടിച്ചു പോയി കേട്ടോ. കൊച്ചെന്തെങ്കിലും ചെയ്തു കളയുമോ എന്നോർത്ത്. ഒടുവിൽ ഒരു പകൽ ആ ചെക്കൻ ഇവിടെ വന്നു. മാന്യമായി തന്നെ സംസാരിച്ചു. നല്ല ഒരു ചെക്കൻ. പരമശിവനും പാർവതി ദേവിയും പോലെ തന്നെ തോന്നും കണ്ടാൽ. പക്ഷെ ഇവരുടെ മനസ്സ് ഇളകിയില്ല അത് ഒരു തരത്തിൽ ഇവരെ കുറ്റം പറയാനും കഴിയില്ല. നമ്മൾ ആണെങ്കിലും അങ്ങനെ തന്നെ അല്ലെ ചെയ്യുവുള്ളൂ? പാറുക്കുട്ടിക്ക് അന്ന് വയസ് പത്തൊമ്പത്. മനുസാറിന്റെ പെങ്ങളുടെ മകൻ വിനു അന്ന് പഠിച്ചു കഴിഞ്ഞു നിൽക്കുവാ. അതിനു ഇതിനെ വലിയ ഇഷ്ടവും.

അതിനെ കൊണ്ട് കല്യാണം കഴിപ്പിക്കാൻ ധാരണയായി. തറവാട്ടുകാര് പ്രശ്നം വരുമ്പോൾ ഒറ്റക്കെട്ടാ ഇവർക്ക് നാണക്കേട് വരാതിരിക്കാൻ അവരെന്തും ചെയ്യും. ഇത് പോലെ കല്യാണം നിശ്ചയിച്ച ഒരു ദിവസം. നിറച്ചും ആൾക്കാരും വലിയ പന്തലും. അന്ന് പാറുക്കുട്ടിയങ്ങ് പോയി. വലിയ ഒരു നാണക്കേടായിരുന്നു അത്. കുറെ നാൾ അവരെ ആരും അന്വേഷിച്ചില്ല. മുത്തശ്ശി പറഞ്ഞിട്ട് ഞാൻ ഇടക്ക് പോകും. ചെറിയ വീടാണെങ്കിലും നല്ല വൃത്തിയും വെടിപ്പുമൊക്കെ ഉണ്ട്. നല്ല പയ്യനാ അത്. പാറുക്കുട്ടിയെ പഠിപ്പിച്ചു. കുട്ടിക്ക് ഒരു ഗവണ്മെന്റ് ജോലി ഒക്കെയായി അറിഞ്ഞപ്പോ ഇവർക്കും ഒരു മതിപ്പായി. കൊണ്ട് പോയിട്ട് നശിപ്പിച്ചു കളഞ്ഞില്ലല്ലോ. വീട്ടിലിരുത്തിക്കളഞ്ഞില്ലല്ലോ. മോള് ജനിച്ചു കഴിഞ്ഞപ്പോ ഒരു ദിവസം ഇവർ അങ്ങോട്ടു പോയി. പിന്നെ മഞ്ഞ് ഉരുകി തുടങ്ങി. അത് ഇടക്കിങ്ങോട് വരും. എന്നാലും ഉത്സവത്തിന് ഒന്നും വരില്ല. എല്ലാവരും ഉള്ളപ്പോ വരുമ്പോൾ ആരെങ്കിലും എന്തെങ്കിലും കുത്തു വാക്കുകൾ പറഞ്ഞാൽ നന്ദന് നോവും എന്ന് കുഞ്ഞ് എന്നോട് പറയും. അത്തരം ചെറിയ കാര്യങ്ങൾ പോലും ശ്രദ്ധിക്കും. സാധാരണ മനുഷ്യർ ശ്രദ്ധിക്കാത്ത കാര്യമാ അത്. മറ്റുള്ളവർക്ക് നോവുമോ അവർക്ക് ഈ കാര്യങ്ങൾ ഒക്കെ പറഞ്ഞാൽ വിഷമമാകുമോ എന്നൊന്നും ആരും ഓർക്കില്ല. കുത്താനുള്ള അവസരമൊന്നും മനുഷ്യൻ വിട്ടു കളയുകേമില്ല. പക്ഷെ ആ കുഞ്ഞ് അത് ശ്രദ്ധിക്കും. ഇങ്ങനെ ഒരു കല്യാണ നിശ്ചയമുള്ളതു കൊണ്ടും അത് ഒഴിവാക്കാൻ സാധിക്കാത്തത് കൊണ്ടുമാണ് ഇപ്പൊ വരുന്നത്. ഇപ്പൊ പിന്നെ കുറെ വർഷങ്ങൾ ആയില്ലേ ? എല്ലവരും അംഗീകരിച്ചു തുടങ്ങി, നല്ല ജീവിതമല്ലേ. സാമ്പത്തികമായും മെച്ചപ്പെട്ടു. പിന്നെ പറയാതിരിക്കാൻ ഒക്കില്ല. നന്ദൻ മോൻ തനി തങ്കമാ. എത്ര നല്ല മനുഷ്യനാണെന്നോ? വിനുകുട്ടൻ കല്യാണം കഴിച്ചിരുന്നെങ്കിൽ പോലും ആ കുഞ്ഞ് ഇത്ര സന്തോഷമായിട്ടു ജീവിക്കുകേല.'

അങ്ങനെ പദ്മനാഭൻ ചേട്ടൻ പല സമയങ്ങളിലായി പറഞ്ഞു തന്ന കുറെ ജീവിതങ്ങൾ ജിഷയുടെ കണ്മുന്നിൽ ഉണ്ട്. അഞ്ചു വർഷമായെങ്കിലും പാറുകുട്ടിയെ അവൾ കണ്ടിട്ടില്ല. ഇടക്ക് ഒന്ന് രണ്ടു തവണ വന്നപ്പോ അവൾ വീട്ടിൽ പോയിരുന്നു. വിനു സാറിന്റെ കല്യാണത്തിന് അവരാരും വന്നതുമില്ല. ഇത്തവണ എല്ലാവരും വരും. ജോലിക്കാരിയാണെങ്കിലും അങ്ങനെയല്ല തന്നെ ദേവിക ചേച്ചിയും സാറുമൊക്കെ കാണുന്നത്. അത് ഒരു സന്തോഷമാണ്.

'ഹലോ. ദിവാസ്വപനം കണ്ടു നിക്കുവാണോ നമ്മളെ കൂടെ ഒന്ന്

പരിഗണിക്കണേ.'

മതിലിന്റെ മുകളിൽ ഒരു തല.

അപ്പുറത്തു പുതിയതായി താമസിക്കാൻ വന്ന കുറച്ചു പയ്യന്മാരിൽ ഒരാളാണ്. ഏതോ ടെസ്റ്റ് എഴുതാൻ പഠിക്കുന്ന പിള്ളരാണെന്നു ആരോ പറഞ്ഞു കേട്ടിരുന്നു അതിൽ ഈ ഒരെണ്ണം മാത്രം തല തിരിഞ്ഞതാ. കണ്ട കാലം മുതൽ തുടങ്ങിയ പുറകെ നടപ്പാ.

'പോ കോഴി' അവൾ മുറ്റത്തു നിൽക്കുന്ന കോഴിയെ ഓടിക്കുന്നതായി ഭാവിച്ചു ഉറക്കെ വിളിച്ചു പറഞ്ഞു.

'അത് നമുക്കിട്ട ...സാരമില്ല കോഴി എന്ന് വിളിച്ചോളൂ. മുത്തിനിഷ്ടമുള്ള പേര് വിളിച്ചോളൂ.'

അവൾ ഒരു കല്ലെടുത്തു ഒറ്റ ഏറു കൊടുത്തു വീട്ടിലേക്ക് കയറി പോരുന്നു.

'ഉന്നമില്ല പ്രാക്ടീസ് വേണം.'

ഉറക്കെ ഉള്ള പറച്ചിൽ കേട്ട് അവൾക്ക് ചിരി വന്നു.

ഇവനൊക്കെ വട്ടാണോ ദൈവമേ.

'നീ എന്താ തന്നെ നിന്ന് ചിരിക്കുന്നേ.' ദേവിക ചേച്ചി

'അപ്പുറത്തെ വീട്ടിലെ താമസക്കാരൻ പയ്യന് ഒരേറു കൊടുത്തതാ ചേച്ചി. പക്ഷെ കൊണ്ടില്ല . ഉന്നമില്ല എന്നവൻ. അത് കേട്ട് ചിരിച്ചതാ. ഇവനൊക്കെ എത്ര ചീത്ത കേട്ടാലും പിന്നാലെ നടപ്പ് നിർത്തില്ല.'

'ആത്മാർത്ഥ പ്രണയം വല്ലോം ആണോ കൊച്ചെ' ദേവിക കളിയാക്കി.

'ഉവ്വേ ആത്മാർത്ഥ പ്രണയം. ടെസ്റ്റ് കഴിയുമ്പോൾ ഇവർ പോകും. അത് വരെ ഉള്ള ഒരു ടൈം പാസ് അല്ലെ എന്റെ ചേച്ചിക്കുട്ടി ഇതൊക്കെ. നമ്മൾ ഇതൊക്കെ എത്ര കണ്ടതാ. എനിക്കി പ്രേമം എന്ന് കേൾക്കുമ്പോൾ അലർജിയാ.'

'അതെന്താ ? നിനക്ക് ചൊറിയുമോ ?'

ജിഷ പൊട്ടിച്ചിരിച്ചു.

'എന്റെ ചേച്ചീ അതൊക്കെ ഉടായിപ്പാ. അങ്ങനെ ഒരു സംഭവം ഇപ്പൊ ഇല്ല. ആത്മാർത്ഥ പ്രണയം. എങ്ങാനും വല്ലവന്മാരുടെ കൂടെ ഒരു എസ് പറഞ്ഞൂന്നിരിക്കട്ടെ കുറച്ചു കഴിയുമ്പോ തുടങ്ങും എഫ്ബിയിൽ പാസ് വേർഡ് എന്താ? ഫോണിലെ പാസ്‌വേർഡ്? എന്താ വാട്സ് ആപ്പ് കോൺടാക്ട് ആരൊക്കെയാ.? ഫോൺ എന്താ ബിസി? നീ എന്തിനാ ഷാളില്ലാത്ത ചുരിദാർ ഇടുന്നത്? മുടി എന്താ പിന്നിക്കെട്ടി വെക്കാത്തത്?'

ദേവിക ചിരിച്ചു പോയി.

'ഞാൻ എന്ത് ചെയ്യണമെന്നത് എന്റെ സൗകര്യമല്ലേ ചേച്ചി? അതിനെനിക്ക് ഒരു ഗൈഡ് വേണോ ? എന്റെ ജീവിതമാ. എന്റെയാ അത്. എന്റെ സൗകര്യത്തിനും സന്തോഷത്തിനും ഞാൻ ജീവിക്കും. അതിനു ഈ പൊട്ട പ്രേമങ്ങൾ ഒക്കെ തടസ്സമാ'

'കൊള്ളാമല്ലോ ആശയങ്ങളൊക്കെ. പക്ഷെ എന്നാണെങ്കിലും കാലിൽ പൂട്ട് വീഴും കേട്ടോ. ചിലപ്പോ ഈ കല്യാണം കഴിക്കുന്നവനാണ് ഇത്തരം ഡിമാന്റുകൾ ഒക്കെ വെയ്ക്കുന്നതെങ്കിൽ എന്ത് ചെയ്യും കളയാൻ പറ്റുമോ ?'

'എന്താ പറ്റാതെ ? കളയും ഡിവോഴ്സ് ചെയ്തു കളയും. ശ്വാസം മുട്ടില്ലേ ചേച്ചി ? അത് ചെയ്യരുത് ഇത് ചെയ്യരുത് ആരെയും ഫോൺ ചെയ്യരുത് അയ്യോ അതൊന്നും എനിക്ക് വയ്യ എന്റെ പൊന്നോ...'

'ഈശ്വരാ ഇപ്പോഴത്തെ കുട്ടികളുടെ ഒരു കാര്യം. എന്ത് പെട്ടെന്നാ ഡിവോഴ്സിൽ എത്തി നിക്കുന്നെ. കുട്ടീ ജീവിതം ഒരു അഡ്ജസ്റ്റ്മെന്റാ... കുറെ അഡ്ജസ്റ്റ് ചെയ്യുമ്പോ കുറച്ചു സന്തോഷം കിട്ടും അതിൽ പിടിച്ചങ്ങനെ ജീവിക്കണം.'

ജിഷ ചിരിച്ചു.

'എന്റെ പൊന്നു ചേച്ചീ എനിക്കതു പറ്റുകേല. അങ്ങനെ അഡ്ജസ്റ്റ് ചെയ്തു ചെയ്തു ആത്മഹത്യ ചെയ്ത ഒരു ചേച്ചി എനിക്കുണ്ടായിരുന്നു. അഡ്ജസ്റ്റ് ചെയ്തു ഭ്രാന്ത് വന്നു മരിച്ചു പോയ ഒരമ്മയും. ഇന്ന് എന്റെ വീട്ടിൽ ഞാനും എന്റെ അനിയനും തനിച്ചാ, അവനോടും ഞാൻ പറയും പെൺകുട്ടികൾക്ക് സ്വാതന്ത്ര്യം കൊടുക്കണം ബഹുമാനം കൊടുക്കണം എന്നൊക്കെ.'

ദേവിക സ്തംഭിച്ചു നിന്നു പോയി

'അമ്മ മരിച്ചു പോയി എന്നല്ലതെ കൂടുതൽ ഒന്നും അവർക്കറിയില്ലായിരുന്നു. ചേച്ചിയെ കുറിച്ച് അവളൊരിക്കലും പറഞ്ഞിട്ടുമില്ല. അവളുടെ കാഴ്ചപ്പാടുകൾ അവളുടെ അനുഭവങ്ങളിൽ നിന്നുള്ളതാണെന്നു അവർ തിരിച്ചറിഞ്ഞു.

അതെപ്പോഴും അങ്ങനെയാണ്. നമ്മൾ ജീവിക്കുന്ന ജീവിതമാണല്ലോ ഗുരു. എല്ലാ തീരുമാനങ്ങളും അതിൽ നിന്നാണ് ഉണ്ടാകുക.

'ദേവി...'

'ദേ വിളി വന്നു അടുത്ത ചായയ്ക്ക്. ഈശ്വരാ ഊണിനുള്ള സമയം ആയി എത്രാമത്തെ ചായ ആണ് ഇത്.'

'ചായയ്ക്ക് വെള്ളം വെയ്ക്കട്ടെ ചേച്ചി ?'

'വേണ്ട ഞാൻ അങ്ങോട്ട് ചെല്ലട്ടെ നല്ല വഴക്ക് കൊടുക്കുന്നുണ്ട്.'

അവർ പോയപ്പോ ഒരു ചിരിയോടെ അവൾ ചായയ്ക്ക് വെള്ളം വെച്ചു. അതവൾക്ക് ഉറപ്പാണ്. അങ്ങനെയൊക്കെ പറഞ്ഞാലും സാർ പറയുന്ന തേ ഇവിടെ നടക്കുകയുള്ളു. അത് ഒരു കമാൻഡ് ഒന്നുമല്ല. പറഞ്ഞത് അനുസരിക്കുന്നതാണ് ദേവിക ചേച്ചിക്ക് ഇഷ്ടം.

ഇവരുടെ ജീവിതം കാണുമ്പോൾ ഇടക്ക് ഒന്ന് പ്രേമിച്ചാലോ എന്നൊ ക്കെ അവൾക്ക് തോന്നാറുണ്ട്. കാരണം പ്രണയത്തിനു അത്ര ഭംഗിയാ ണ്. അത്രമേൽ തീവ്രമായി പ്രണയിക്കുന്നവരുടെ പ്രണയത്തിന്.

അധ്യായം 5

മാളികപ്പുറം തറവാടിന്റെ അതിരുകൾ ഗ്രാമത്തിന്റെ മുക്കാൽ ഭാഗത്തോളം നീണ്ടു കിടക്കുന്നു. ഇതിന്റെ അവകാശികളായി ഏകദേശമൊരു ഇരുന്നൂറു പേരുണ്ടാകും എന്നാണ് നാട്ടുവർത്തമാനം. പലരും പല ദിക്കിലൊക്കെയാണ്. പക്ഷേ ആരും തമ്മിൽ തർക്കങ്ങളൊന്നുമില്ല. തറവാട്ടിൽ രണ്ടു കുടുംബമേയുള്ളു ദേവകിയും ഭർത്താവും വേണുവും മകൾ പൗർണമിയും പിന്നെ പാർവതിയുടെ മാതാപിതാക്കളായ മനുവും ജാനകിയും. പാർവതിയുടെ അച്ഛനും വേണുവും സഹോദരങ്ങളാണ്. അവരുടെ അച്ഛനും അമ്മയും അവർക്കൊപ്പം തന്നെ ഉണ്ട്. വേണുവാണ് തറവാട്ടിലെ എല്ലാ കാര്യവും നോക്കുന്നത്. കൃഷിയുണ്ട്. വാടക കെട്ടിടങ്ങൾ ഉണ്ട്. അതിന്റെയൊക്കെ വരുമാനം കൃത്യമായി എല്ലാവർക്കും ഓഡിറ്റ് ചെയ്തു അയച്ചു കൊടുക്കാറുണ്ട്. ആർക്കും അതൊന്നും വേണമെന്ന് ആഗ്രഹം കൂടിയില്ല. നാട്ടിൽ ഉള്ളവരല്ലേ അതൊക്കെ ചെയ്യുന്നത് അവർ തന്നെ അതിന്റെ ലാഭവും എടുത്തോട്ടെ എന്ന മട്ടാണ് എല്ലാവർക്കും. ആർക്കും പണത്തിനോട് ആർത്തിയുമില്ല. അത് തറവാട്ടിൽ ഉള്ളവർക്കുമില്ല വന്നു കയറിയവർക്കുമില്ല. സത്യത്തിൽ ആ നാട്ടിലെന്നല്ല ആ ദേശത്ത് തന്നെ അത് ഒരപൂർവ കാഴ്ചയാണ്. വേണ്ട എന്ന് പറഞ്ഞാലും വേണു എല്ലാം നോക്കിയും കണ്ടും ചെയ്യും. നാളെ ഒരു കാലത്തു ആരും പരാതി പറയരുത് എന്നാണ് അയാളുടെ പക്ഷം. വേണുവാണ് അക്കാര്യത്തിൽ ഒക്കെ പാർവതിയുടെ അച്ഛൻ മനുവിനെക്കാൾ കാര്യപ്രാപ്തി ഉള്ളവൻ. മനു അധ്യാപകനാണ്. അതിലാണ് അയാളുടെ ശ്രദ്ധ. എന്നാലും അനിയനെ സഹായിക്കാനും ഒപ്പം നിൽക്കാനും അയാൾ കഴിഞ്ഞേയുള്ളു. ഏറ്റവും ഇളയ ആളാണ് വേണു. ഇടയ്ക്കുള്ള രണ്ടും പെൺകുട്ടികൾ ആണ്. ഒന്ന് സുഭദ്ര അമേരിക്കയിൽ മകൻ വിനുവിന്റെ ഒപ്പം. പിന്നെയുള്ളത് രാജി അവർ ദുബായിലാണ്. രണ്ടു മക്കൾ ഡോക്ടർമാർ. ഭർത്താക്കന്മാരും ഡോക്ടർമാർ തന്നെ.

മേലെപ്പാട്ട് ഗ്രാമം ഇന്നും ഗ്രാമത്തിന്റെ തനതു ഭംഗി നിലനിർത്തുന്നതിൽ മാളികപ്പുറം തറവാട്ടിന് വലിയ ഒരു പങ്കുണ്ട്. പാടത്തിന്റെയും പുഴയുടെയും ഒക്കെ ഭംഗി അങ്ങനെ തന്നേ ഇപ്പോഴും നിൽക്കുന്നുണ്ട്. കാവും മരങ്ങളും പച്ചപ്പും പലരും മോഹവില കൊടുക്കാമെന്നു പറ

ഞ്ഞു നോക്കി.നഗരത്തിൽ നിന്ന് അഞ്ചു കിലോമീറ്റർ ദൂരമേയുള്ളൂ. റെയിൽവേ സ്റ്റേഷനിൽ നിന്ന് ഒരു അഞ്ചു മിനിറ്റുമാത്രം. ഫ്ളാറ്റ് കെട്ടാനും വ്യവസായങ്ങൾ തുടങ്ങാനും ഒക്കെ ഭൂമി ചോദിച്ചു വന്നവർ നിരവധിയാണ്. തറവാട്ടിൽ ആർക്കും സമ്മതമല്ലായിരുന്നു അത്. കാവിലെ ഭഗവതിയെയും നാഗദൈവങ്ങളെയും അങ്ങനെ അന്യാധീനപ്പെടുത്താൻ ആരും തയ്യാറായില്ല എന്നതാണ് വാസ്തവം. അമേരിക്കയിലും കാനഡയിലും ഇംഗ്ലണ്ടിലും ദുബായിലുമൊക്കെ താമസിക്കുന്നവരാണെങ്കിലും അവർക്കറിയാം അവരുടെ നാഗദൈവങ്ങളുടെയും ഭഗവതിയുടെയും അനുഗ്രഹം കൊണ്ടാണ് അവർ സുഖമായി ജീവിക്കുന്നതെന്ന്. ശാസ്ത്രം എത്ര വളർന്നാലും വിശ്വാസം മാറുന്നില്ലല്ലോ ചിലർക്കെങ്കിലും. അത് നെഞ്ചു തൊട്ടുള്ള പ്രാർത്ഥനയാണ്. അവർക്ക് അവരുടെ തറവാട് ഒരു വികാരവും.

ഗ്രാമത്തിന്റെ ബസ്സ്റ്റോപ്പിൽ ബസ് ഇറങ്ങിയാൽ രണ്ടു കിലോമീറ്റർ നടന്നാൽ തറവാട്ടിൽ എത്താം. മിക്കവരും വാഹനങ്ങൾ സ്വന്തമായി ഉള്ളവരാണ്. നന്ദനും പാർവതിയും പക്ഷെ ഇപ്പോഴും ബസിലാണ് വരിക. നന്ദന് ഡ്രൈവിംഗ് പേടിയാണ്. അച്ഛന്റെ മരണം കണ്ട അന്ന് തുടങ്ങിയ പേടിയാണ്. പാർവതിക്ക് ഒരു ടുവീലർ ഉണ്ട്. ജോലിക്ക് പോകാൻ അവളതു ഉപയോഗിക്കും. അല്ലതെ എവിടെ പോകാനും ബസിനെ ആണ് ആശ്രയിക്കുക. മീനാക്ഷിക്ക് ഒരു കുട്ടി സൈക്കിൾ ഉണ്ട് അവൾ സ്കൂളിൽ അതിലാണ് പോകുക. അവർ മാത്രമാണ് ആ തറവാട്ടിൽ സാമ്പത്തിക സ്ഥിതിയിൽ കുറച്ചെങ്കിലും പിന്നിൽ നിൽക്കുന്നത്. പക്ഷെ അത് കൊണ്ട് അവരെയാരും മാറ്റിനിർത്തുകയോ പരിഹസിക്കുകയോ ചെയ്യാറില്ല. കാരണം പാർവ്വതി ഇന്നും അവരുടെ ജീവനാണ് എന്നത് തന്നെ. ഏത് കാര്യത്തിനും തറവാട്ടിൽ ആദ്യത്തെ ക്ഷണം അവർക്കാണ് താനും.

ബസ് ഇറങ്ങി നന്ദൻ ചുറ്റുമൊന്നു നോക്കി. ഒരു മാറ്റവുമില്ല. ഒരു വർഷം മുന്നേ വന്നതാണ്. തറവാട്ടിൽ ഒരു പൂജ നടന്നപ്പോ വന്നേ പറ്റു എന്ന് നിർബന്ധിച്ചത് കൊണ്ട് വന്നതാണ്. പിന്നെ പാർവതി മകളെയും കൂട്ടി ഒരിക്കൽ വന്നു. പിന്നെ ഇപ്പോഴാണ് വരുന്നത്.

'വീട്ടിൽ വിളിച്ചു പറഞ്ഞിരുന്നെങ്കിൽ കാർ അയച്ചേനെ'. പാർവതി ബാഗ് ഇടത്തെ കയ്യിലേക്ക് മാറ്റി പിടിച്ചു കൈ കുടഞ്ഞു.

'ഓ ഇതിപ്പോ നടക്കാവുന്ന ദൂരമല്ലേയുള്ളൂ.' നന്ദൻ പാതയോരങ്ങളിലേക്ക് നോക്കി പറഞ്ഞു. മൂന്ന് വളവു തിരിഞ്ഞാൽ തറവാടായി.

'ലഗേജ് ഉള്ളത് കൊണ്ടാ. ഹൂ.' അവൾ നിന്നു.

നന്ദൻ ചിരിയോടെ പാർവതിയുടെ കൈയിലെ ബാഗ് കൂടി വാങ്ങി തോളിലിട്ട് നടന്നു തുടങ്ങി.

പാർവതി ഒരു കള്ളച്ചിരി ചിരിച്ചു കൈ ഒക്കെ വീശി നടന്നു തുടങ്ങി. ശ്രീകുട്ടിയെയും ചേർത്ത് പിടിച്ചു

'നിനക്ക് ഇത് പോലെയുള്ള ഗ്രാമങ്ങളാണോ നഗരങ്ങളാണോ ഇഷ്ടം?' അവൾ മോളോട് ചോദിച്ചു.

ശ്രീക്കുട്ടി കുറച്ചു നേരം ആലോചിച്ചു.

'അതിപ്പോ എവിടെയാണെങ്കിലും സ്നേഹം ഉള്ളവരുടെ ഒപ്പം ആണെങ്കിൽ സന്തോഷം.'

'ആഹാ കൊള്ളാമല്ലോ അച്ഛന്റെ മോൾ തന്നെ... എത്ര ഡിപ്ലോമാറ്റിക് ആയിട്ടാ പറഞ്ഞത് ഉത്തരം.'

'അതിപ്പോ ഡിപ്ലോമസി അല്ല പാറു. സത്യമല്ലേ ? നമ്മൾ ജീവിക്കുന്നിടം എവിടെയാണെങ്കിലും നമുക്കു പ്രിയപ്പെട്ടവർ ഒപ്പമില്ലെങ്കിൽ എന്താ രസം? നമ്മൾ സ്നേഹിക്കുന്ന നമ്മെ സ്നേഹിക്കുന്നവർ ഒപ്പം ഉള്ളതാണ് സ്വർഗം. അത് കുടിലാണെങ്കിലും കൊട്ടാരമാണെങ്കിലും.' നന്ദൻ പറഞ്ഞു

'ഓ സമ്മതിച്ചു... പക്ഷെ എനിക്കുണ്ടല്ലോ ഇവിടെ ഒക്കെ ഇടക്ക് മിസ് ചെയ്യും.ദേ ഈ ചാഞ്ഞു കിടക്കുന്ന മാവുണ്ടല്ലോ ഇവിടെയാണ് ഞങ്ങൾ കുട്ടികൾ ഊഞ്ഞാല് ഒക്കെ കെട്ടിയാടുക. തറവാട്ടിലും ഉണ്ട് ഊഞ്ഞാല്. പക്ഷെ അവിടെ കളിക്കുന്നതിനു നിയന്ത്രണം ഉണ്ടല്ലോ. ഇവിടെ ആരും കാണില്ല. ഞങ്ങൾ കുട്ടികൾ അവധിക്കാലം മുഴുവൻ ഈ പറമ്പിലാ. നന്ദൻ ആ വയസ്സൻ മാവിലേക്ക് നോക്കി നിറയെ മാങ്ങാ കായ്ച്ചു നിൽപ്പുണ്ട്.അതിനു അടുത്തായി വലിയ ആഞ്ഞിലി മരം പിന്നെ തെക്ക് പ്ലാവ്. അങ്ങനെ നിറച്ചും മരങ്ങളുള്ള പറമ്പുകൾ.

'ഇതിനു താഴെ ഒരു വയലുണ്ട് ചെറുതാ. അതുകൊണ്ട് നെൽകൃഷി ഇറക്കില്ല. പച്ചക്കറി ചെയ്യാൻ ഞങ്ങൾ കുട്ടികളെ ഏൽപ്പിക്കും. ആർക്കാണ് ഏറ്റവും വിളവ് കിട്ടുക അവർക്കു സമ്മാനവും ഉണ്ട്.' പാർവതി ഉത്സാഹത്തോടെ പറഞ്ഞു.

'അതിനൊന്നാം സ്ഥാനം അമ്മയ്ക്ക് തന്നെ ആവും. നമ്മുട ഇച്ചിരി കുഞ്ഞൻ സ്ഥലത്തു എന്ത് മാത്രമാ അമ്മ പച്ചക്കറി നട്ടു പിടിപ്പിച്ചേക്കുന്നേ. എന്റെ കൂട്ടുകാർക്കൊക്കെ അത്ഭുതമാ. ഈ കുഞ്ഞു സ്ഥലത്തു എങ്ങനെയാ ഇത്രയധികം ചെടികളും പച്ചക്കറികളും ഒക്കെ എന്ന് അവർ എന്നോട് ചോദിക്കും.'

പാർവതി ചിരിച്ചു.

'അതെനിക്ക് വലിയ ഇഷ്ടാ. ചെടികള്, പൂക്കൾ, പച്ചക്കറികള്... അതൊക്കെ നട്ടുനനച്ചു വളർത്തുന്ന ഒരു സുഖം സത്യത്തിൽ ഒരു സർക്കാർ ജോലിക്കും കിട്ടില്ല മോളെ...'

നന്ദൻ ചിരിച്ചു

'പക്ഷെ കൃഷി കൊണ്ടൊന്നും ജീവിക്കാൻ വയ്യ ഇപ്പൊ. അത് കൊണ്ട് നീ നിന്റെ സർക്കാർ ജോലിയെ കുറ്റം പറയണ്ട ട്ടോ.'

നന്ദൻ പറഞ്ഞു

'ഞാൻ ഒന്ന് താരതമ്യം ചെയ്തു പറഞ്ഞതാണ്. കൃഷി മനസ്സിന് സുഖംകിട്ടുന്നതാ എന്ന് പറഞ്ഞതാ.' പാർവതി പറഞ്ഞു.

കാവിനടുത്തു കൂടി വന്നപ്പോൾ അവർ നിന്നു.

ശ്രീക്കുട്ടി കണ്ണടച്ച് പ്രാത്ഥിക്കുന്നതു കൗതകത്തോടടെ നോക്കി നിന്നു നന്ദൻ. അല്ലെങ്കിലും ശ്രീക്കുട്ടി ഭയങ്കര വിശ്വാസിയാണ്. ആരും പറഞ്ഞു കൊടുത്തിട്ടൊന്നുമല്ല ദിവസവും ക്ഷേത്രത്തിൽ പോകുന്നതും വിളക്ക് കൊളുത്തുന്നതുമൊക്കെ. നന്ദന് അത്രയ്ക്ക് അങ്ങോട്ടു ഭക്തി ഒന്നുമില്ല. ഒരു അദൃശ്യ ശക്തി ഉണ്ടെന്നു അവനറിയാം. അത് ദേവാലയങ്ങളിൽ ആണ് എന്ന വിശ്വാസമൊന്നും ഇല്ല. പിന്നെ പാർവ്വതിക്കും ശ്രീകുട്ടിക്കും വേണ്ടി ഒപ്പം പോകും. അവരുടെ വിശ്വാസങ്ങളെ എതിർത്ത് സംസാരിക്കുകയുമില്ല. തന്റെ വിശ്വാസം തനിക്ക്. അവരുടെ അവർക്ക്. ആ പക്ഷക്കാരനാണ് അവൻ.

'വരുന്ന വഴിയായിരിക്കും.'

പുത്തൻപുരയ്ക്കൽ രാജീവനാണ്. സ്കൂൾ ടീച്ചർ ആണ്. ഇവിടെ വരുമ്പോൾ ഉള്ള നന്ദന്റെ കൂട്ട്.

'അതെ പുലർച്ചെ തിരിച്ചു. എന്നിട്ടും ഉച്ചയാകാറായി.' നന്ദൻ ചിരിച്ചു.

'വൈകുന്നേരം ഇറങ്ങുമല്ലോ വീട്ടിലേക്ക്.'

'നോക്കട്ടെ അവിട തിരക്കില്ലെങ്കിൽ തീർച്ചയായും വരാം. നാളെ ഉത്സവമല്ലേ ? അതിന്റെ ഒരുക്കങ്ങൾ കാണും. പിന്നെ കല്യാണ നിശ്ചയത്തിന്റെ തിരക്ക്. എന്നാലും വരും. താനും വരുമല്ലോ അങ്ങോട്ട്.'

'പിന്നെ വരാതെ? നമ്മുടെ കുട്ടിയുടെ കല്യാണ നിശ്ചയം. നമ്മുടെ കാവിലെ ഉത്സവവും... നമ്മൾ ഇല്ലാതെ എന്ത് ആഘോഷം ?'

നന്ദൻ പൊട്ടിച്ചിരിച്ചു

'ശ്രീക്കുട്ടി ഇപ്പൊ എട്ടിലാണ് അല്ലെ ?'

ശ്രീക്കുട്ടി അതെ എന്ന് തലയാട്ടി.

'പഠിത്തമൊക്കെ ങ്ങനെ പോകുന്നു മോളെ ?'

'നന്നായി പോകുന്നു അങ്കിൾ.' അവൾ ചുറുചുറുക്കോടെ പറഞ്ഞു.

'മിടുക്കിയായിട്ട് പഠിക്കണം. എന്താവാനാണ് മോൾക്കിഷ്ടം?'

അവൾ അച്ഛനെ ഒന്ന് നോക്കി. പറഞ്ഞോളൂ എന്ന് തലയാട്ടി നന്ദൻ പുഞ്ചിരിച്ചു.

'നിക്ക് ബിസ്സിനസ് വുമണാവണമെന്നാ' അവൾ നേർത്ത ലജ്ജയോടെ പറഞ്ഞു.

'ആഹാ മിടുക്കി. ഞാൻ വിചാരിച്ചു ഡോക്ടറോ കളക്ടറോ ക്കെ ആവണമെന്ന് ആവും പറയുക എന്ന്. ഇതിപ്പോ കൊള്ളാല്ലോ നന്നായിട്ടോ.' രാജീവൻ വാത്സല്യത്തോടെ പറഞ്ഞു.

ശ്രീക്കുട്ടി വിനയത്തോടെ തലയാട്ടി.

'സുഖമല്ലേ പാറു?'

'അതെ ചേട്ടാ' പാർവതിയും മറുപടി പറഞ്ഞു.

'ശരി നിങ്ങൾ നടന്നോ. അവിടെ പകുതിയും ആൾക്കാർ ഇന്നലെ തന്നെ എത്തിക്കഴിഞ്ഞു. ഞാൻ ഇപ്പൊ അവിടെ നിന്നാ വരുന്നത്. കുറെ പേര് ഓൺ ദി വേയാ. ലേറ്റ് ആക്കണ്ട വേഗം നടന്നോളു.'

'അങ്ങനെ ആവട്ടെ രാജീവാ കാണാം.'

'കാണാം.' രാജീവൻ നടന്നു തുടങ്ങി.

'ആരൊക്കെ വന്നോ ആവൊ.'പാർവതി ഉത്സാഹത്തോടെ പറഞ്ഞു.

അവളുടെ നടത്തത്തിന്റെ സ്പീഡ് കൂടി. ശ്രീക്കുട്ടി അത് കണ്ടു ചിരിച്ചു കൊണ്ട് അച്ഛനെ നോക്കി.

'നീ ചിരിക്കേണ്ട. ഒരിക്കൽ നീയും കല്യാണം കഴിഞ്ഞു പോകും..പിന്നെ കിട്ടുന്ന അവധികളിൽ ഇങ്ങനെ അച്ഛനെയും അമ്മയെയും കാണാൻ വരും. അന്ന് ഇത് പോലത്തെ എക്സൈറ്റ്മെന്റ് നിനക്കും ഉണ്ടാകും.' നന്ദൻ കളിയിൽ പറഞ്ഞു.

'അത് അച്ഛന് വെറുതെ തോന്നുന്നതാ. ഞാൻ അച്ഛനെയും അമ്മയെയും വിട്ടു വേറെ ഒരിടത്തു കല്യാണം കഴിച്ചു പോകില്ല. കല്യാണം കഴിക്കുന്ന ആൾ എന്റെ വീട്ടിൽ താമസിക്കട്ടെ. ഒരു മാറ്റം നല്ലതല്ലേ? അവൾ പുരികം തെല്ല് ഉയർത്തി.

'ബെസ്റ്റ്. അതിനു ആരെങ്കിലും സമ്മതിക്കുമോ മോളെ? ഇപ്പൊ തന്നെ കല്യാണം കഴിഞ്ഞു ഉടനെ ഒരു ഫ്ളാറ്റ് എടുത്തു മാറി താമസിക്കുന്നതാണ് ആൾക്കാരുടെ ശീലം.'

അപ്പോഴാ. അച്ഛനും അമ്മയുമൊക്കെ പിന്നേ പലർക്കും ഒരു ബാധ്യതയാവും. ജീവിതം എൻജോയ് ചെയ്യാനുള്ളതാ എന്നല്ലേ പലരുടെയും കോൺസെപ്റ്റ്.

'ഞാൻ അങ്ങനെയാവില്ലന്നേ പറഞ്ഞുള്ളു. ഞാൻ നമ്മുട വീട്ടിൽ തന്നെ ആവും താമസിക്കുക.ജോലി സംബന്ധമായി മാറി താമസിക്കേണ്ടി വന്നേക്കാം. അത് താല്കാലികമായതല്ലേ? പക്ഷെ ഞാൻ എന്നും നിങ്ങൾക്കൊപ്പമായിരിക്കും. അതാണ് എന്റെ സന്തോഷം.'

നന്ദന്റെ കണ്ണ് ഒന്ന് നിറഞ്ഞു അത് മറച്ചു അയാൾ ചിരിച്ചു.

'അച്ഛനല്ലേ ഇപ്പൊ പറഞ്ഞത് എവിടെയാണെങ്കിലും നമുക്ക് പ്രിയപ്പെട്ടവരുടെ ഒപ്പം ജീവിക്കുന്നതാണ് നമ്മുടെ സന്തോഷം എന്ന്. അവിടെയാണ് നമ്മുടെ സ്വർഗ്ഗമെന്ന്. അപ്പൊ ഇതാണ് എന്റെ സന്തോഷം.'

'അച്ഛനും മോളും കല്യാണം കഴിക്കുന്ന കാര്യം പറഞ്ഞു ചുമ്മാ സമയം കളയണ്ട. ഇനി എത്ര വർഷം കിടക്കുന്നു. ഈ തീരുമാനം ഒക്കെ മാറാനും അത്ര സമയമൊന്നും വേണ്ട. എന്നെ തന്നെ നോക്കിയേ. ഈ നാട് വിട്ട് ഒരിടത്തും പോകില്ല എന്ന് വാശി പിടിച്ച ഞാൻ അച്ഛനെ കണ്ടതും ഢിം തീർന്നു.'

പാർവതി ചിരിച്ചു

'അത് പ്രണയത്തിനു' അമ്മ ഒന്നാം സ്ഥാനം കൊടുത്തിട്ടാ. ഞാൻ അതിനു ഒരിക്കലും ഫസ്റ്റ് ചോയ്സ് കൊടുക്കില്ല. എന്റെ ചോയ്സ് എന്നും നിങ്ങളാ. അത് കഴിഞ്ഞേ ഇനി ആരുമുള്ളു.'

പാർവതിയുടെ കണ്ണ് വിടർന്നു ശ്രീക്കുട്ടി പണ്ടേ ഇങ്ങനെയാണ് അറുത്തു മുറിച്ച വാക്കുകൾ പറഞ്ഞാൽ പറഞ്ഞതാണ്.

വളരെ ആലോചിച്ചു മാത്രം പറയുകയുള്ളൂ എന്ന് മാത്രം.

'നന്ദ... ഇവൾ നമ്മുടെ തന്നെ മോളാണോ എന്നൊരു സംശയം.'

പാർവതി മെല്ലെ പറഞ്ഞു കൊണ്ട് അവനെ നടന്ന് തോണ്ടി.

'അവൾ നമ്മുടെ മാത്രം മകൾ ആണ്. മകൾ എന്നാൽ ഇങ്ങനെ തന്നെ ആണ് വേണ്ടത്. അല്ലാതെ...'

നന്ദൻ കുസൃതിയിൽ പാതി നിർത്തി.

'അയ്യടാ' അവൾ അയാളുടെ വയറ്റത്ത് ഒന്ന് നുള്ളി.

ദൂരെ മാളികപ്പുറത്തിന്റെ ഔട്ട്ഹൗസിലെ മട്ടുപ്പാവിൽ ബൈനോക്കുലറിലൂടെ ആ കാഴ്ച കണ്ടു നിന്നയാളുടെ കണ്ണുകൾ കുറുകി അണപ്പല്ലുകൾ ഞെരിഞ്ഞു.

അയാൾ ബൈനോക്കുലർ മാറ്റി ഒരു സിഗരറ്റിനു തീ കൊളുത്തി.

അധ്യായം 6

'ജാനകി ദേ അവര് വന്നു.' മനു സന്തോഷത്തോടെ ഉറക്കെ വിളിച്ചു പറഞ്ഞു.

ജാനകിയും ദേവികയും മറ്റു ബന്ധുക്കൾക്കൊപ്പമായിരുന്നു എല്ലാവരെയും കണ്ടതിന്റെ സന്തോഷമുണ്ടായിരുന്നു അവരിൽ.

'പാറുകുട്ടിയൊക്കെ വന്ന്ന്ന തോന്നുന്നേ.'

ജാനകി എഴുന്നേറ്റു.

'ഞാൻ അങ്ങോട്ട് പോയിട്ടു വരാം.'

ഞാനും വരുന്നു ജാനി.

ദേവകിയും എഴുന്നേറ്റു.

തളത്തിൽ ചെറിയമ്മായി ഉണ്ട്. അവരുടെ മക്കൾ ഋഷിയും സൂരജും. പിന്നെ സന്തോഷ് ചെറിയച്ഛൻ അവരുടെ മക്കൾ നീലുവും കല്യാണിയും. ചെറിയമ്മ. അവർ ദുബായിൽ നിന്ന് ഇന്നലെ വന്നേയുള്ളു ചെറിയമ്മായിയും മക്കളും ലണ്ടനിലാണ്. മാധവൻ ചെറിയച്ഛൻ വന്നില്ല, എന്നാലും നിശ്ചയതിന്റെ അന്ന് എത്തും എന്ന് ഉറപ്പ് തന്നിട്ടുണ്ട്. സ്നേഹച്ചിറ്റ മക്കളെയും ഭർത്താവിനെയും കൂടാതെയാണ് വന്നത് കുട്ടികൾക്ക് പരീക്ഷയാണ് അത് കൊണ്ടാണ് അടുത്ത തവണ ഉറപ്പ് എന്ന് പറഞ്ഞിട്ടുണ്ട്. ഇനിയുമുണ്ട് ആൾക്കാർ. മനോജ് അവന്റെ ഭാര്യ ലക്ഷ്യ അവരുടെ കുട്ടികൾ. അവരൊക്കെ വേറെ എവിടെയോ ഉണ്ട്. കുളക്കരയിൽ കുറച്ചു പേർ വെടിവട്ടം പറഞ്ഞിരിക്കുന്നുണ്ട്. വലിയച്ഛന്മാർ അവരുടെ മക്കൾ നാട്ടിലുള്ള പഴയ കൂട്ടുകാർ അവർക്കൊക്കെ സമയാസമയം എല്ലാം കിട്ടുന്നുണ്ടോന്നു ഉറപ്പു വരുത്താൻ വേണുവും മനുവും ഓടി നടക്കുന്നുണ്ട്.

'ശ്രീക്കുട്ടി പൊക്കം വെച്ച് ട്ടോ.'

ദേവിക പറഞ്ഞു.

മനു ശ്രീകുട്ടിയെ ചേർത്ത് പിടിച്ചിരിക്കുകയായിരുന്നു.

അയാൾ അവളുടെ ശിരസ്സിൽ തലോടി.

'എന്റെ ഒപ്പമാകുന്നു അല്ലേ നന്ദ.'

'ഏകദേശം' നന്ദൻ ചിരിച്ചു.

'ഇപ്പോഴത്തെ കുട്ടികൾ എത്ര വേഗമാ വളരുന്നത് ഈ പാറുക്കുട്ടി

ഈ പ്രായത്തിൽ ഒരു ഈർക്കിലിയുടെ അത്രയും ഇല്ലായിരുന്നു.'

ദേവിക പറഞ്ഞു.

ജാനകി നന്ദനെ നോക്കി.

'നിങ്ങൾ കഴിച്ചായിരുന്നോ ?'

'കഴിച്ചു അമ്മേ'

നന്ദൻ വിനയത്തോടെ പറഞ്ഞു.

ആ വിളി എപ്പോഴുമെന്നോണം അവരുടെ ഉള്ളു നിറച്ചു.

അവർ വാത്സല്യത്തോടെ അവനെ നോക്കി. സൂര്യനെ പോലെ പ്രകാശിക്കുന്ന മുഖം. തെളിച്ചമുള്ള വലിയ കണ്ണുകൾ.

'അജുവേ ഈ ലഗേജ് ഒക്കെ എടുത്തു അകത്തു വെയ്ക്കു. നിങ്ങൾക്ക് നിങ്ങളുടെ പഴയ മുറി തന്നെ ഒരുക്കിയിട്ടുണ്ട് കേട്ടോ.'

വേണു അങ്ങോട്ടേക്ക് വന്നു.

അജു എന്ന ചെറുപ്പക്കാരൻ അവരുടെ ബാഗുകൾ തോളിൽ ആക്കി നടന്നു തുടങ്ങി.

'എന്നാ ഒന്ന് കുളിച്ചു ഫ്രഷ് ആയിട്ട് വരാം.'

നന്ദൻ പറഞ്ഞു

'ആയിക്കോട്ടെ.'

വേണു ആ തോളിൽ ഒന്ന് തട്ടി.

'ലേറ്റ് ആവണ്ട ട്ടോ പണി ഉണ്ട് ഒന്ന് രണ്ടിടത്ത് പോകാനുണ്ട്. നന്ദൻ വന്നിട്ടു ഒന്നിച്ചു പോകാമെന്നു കരുതിയിരുന്നത് ആണ്.'

'വൈകില്ല ചെറിയച്ഛ. 'നന്ദൻ ചിരിയോടെ പറഞ്ഞു 'ദേ എത്തി.'

എവിടെയും നന്ദന് കൊടുക്കുന്ന ആ പ്രാധാന്യമാണ് അവിടേക്ക് വീണ്ടും വീണ്ടും വരാൻ പാർവതിയെ പ്രേരിപ്പിക്കുന്നത്. ഒരു പക്ഷെ നന്ദനെ അവഗണിക്കുകയായിരുന്നെകിൽ ഏതെങ്കിലും തരത്തിൽ അപമാനിക്കുകയിരുന്നെങ്കിൽ അവിടെ സന്തോഷത്തോടെ വരാൻ അവൾക്ക് സാധിക്കുമായിരുന്നില്ല.

മുറിയിലേക്ക് പോകും വഴി സൗരവിനെ കണ്ടു ശ്രീക്കുട്ടി ചിരിച്ചു. വീട്ടുജോലിക്ക് നിൽക്കുന്ന ജിഷയുടെ അനിയനാണ് സൗരവ്. തറവാട്ടിൽ എന്ത് ചടങ്ങുകൾ വന്നാലും അവനും അവിടെ ഉണ്ടാകും. ഒരു സഹായി ആയിട്ട്. പ്ലസ്ടു ആയിട്ടേയുള്ളു. പക്ഷെ നല്ല കാര്യ വിവരവും ബുദ്ധിയുമുള്ള ചെക്കനാണ്.

'ഇത്തവണ എക്സിബിഷനാണ്, കണ്ടില്ലല്ലോ?'

സൗരവ് ശ്രീകുട്ടിയോടായി ചോദിച്ചു.

'ഒരു പണി കിട്ടി. സൈക്കിളിൽ നിന്ന് ഒന്ന് വീണു. ദേ കിടക്കുന്നു

രണ്ടാഴ്ച പ്ലാസ്റ്റർ ഇട്ട്.'

'അയ്യോ.'

'അതന്നെ... അയ്യോ അയ്യോ എന്നായിരുന്നു ഞാൻ നിലവിളിച്ചു കൊണ്ടിരുന്നത്.'

സൗരവ് ഉറക്കെ പൊട്ടിപ്പൊട്ടി ചിരിച്ചു.

'ചേട്ടനായിരുന്നല്ലോ ഫസ്റ്റ്. നിങ്ങളുടെ സ്കൂളും ഫസ്റ്റ് അടിച്ചു. ഞാൻ അറിഞ്ഞു കേട്ടോ.'

അവൻ വിനയത്തോടെ ചിരിച്ചു.

'അടുത്ത കലോത്സവം വരുന്നുവല്ലോ? അപ്പൊ കാണാം ഇത്തവണ ഞങ്ങളുടെ സ്കൂൾ തന്നെ...' അവൾ കുറുമ്പോടെ പറഞ്ഞു.

'അതിലും പോയിക്കഴിഞ്ഞു. ഇനി ഈ വർഷം അടുത്ത മത്സരങ്ങളൊന്നുമില്ല മോളെ.'

'അയ്യടാ ... എന്തായാലും കാവിലെ പാട്ടുമത്സരത്തിനു കാണാം.'

'ശ്രീക്കുട്ടി ഉണ്ടെങ്കിൽ ഞങ്ങൾക്ക് ലളിതഗാനം, കവിത പാരായണം പിന്നെ മൂന്നു ഡാൻസ് ഫോംസ് അത് പോകും. അത് ഉറപ്പാ... എന്തായാലും അത് വരെ സൈക്കിളിൽ കേറണ്ട.'

അവൾ ചിരിച്ചു പോയി.

'ശ്രീക്കുട്ടി വന്നു കുളിക്കൂ...' പാർവതി ഉറക്കെ വിളിച്ചു പറഞ്ഞു.

നന്ദനും പാർവതിയും കുളിച്ചു വേഷം മാറിക്കഴിഞ്ഞു.

'ദേ വിളിക്കുന്നു പോട്ടെ ചേട്ടാ. ജിഷ ചേച്ചിയെ അന്വേഷിച്ചു എന്ന് പറ. ഇത്തവണയെങ്കിലും കക്ഷിയെ നേരിട്ട് കാണണം.' അവൾ അവനോടു പറഞ്ഞു.

'ഇവിടെയുണ്ട് കിച്ചണിൽ. സമയം പോലെ അങ്ങോട്ടു പോയാ മതി.' അവനും മറുപടി പറഞ്ഞു.

'അപ്പൊ ഓക്കേ കാണാം.'

അവൾ ചുറുചുറുക്കോടെ അകത്തേക്ക് പോയി.

'എന്റെ കൊച്ചെ നിന്റെയൊരു കാര്യം! ആരെയെങ്കിലും കണ്ടാൽ അവിടെ നിന്നോണം. വേഗം കുളിച്ചു വേഷം മാറിക്കോളു... എല്ലാർക്കും കാണാൻ കൊതിയായി എന്ന് ഇപ്പൊ സുഭദ്ര ചെറിയമ്മ വന്നു പറഞ്ഞേയുള്ളൂ.' പാർവതി അവളെ നോവിക്കാതെ ഒരു നുള്ളു കൊടുത്തു.

'ഫൈവ് മിനിട്സ് ഡിയർ.'

അവൾ ടവൽ എടുത്തു.

'ഇടാനുള്ളത് ദേ കട്ടിലിൽ വെച്ചിട്ടുണ്ട്. 'കട്ടിലിൽ വെച്ചിരിക്കുന്ന പട്ടു പാവാടയും ബ്ലൗസും ചൂണ്ടി പാർവതി പറഞ്ഞു.

'പട്ടു പാവാടയോ ? അത് താലപ്പൊലിക്ക് ഇടാം അമ്മെ. ദേ മഞ്ഞയിൽ കുഞ്ഞു പൂക്കളുള്ള ഉടുപ്പ് മതി. ഇറ്റ് ഈസ് കൺവീനിയന്റ്. പാവാടയൊക്കെ തട്ടും. ഓടാൻ പറ്റില്ല.നീലുവൊക്കെ വന്നിട്ടില്ലേ. കളിയ്ക്കാൻ പോകും.'

'എന്നാ അതിട്ടോ. ഞങ്ങൾ താഴേക്ക് പോവാ ട്ടോ.'

'എന്നാ വേഗം ഇറങ്ങിക്കോ. ഞാൻ വാതിൽ അടക്കട്ടെ. നന്ദൻ ഇന്ന് അടിപൊളിയാണല്ലോ ബ്ലാക് ഷർട്ട് ഒക്കെ ഇട്ട്. ഉം ഉം... നടക്കട്ടെ...കുറെ പെണ്ണുങ്ങൾ വരുന്ന ദിവസമല്ലെ? എന്റെ നന്ദനെ കാത്തോളണേ ഭഗവതി.' അവൾ അച്ഛനെ നോക്കി കണ്ണിറുക്കി.

'പോടി അസത്തെ തോന്ന്യവാസം പറയാതെ.'

പാർവതിയുടെ മുഖം ചുവന്നു.

'പാറുക്കുട്ടിയും മോശമല്ല... ഈ ചുവപ്പ് ചുരിദാറിൽ മുപ്പത്തിനാല് വയസ്സുള്ള പെണ്ണാണ് എന്ന് പറയുവോ ഒരു ഇരുപത്തിനാല് എന്റെ അമ്മയാണെന്ന് ഒരിക്കലും പറയില്ല... ഹൂ ഞാൻ ആരോടൊക്കെയാ ദൈവമേ മത്സരിക്കേണ്ടി വരുന്നേ.' അവൾ കുസൃതിയിൽ വീണ്ടും പറഞ്ഞു.

'എന്റെ കൊച്ചെ നിന്നെ കൊണ്ട് തോറ്റു.വേഗം കുളിച്ചു തളത്തിലോട്ട് വന്നേ. എല്ലാരും അവിടെയുണ്ടെന്ന്...'

'ഓക്കേ ഓക്കേ വിട്ടോളു കപ്പിൾസ്.'

അവൾ അവരെ പുറത്താക്കി വാതിലടച്ചു.

മെറൂൺ കളറിൽ കറുപ്പ് പ്രിന്റ് ഉള്ള ചുരിദാറിൽ പാർവതിയുടെ ലാവണ്യം ജ്വലിച്ചു നിന്നു. അവൾ അലസമായി ഇട്ടിരുന്ന ഷാൾ പോലും അതിന്റെ ഭംഗി ഇരട്ടിപ്പിച്ചു. നന്ദൻ അവളെ വെറുതെ നോക്കി നിന്നു. ശ്രീക്കുട്ടി പറഞ്ഞത് ശരിയാണ്. പാർവതിയെ കണ്ടാൽ വിവാഹിതയാണെന്നു പോലും പറയില്ല. അത്രയ്ക്ക് ചെറുപ്പം തോന്നിക്കും. വെണ്ണ പോലെ മിനുത്ത കഴുത്തിലെ മറുകിനു പോലും എന്താ ഭംഗി !

'എന്താ നോക്കുന്നെ ?'അവൾ ലജ്ജയോടെ ചോദിച്ചു.

'നിന്നെ കാണാൻ ഇപ്പൊ നല്ല ഭംഗി' അയാൾ അവളെ വലിച്ചു നെഞ്ചിലേക്ക് ചേർത്ത് പിടിച്ചു.

ഇടനാഴിയിൽ ആരുമുണ്ടായിരുന്നില്ല.

അരക്കെട്ടിലൂടെ ചേർത്ത് പിടിച്ച കൈകൾ മുറുകി. പാർവതി അവന്റെ കണ്ണിലേക്കു നോക്കി.

'എത്ര ഇഷ്ടമെന്നോ എനിക്ക്.' നന്ദൻ മെല്ലെ പറഞ്ഞു.

'എത്ര'

'എന്റെ ജീവനോളം... എന്റെ ആത്മാവിനോളം. '

അവളുടെ മുഖം ചുവന്നു തുടുത്തു.

'എന്റെ പ്രാണനാണ്...' അവൻ അടക്കി പറഞ്ഞുകൊണ്ട് അവളുടെ ചുണ്ടിൽ അമർത്തി ചുംബിച്ചു.

ശ്വാസം മുട്ടിച്ചു കൊണ്ട്.

വരിഞ്ഞടുക്കിക്കൊണ്ട്.

ആത്മാവിനോളം ചേർത്ത് പിടിച്ചു കൊണ്ട്.

അധ്യായം 7

'ഹായ് പാർവതി'

അഖില പെട്ടെന്ന് മുന്നിലേക്ക് വന്നു പറഞ്ഞപ്പോൾ ആദ്യം അതാരാണെന്ന് പാർവതിക്ക് മനസിലായില്ല. പക്ഷെ അവൾ തിരിച്ചു ഒരു ഹായ് കൊടുത്തു.

'പാർവതിക്ക് എന്നെ മനസ്സിലായോ ?'

'ഇല്ല. സത്യത്തിൽ എന്നെ പാർവതി എന്നിവിടെ ആരും വിളിക്കാറില്ല.'

അവൾ പുഞ്ചിരിയോടെ പറഞ്ഞു.

അഖിലയുടെ കണ്ണുകൾ അവളെ ഉഴിയുകയായിരുന്നു.

എന്തൊരു ഭംഗിയാണിവൾക്ക്. ഉടലളവുകൾ കൃത്യം. ശരിക്കും കല്ലിൽകൊത്തിയ സാലഭഞ്ജിക പോലെ. ഒരു ഇരുപത്തിയഞ്ചു വയസ്സ്. അതിൽ താഴെയേ മതിക്കൂ.

വെണ്ണ പോലെ മിനുത്ത മുഖത്ത് ഒരു ചെറിയ മറുകുണ്ട്. കണ്ണ് തട്ടാതിരിക്കാൻ ദൈവം കരുതി വെച്ചതാവും.

ഉയർന്ന മൂക്കിലാ വെള്ളക്കല്ല്ലു മുക്കൂത്തി ജ്വലിക്കുന്നു. കഴുത്തിൽ നേർത്ത ഒരു മാലയിൽ താലി. കറുപ്പ് ചുരിദാറിൽ അവളുടെ യൗവനത്തിന് അഗ്നിയുടെ ചൂട്.

തിരമാലകൾ പോലെ ഇളകി കിടക്കുന്ന തലമുടി അരക്കെട്ട് മറഞ്ഞങ്ങനെ കിടക്കുന്നു. നെറ്റിയിലേക്ക് വീണു കിടക്കുന്ന ചുരുൾ മുടികൾ.

തന്നെ അവളങ്ങനെ നോക്കി നിൽക്കുന്നതു കണ്ട പാർവതിക്ക് ഒരു ജാള്യത തോന്നി.

'ഹലോ...ആരാണ് ? എനിക്ക് മനസ്സിലായില്ല ട്ടോ.' അവൾ വീണ്ടും പറഞ്ഞു.

'ഒന്ന് ഊഹിച്ചു നോക്കിക്കേ.'

'എന്റെ റിലേറ്റീവ് ആണെങ്കിൽ എനിക്കയറിയാതെയിരിക്കുമോ?' പാർവതി ചിരിച്ചു.

'റിലേറ്റീവ് ആണ്... ഞാൻ അല്ല എന്റെ ഭർത്താവ്.'

പാർവതി വീണ്ടും ആലോചിച്ചു അതാരാണ്? താൻ അറിയാത്ത ഒരാൾ. ഒരു പാട് മുഖങ്ങൾ ഓർമ്മയിലേക്ക് വന്നെങ്കിലും വിനുവിന്റെ

മുഖം പെട്ടെന്ന് ഓർമ്മയിലേക്ക് വന്നില്ല. സത്യത്തിൽ വിനു അവളുടെ ചിന്തകളിൽ തന്നെ ഉണ്ടായിരുന്നില്ല. അഖിലയെ അവൾ വീണ്ടും സൂക്ഷിച്ചു നോക്കി.

സ്ട്രൈറ്റൻ ചെയ്ത മുടി തോളൊപ്പം വെട്ടി നിർത്തിയിരിക്കുന്നു. വെളുത്തിട്ടാണ്. മെലിഞ്ഞിട്ട് നല്ല ഉയരമുണ്ട്. ജീൻസും ടോപുമാണ് വേഷം. കണ്ടാൽ ഒരു ചെറിയ കുട്ടിയെ കണക്ക് തോന്നിക്കും. ഇതാരുടെ ഭാര്യയാണ് ?

'ആഹാ അഖില ഇവിടെ നിൽക്കുകയായിരുന്നു. ഞാൻ എവിടെയൊക്കെ തിരക്കി ?'

വിനു അവിടെ വന്നപ്പോ പെട്ടെന്ന് പാർവതിക്ക് ആളെ പിടികിട്ടി.

'അയ്യോ വിനുവേട്ടന്റെ ഭാര്യയായിരുന്നോ? എനിക്ക് മനസ്സിലായില്ലാട്ടോ, നിങ്ങളുടെ കല്യാണത്തിന് ഞാൻ ഉണ്ടായിരുന്നില്ലല്ലോ. പിന്നെ നിങ്ങളാണെങ്കിൽ നാട്ടിലോട്ട് വന്നിട്ടുമില്ല .'

വിനു പുഞ്ചിരിച്ചു.

'അത് കൊണ്ടല്ലേ ഇത്തവണ ഇവളെ കൂട്ടി തന്നെ വന്നത്. ഇവളും ഇവിടെ നിന്നിട്ടില്ല. നമ്മുടെ തറവാട് ശരിക്കും കണ്ടിട്ടും കൂടിയില്ല. ഞാൻ ദേ അങ്ങോട്ട് ഏല്പിക്കുവാ. ഇവളെ എല്ലായിടവും ഒന്ന് കൊണ്ട് നടന്നു കാണിക്കണം. എല്ലാവരെയും പരിചയപ്പെടുത്തണം. നമ്മുടെ തറവാടും അതിന്റെ മഹിമയുമൊക്കെ ഇവൾ ഒന്നറിയട്ടെ. ഞാൻ പറയുമ്പോൾ പൊങ്ങച്ചമായി പോകും, വിശ്വസിക്കുകയുമില്ല. അല്ലെ അഖി?' അയാൾ ഭാര്യയെ ചേർത്ത് പിടിച്ചു.

അഖില അമ്പരന്നു നിൽക്കുകയായിരുന്നു. ഇയാൾക്ക് എത്ര മുഖമാണ്? ഇപ്പൊ കണ്ടില്ലേ എത്ര മാന്യൻ !

പാർവതി മന്ദഹസിച്ചു.

'അതിനെന്താ വിനുവേട്ടാ അതൊക്കെ ഞാൻ ചെയ്തോളാം എനിക്ക് സന്തോഷമല്ലേ അതൊക്കെ? നിങ്ങൾ കുറച്ചു ദിവസം ഉണ്ടാവില്ലേ?'

'പിന്നെ ഒരു മാസത്തെ ലീവാണ് വിനു ഈ ഉത്സവത്തിനും കല്യാണനിശ്ചയത്തിനും. പിന്നെ വേറെ ഒന്ന് രണ്ടു കാര്യങ്ങൾക്കും വേണ്ടി മാത്രം എടുത്തിരിക്കുന്നത്. ആദ്യമായിട്ടാ ഇങ്ങനെ ലീവ് എടുത്തു നാട്ടിൽ, അല്ലെ വിനു ?'

വിനു കൺകോണിലൂടെ അവൾക്കൊരു സൂചന കൊടുത്തു. മിണ്ടരുത് എന്ന ആ സൂചന അഖിലക്ക് വേഗം പിടികിട്ടുകയും ചെയ്തു. അവൾ നിശബ്ദയായി.

'ആണോ വിനുവേട്ടാ ?'പാർവതി ആ മുഖത്തേക്ക് നോക്കി.

അയാൾ ഒന്ന് മൂളി.

പാർവതിയുടെ തൊട്ടടുത്തായിരുന്നു അപ്പോൾ അയാൾ. അവളുടെ ഉടലിൽ നിന്നുയർന്ന ചന്ദനഗന്ധം അയാളെ മത്ത് പിടിപ്പിച്ചു. അവളെ ഒന്ന് ചേർത്ത് പിടിക്കാനുള്ള ഭ്രാന്തിനെ അയാൾ വളരെ പണിപ്പെട്ട് നിയന്ത്രിച്ചു. അവൾ കൂടുതൽ സുന്ദരിയായിരിക്കുന്നു. പണ്ടത്തെ കുട്ടിപ്പാറു അല്ല, വശ്യത നിറഞ്ഞ, മാദകത്വം നിറഞ്ഞ ഒരു പ്രത്യേക തരം ഭംഗി. ചുവന്നു തുടുത്ത ചുണ്ടുകളിൽ നേർത്ത നനവ്. കണ്ണുകളിൽ ഒരു കടലിളകും പോലെ. കാറ്റിൽ പറക്കുന്ന മുടിയിഴകൾ അയാളുടെ ടീഷർട്ടിലേക്ക് പാറി വീണു കൊണ്ടിരുന്നു. ആ മുടിയിഴകൾക്ക് പോലും സുഗന്ധം.

അഖില അയാളുടെ മുഖം ചുവക്കുന്നതു ശ്രദ്ധിച്ചു. അവളിൽ ലയിച്ചു പരിസരം മറന്നു അയാൾ നിൽക്കുന്നത് കാണവേ അവളുടെ ഉള്ളിൽ ഒരു അമർഷം നിറഞ്ഞു.

'പാർവതിക്ക് ഒരു മോൾ അല്ലെ ?'

പെട്ടെന്ന് അഖില ചോദിച്ചപ്പോൾ വിനു മുഖം സാധാരണ ഗതിയിലാക്കി.

'അതെ... മോളിവിടെ എവിടെയോ ഉണ്ട്. ചിലപ്പോൾ കളി തുടങ്ങിയിട്ടുണ്ടാകും കസിൻസിനെയൊക്കെ എപ്പോഴും ഇത് പോലെ കിട്ടില്ലലോ. വാ ഞാൻ പരിചയപ്പെടുത്താം. ഞങ്ങൾ അങ്ങോട്ടു പോട്ടെ വിനുവേട്ടാ.'

വിനു യാന്ത്രികമെന്നോണം മനസ്സില്ലാമനസ്സോടെ തലയാട്ടി.

ഒരു വസന്തം അകന്നു പോവും പോലെ. എത്ര വർഷത്തിന് ശേഷമാണു കാണുന്നത്. അവളുടെ കല്യാണം കഴിഞ്ഞിട്ട് കാണാൻ ശ്രമിച്ചിട്ടില്ല എന്നതാണ് സത്യം. അതൊരു തകർച്ചയായിരുന്നു. പാറു വേറെയൊരാളുടേതാവുമെന്നു സ്വപ്നത്തിൽ പോലും ചിന്തിച്ചിട്ടില്ല. അവൾ തന്റേയായിരുന്നു. പ്രത്യേകിച്ച് ഇഷ്ടമാണെന്നു പറയണം എന്ന് തോന്നിയിരുന്നില്ല. തന്റേതാണല്ലോ പിന്നെ പ്രത്യേകിച്ച് പറയുന്നതെന്തിന് അതായിരുന്നു തന്റെ മനസ്സിൽ. തറവാട്ടിൽ എല്ലാവർക്കും ഇഷ്ടമായിരുന്നു. പാറു വിനുവിനുള്ളതു തന്നെ എന്ന് തീരുമാനിക്കപ്പെട്ടിരുന്നു. എല്ലാവർക്കും അറിയാമായിരുന്നു തന്റെ ഇഷ്ടം. അവൾക്കൊഴികെ.

എല്ലാ കസിൻസിനെയും പോലെ തന്നെയും ഒരു സഹോദരൻ ആയിട്ടേ അവൾ കണ്ടിരുന്നുള്ളൂ എന്ന് കല്യാണം നിശ്ചയിക്കാൻ തീരുമാനിച്ചപ്പോൾ അവൾ തന്നോട് പറഞ്ഞു.

'വിനുവേട്ടൻ ഇതിൽ നിന്ന് പിന്മാറണം. എനിക്ക് വിനുവേട്ടൻ എന്നും

എന്റെ ഏറ്റവും പ്രിയപ്പെട്ട ഏട്ടനാണ്... ഞാൻ മറ്റൊരു കണ്ണിലൂടെയും വിനുവേട്ടനെ കണ്ടിട്ടില്ല.'

ഇന്നും ആ വൈകുന്നേരം തനിക്ക് ഓർമ്മയുണ്ട്. അന്ന് നല്ല മഴയായിരുന്നു. സർപ്പക്കാവിൽ വിളക്ക് വെയ്ക്കാൻ വന്നതായിരുന്നു അവൾ. തന്നെ ഒന്ന് കാണണമെന്ന് പദ്മനാഭൻ ചേട്ടനോടാണ് പറഞ്ഞു വിട്ടത്. ഇതാണ് പറയുന്നതെന്ന് ഊഹിക്കാൻ പോലും കഴിഞ്ഞില്ലായിരുന്നു.

ഭൂമിക്കടിയിലേക്ക് താഴ്ന്നു പോകാൻ കഴിഞ്ഞെങ്കിൽ എന്ന് ആഗ്രഹിച്ചു പോയി. അവളുടെ കണ്ണീർ കാണെ ഒന്നിനും ശക്തിയില്ലതെ പിന്തിരിഞ്ഞു നടന്നു. അന്നുമിന്നും താൻ ദുർബലനായിട്ടുള്ളത് അവളുടെ മുന്നിൽ മാത്രമാണ്. എന്നിട്ടും അവസാനനിമിഷം വരെയും ശ്രമിച്ചു നോക്കി.

അവനെ, അവളുടെ കാമുകനെ കണ്ടു ഭീഷണിപ്പെടുത്തി നോക്കി. വിവാഹം കഴിഞ്ഞും അവനോടു പറഞ്ഞു.

'അവൾ എന്റെയാടാ ...'

നന്ദൻ ഒന്ന് പുഞ്ചിരിച്ചതോർക്കുന്നു. അവന്റെ കണ്ണിൽ അപാരമായ ഒരു കോൺഫിഡൻസ് ഉണ്ടായിരുന്നു. സ്വന്തം പെണ്ണ് ഒരിക്കലും വിട്ടു പോകില്ല എന്നുറപ്പുള്ളവന്റെ കോൺഫിഡൻസ്.

സ്നേഹിച്ച പെണ്ണിനെ സ്വന്തമാക്കാൻ കഴിയുന്ന പുരുഷൻ ചക്രവർത്തിയാണ്. അശ്വമേധം ജയിച്ച ചക്രവർത്തി.ആഗ്രഹിക്കുന്നവളുടെ, അത്ര മേൽ മോഹിക്കുന്നവരുടെ ഹൃദയം കീഴടക്കാനാവുക. അത് ഒരു ഭാഗ്യമാണ്. ഏറ്റവും ദുഷ്കരവും അത് തന്നെ. പെണ്ണിന്റെ മനസ്സ് കണ്ടവർ തുലോം തുച്ഛം.

അവളെടുക്കുന്ന തീരുമാനങ്ങൾ, അവൾ കാണുന്ന കാഴ്ചകൾ ഒക്കെയും വേറെയാണ്. അവളുടെ കണ്ണിലൂടെ ലോകം കാണുക വലിയ പ്രയാസമാണ്. പ്രത്യേകിച്ച് പ്രണയിനിയായ പെണ്ണിന്റെ. പ്രണയിക്കുന്ന പുരുഷനോടവൾക്ക് ഭ്രാന്താണ്. ഇന്നലെ വരെ വളർത്തിയ മാതാപിതാക്കൾ പോലും പൊടുന്നനെ അവൾക്ക് അന്യരാകുന്നു. സ്നേഹിക്കുന്ന സകലതിനെയും വിട്ടു കളഞ്ഞിട്ട് അവനെന്ന ഭൂമിയിൽ ഒരു കൂടൊരുക്കുകയാണ് അവൾ. അവളുടെ ലോകം അവനാണെന്നു അറിഞ്ഞിട്ടും ഇത്രയും വർഷം കഴിഞ്ഞിട്ടും അവളെ മറക്കാനാവുന്നില്ല. ശ്രമിച്ചു നോക്കി. മറക്കണം. അവളൊരാളുടെ ഭാര്യയാണ്. അമ്മയാണ്. ഓർമ്മിക്കരുത്. പക്ഷെ മനസ്സ് കേൾക്കണ്ടേ ? ഒരു ദിവസമെങ്കിലും ഒരു ദിവസം അവൾക്കൊപ്പം വേണം. അവളുടെ കണ്ണുകളിൽ നോക്കി 'നീ എന്റെ പ്രാണനായിരുന്നു പാറു' എന്നുറക്കെ പറയണം. ഞാൻ നിന്നെ മാത്രമേ

പ്രണയിച്ചിരുന്നുള്ളൂ എന്ന് മന്ത്രിക്കണം.

പക്ഷെ എങ്ങനെ ? അവൾക്കെല്ലാം നഷ്ടമാകുമ്പോൾ അവൾ തന്റേതാവില്ലേ ?

അയാളൊരു സിഗരറ്റ് എടുത്തു തീ കൊളുത്തി.

അതെ. അവൾക്ക് എല്ലാം നഷ്ടം ആകണം. ഭർത്താവ്, മകൾ എല്ലാം. അവൾ ഒറ്റയ്ക്കാകണം. അപ്പൊ അവൾ തന്റേതാവും.

അഖിലയെ എപ്പോ വേണമെങ്കിൽ ഉപേക്ഷിച്ചു കളയാവുന്നതാണ്. അല്ലെങ്കിൽ തന്നെ ഇപ്പൊ ഭാര്യ ഭർത്താവ് എന്ന ഒരു ലേബൽ മാത്രമേയുള്ളു.

പാർവതി ...

തന്റെ പാറുക്കുട്ടി. പക്ഷെ അങ്ങനെ ചിന്തിക്കുമ്പോഴും വിനുവിന്റെ ഉള്ളിൽ വേദന നിറഞ്ഞിരുന്നു.

എല്ലാം നഷ്ടപ്പെടുമ്പോൾ അവൾ കരയില്ലേ ?

ആർത്തു നിലവിളിക്കില്ലേ ?

ആ കരച്ചിൽ തന്നെ കൊണ്ട് താങ്ങാൻ കഴിയുമോ ?

അവൾ കരയാതിരിക്കാനല്ലേ ഓടിപ്പോയത് ?

ഈ രാജ്യത്തിൽ നിന്ന് തന്നെ... ഇവിടെ നിന്നാൽ താൻ നിയന്ത്രണം വിട്ട് എന്തെങ്കിലും ചെയ്തേക്കുമെന്ന് ഭയന്ന് ഓടിപ്പോയതാണ്. അത്രമേൽ സ്നേഹിക്കുന്നുണ്ട്. പക്ഷെ താനും മനുഷ്യനല്ലേ ? തനിക്കും വേണ്ടേ ഒരു ദിവസം ? വേണം. അല്ലെങ്കിൽ ഈ ഭൂമിയിൽ ജീവിച്ചിട്ട് എന്ത് കാര്യം ?

സിഗരറ്റിന്റെ അവസാന പുകയും എടുത്ത് അവൻ അത് വലിച്ചെറിഞ്ഞു കളഞ്ഞു.

അധ്യായം 8

'ഇതാണെന്റെ നന്ദൻ' അതിസുന്ദരനായ ഒരു യുവാവിന്റെ കൈയിൽ കൈ ചേർത്ത് പിടിച്ച് പാർവതി അഖിലയോടു പറഞ്ഞു.

അഖില ഒരു നിമിഷം കൺമിഴിച്ച് ആ ഭംഗിയിൽ ലയിച്ചു നിന്ന് പോയി.

പാർവതിക്ക് അത് കണ്ടിട്ട് ചിരി വന്നു. നന്ദന് നേരിയ ജാള്യതയും.

പാർവതിക്ക് ഈ അന്തം വിടലൊന്നും പുതുമയുള്ളതല്ല. എപ്പോളും കൂട്ടുകാരെ അല്ലെങ്കിൽ ആരെയെങ്കിലും പ്രത്യേകിച്ച് സ്ത്രീകളെ പരിചയപ്പെടുത്തുമ്പോളവരിങ്ങനെ നന്ദനെ നോക്കി മതിമറന്നു നിൽക്കുന്നത് അവൾ കണ്ടിട്ടുണ്ട്, നന്ദന്റെ സൗന്ദര്യമുള്ള ഒരാളെ അധികം കണ്ടിട്ടില്ല എന്ന് ഏറ്റവും അടുത്ത കൂട്ടുകാരി വീണ പോലുംഅവളോട് പറഞ്ഞിട്ടുണ്ട്. സിനിമയിലായിരുന്നെങ്കിൽ മമ്മൂട്ടി ഫീൽഡ് ഔട്ട് ആയേനെ മോളെ എന്നുമവൾ പലതവണ കളിയാക്കിയിട്ടുണ്ട്.

ഒരു സിനിമാതാരത്തിനേക്കാൾ ഭംഗിയുണ്ടയാൾക്ക് അഖില മനസ്സിൽ ഓർത്തു. നല്ല ഉയരം. നന്നേ വെളുത്ത നിറം. സാധാരണ മലയാളി പുരുഷന്മാരുടെ ഒരു ഭംഗി അല്ലായിരുന്നു അത്. ബ്രൗൺ നിറമുള്ള കണ്ണുകൾ. ആരെയും വീഴ്ത്തുന്ന മയക്കുന്ന കണ്ണുകൾ.

'നന്ദൻ മലയാളിയാണോ ?' അവൾ ചോദിച്ചു പോയി.

'അതെ' നന്ദൻ ചിരിച്ചു.

'കണ്ടാൽ ഉത്തരേന്ത്യൻ പുരുഷന്മാരെ പോലെയുണ്ട്.' അവൾ സത്യസന്ധമായി പറഞ്ഞു.

'അമ്മ പഞ്ചാബി ആയിരുന്നു.' നന്ദൻ മെല്ലെ പറഞ്ഞു.

'ഓ അതാണ് ആ ഭംഗി കിട്ടിയത്. പഞ്ചാബി പുരുഷന്മാർ വളരെ സുന്ദരന്മാരാണ്.'

അവൾ ചിരിച്ചു കൊണ്ട് പറഞ്ഞു.

നന്ദനും ചിരിച്ചു.

'അതെങ്ങനെയാ പഞ്ചാബി റിലേഷൻ. അച്ഛൻ അവിടെയായിരുന്നുവോ ജോലി ചെയ്തിരുന്നത് ?'

'അല്ല' അമ്മ അച്ഛന്റെ കമ്പനിയിൽ ആയിരുന്നു ജോലി ചെയ്തിരുന്നത്. അവർ വളരെ വർഷങ്ങളായി കേരളത്തിൽ ഉള്ളവരാണ്. മിക്കവാറും പേര് തിരിച്ചു പോയി. അമ്മയും അമ്മയുടെ അച്ഛനും മാത്രം ഇവി

ടെ ജോലിയുള്ളതു കൊണ്ട് ഇവിടെ തങ്ങി.'

'ബാക്കി ഞാൻ പറയാം. അമ്മയുടെ അച്ഛൻ മരിച്ചപ്പോ അമ്മ ഒറ്റയ്ക്കായി. അപ്പോഴേക്കും നന്ദന്റെ അച്ഛനും അമ്മയും പ്രണയത്തിൽ ആയി കഴിഞ്ഞിരുന്നു. പിന്നെ റിലേറ്റീസ് കൊണ്ട് പോകാൻ വന്നെങ്കിലും അവർ പോയില്ല. വലിയ വിപ്ലവം സൃഷ്ടിച്ച പ്രണയമൊക്കെയായിരുന്നു. അന്നത്തെ പത്രങ്ങളിൽ ഒക്കെ വാർത്തകൾ വന്നിരുന്നു. പഞ്ചാബി പെണ്ണിനെ കെട്ടിയ മലയാളി ചെക്കൻ എന്നൊക്കെ പറഞ്ഞ്. ആ അമ്മയുടെ അതെ ഐശ്വര്യവും നിറവുമൊക്കെയാ നന്ദന്.'

'ആഹാ കൊള്ളാമല്ലോ... സിനിമയിൽ ഒരു കൈ നോക്കിക്കൂടെ നന്ദന് ?പലരും ഔട്ട് ആയി പോകും കേട്ടോ.'

നന്ദൻ നേർമ്മയായി ഒന്ന് ചിരിച്ചു.

'ഭക്ഷണം കഴിച്ചായിരുന്നോ അഖില ?'

'എന്നെ അറിയാമോ ?എന്റെ പേരൊക്കെ അറിയാമല്ലോ.'

അവൾ വിടർന്ന കണ്ണുകളോടെ ചോദിച്ചു.

'എനിക്ക് അറിയാം. കണ്ടിട്ടില്ല എന്നേയുള്ളു. പക്ഷെ അറിയാം. ഇത് അഖിലയാണ് വിനുവിന്റെ ഭാര്യ. കൊല്ലത്താണ് വീട്. ടി കെ എം എഞ്ചിനീയറിംഗ് കോളേജിൽ പഠിക്കുമ്പോൾ കല്യാണം. പ്രസംഗിക്കും. പാട്ട് പാടും. കലാതിലകം ആയിട്ടുണ്ട് ഒരിക്കൽ. അച്ഛന്റെയും അമ്മയുടെയും ഒറ്റ മകൾ. രണ്ടേട്ടന്മാർ വിദേശത്ത്. പത്തു വർഷമായി അമേരിക്കയിൽ ഇതാദ്യമായി നാട്ടിൽ വന്നു.പോരെ ?

അവൾ അന്തം വിട്ടു പോയി.

പാർവതിയും അത്ഭുതത്തോടെ അവനെ നോക്കി നിന്ന് പോയി.

ഇതൊക്കെ നന്ദന് എങ്ങനെ അറിയാം ? തന്നോടൊന്നും പറഞ്ഞിട്ടില്ല. പൊതുവെ നന്ദൻ ആൾക്കാരെ നിരീക്ഷിക്കുന്ന ആളാണ്. വേണ്ടപ്പെട്ടവരാണെങ്കിലവരെക്കുറിച്ച് എല്ലാം അന്വേഷിച്ചു അറിയുന്ന പ്രകൃതമാണ്. ആ ഒരു അറിവിൽ കൂടിയാണ് അവരോട് സംസാരിക്കുക. മാന്യത കൊടുക്കേണ്ടവരാണെന്നു തോന്നിയാൽ അങ്ങനെ. അല്ലാത്തവരാണെങ്കിൽ ഒന്നോ രണ്ടോ വാക്കിൽ ഉത്തരം പറഞ്ഞു ഒഴിഞ്ഞു മാറിപ്പോകും. ചിലരോട് ഒരു പാട് സംസാരിക്കും. പക്ഷെ ആദ്യമായാണ് ഒരു സ്ത്രീയോട് നന്ദൻ ഇത്രയധികം സംസാരിച്ച് കാണുന്നത്.

അഖില പുഞ്ചിരിച്ചു

'ഐ ആം ഇമ്പ്രെസ്സ്ഡ്.'

'ഇപ്പോഴും ഉണ്ടോ ഡാൻസും പാട്ടുമൊക്കെ ?'

'ഹേയ്... അതൊക്കെ കല്യാണത്തോടെ പെട്ടിയിലായി. അവിടെയാർ

ക്കു വേണം ഭരതനാട്യവും മോഹിനിയാട്ടവുമൊക്കെ.'

അവളുടെ കണ്ണിൽ വിഷാദത്തിന്റെ നേർത്ത ഛവി ഉണ്ടായിരുന്നു. നന്ദന് അത് മനസിലായി.

'എന്നാലും നന്ദന് ഇതൊക്കെ എങ്ങനെ അറിയാം ?'

അവൾ ഉൽസാഹത്തോടെ വീണ്ടും ചോദിച്ചു.

'തന്റെ ഒപ്പം പഠിച്ചിരുന്ന ഒരാളെ എനിക്കറിയാം.'

അവളുടെ നെറ്റി ചുളിഞ്ഞു.

'അതാര് ?'

'തന്റെ ഒരു ഫ്രണ്ടിനെ. യാദൃശ്ചികമായി പരിചയപ്പെട്ടതാണ്. ഒരിക്കൽ ജോലി സംബന്ധമായിട്ട് കൊല്ലത്തു പോകേണ്ടി വന്നു. അപ്പൊ റോഡിൽ ഒരു ആക്സിഡന്റ്. ഒരാൾ വീണു കിടക്കുകയാണ്. വഴിയേ പോകുന്നവർ മൈബൈലിൽ ചിത്രം പകർത്തുന്നുണ്ട്. പക്ഷെ അയാളെ ആശുപത്രിയിൽ കൊണ്ട് പോകാൻ ശ്രമിക്കുന്നില്ല. എനിക്ക് തിരക്കുണ്ടായിരുന്നു. പക്ഷെ ഒരു ജീവനേക്കാൾ വലുതല്ലലോ അത്. ഞാൻ അയാളെ ആശുപത്രിയിൽ എത്തിച്ചു. അയാൾക്ക് ഓർമ്മയില്ല. ആരാണെന്നോ എവിടെയുള്ള ആളാണെന്നോ അറിയില്ല. പരുക്ക് സീരിയസ് ആയിരുന്നു. വെന്റിലേറ്ററിൽ ആയിരുന്നു കുറെ ദിവസം. ഞാൻ എനിക്ക് അവിടെ പരിചയമുള്ള കുറച്ചു പേരോട് പറഞ്ഞേൽപ്പിച്ചു തിരിച്ചുപോരുന്നു. ഇടക്ക് ഞാൻ പോകും. ഒരു ദിവസം അയാൾക്ക് ബോധം വന്നു. ഒരു സർജറി ഒക്കെ കഴിഞ്ഞു അപ്പോഴേക്കും. ബോധം വന്നെങ്കിലും ഓർമ്മകളൊന്നും ശരിയായില്ല. തലയ്ക്ക് ആയിരുന്നു കൂടുതൽ പരുക്കേറ്റത്. എന്നെ നോക്കിയിങ്ങനെ കിടക്കും. ഞാനാണ് അവിടെ കൊണ്ടു വന്നത് എന്നും ഇത്രയും ദിവസം ഒപ്പമുണ്ടായിരുന്നതെന്നും ഒക്കെ നഴ്സുമാർ പറഞ്ഞു കൊടുത്തിരുന്നു. പിന്നെ ഓർമ്മകൾ തിരിച്ചു കിട്ടിയപ്പോ പേര് പറഞ്ഞു. സ്ഥലം പറഞ്ഞു. പിന്നെ ഞാൻ വീട്ടിൽ അറിയിച്ചു അകെ ഒരു അമ്മ മാത്രമാണ് ഉള്ളത്. പാവം ഒരു അമ്മ. അമ്മയെ കൊണ്ടെന്താവാൻ ? ഞാൻ തന്നെ ബാക്കി ദിവസവും ഒപ്പം നിന്നു. അപ്പൊ പകൽ ഒക്കെ കഥകൾ പറയും. ആ കഥകളിലൊക്കെ കോളേജാണ് ഉണ്ടാവുക. ഞാൻ കോളേജിൽ പോയിട്ടില്ലാത്തതു കൊണ്ട് എനിക്കാ കഥകൾ ഒക്കെ കേൾക്കാൻ വലിയ ഇഷ്ടമാണ്. ആ കഥകളിലൊക്കെ അയാളുടെ ഏറ്റവും അടുത്ത കൂട്ടുകാരിയുണ്ടായിരുന്നു. അഖില. ആ പേര് പറയാതെ ഒരു കഥ പോലുമില്ല. എന്ത് പറഞ്ഞാലും പറയും അന്ന് അഖിലയുണ്ടായിരുന്നു. ഞാൻ കളിയാക്കും. അങ്ങനെ അഖില എനിക്കും പരിചയമായി. അവന്റെ ഫോൺ വീട്ടിൽ നിന്ന് കൊണ്ട്

വന്നപ്പോൾ അഖിലയുടെ ഫോട്ടോകൾ ഒക്കെ കാട്ടി തന്നു. ഡാൻസിന്റെ ഒക്കെ ഫോട്ടോകൾ. ഇപ്പൊ അമേരിക്കയിലാണ് ഭർത്താവിന്റെ സ്ഥലം പേര് ഒക്കെ പറഞ്ഞു. അപ്പൊ എനിക്കറിയാം. എന്റെ തറവാട് ആണല്ലോ അത്, പിന്നെ നമ്മുടെ കൂട്ടത്തിൽ അമേരിക്കയിൽ ഉള്ളത് വിനു മാത്രമാണ്. വിനുവിന്റെ ഭാര്യയെ ഞാൻ കണ്ടിട്ടില്ലെങ്കിലും പേര് അറിയില്ലെങ്കിലും അതിൽ തന്നെ എനിക്ക് മനസ്സിലായി, ഇപ്പൊ കണ്ടപ്പോൾ എനിക്ക് പെട്ടെന്ന് തിരിച്ചറിയാൻ പറ്റി.'

അഖിലയുടെ കണ്ണുകൾ നിറഞ്ഞു കവിഞ്ഞു.

'ഗോവിന്ദല്ലേ അത് ?'

അവൾ ഇടർച്ചയോടെ ചോദിച്ചു.

'അതെ...'

'എപ്പോഴായിരുന്നു ആക്സിഡന്റ്?' ഇപ്പൊ എങ്ങനെ ഉണ്ട് ?'

'അത് കുറെ വർഷം മുന്നെയായിരുന്നു. ഇപ്പൊ അയാൾ ഓക്കേ ആയി. നിങ്ങളുടെ കോളേജിലെ പ്രൊഫസ്സർ ആണ് ഇപ്പൊ കക്ഷി.'

അവൾ നിറകണ്ണുകളോടെ തലയാട്ടി. പാർവതി അത് നോക്കി നിന്നു. അവളുടെ ഉള്ളിൽ ഒരു കരട് വീണു കഴിഞ്ഞിരുന്നു. ഈ കഥകളൊന്നും തന്നെ നന്ദൻ അവളോട് പറഞ്ഞിട്ടുണ്ടായിരുന്നില്ല. ഒരു ആക്സിഡന്റ് നടന്നു അയാളെ പരിചരിക്കാൻ പോകുമായിരുന്നുവെന്നറിയാമായിരുന്നു. അല്ലാതെ നന്ദൻ ഇതൊന്നും പറഞ്ഞിട്ടുണ്ടയിരുന്നില്ല.

'ഗോവിന്ദ് കല്യാണം കഴിച്ചോ ? ഫാമിലി ഒക്കെ...?' അവളുടെ ശബ്ദം ഒന്ന് ഇടറി.

'ഗോവിന്ദ് കല്യാണം കഴിച്ചില്ല. അന്നത്തെ ആക്സിഡന്റിൽ അയാളുടെ കാലു മുറിച്ചു കളയേണ്ടി വന്നു. ജയ്പൂർ നിന്ന് പിന്നീട് ഒന്ന് വെച്ച് പിടിപ്പിച്ചു ഡോക്ടർമാർ. പ്രത്യക്ഷത്തിൽ കാൽ കൃത്രിമമാണെന്നു തോന്നില്ല. അയാൾ വളരെ നാച്ചുറൽ ആയിട്ടാണ് നടക്കുക. പക്ഷെ അയാൾ പറയും വിവാഹം ആലോചിക്കുമ്പോൾ ഇത് വിശദീകരിക്കാനും ചോദ്യങ്ങൾ നേരിടാനും ഒന്നും വയ്യ. ഞാൻ ഇങ്ങനെ ഫ്രീ ആയി നടന്നോട്ടെ ന്ന്.'

അഖില ഒരു പൊട്ടിക്കരച്ചിലോടെ അവിടെ നിന്ന് ഓടിപ്പോയി.

പാർവതി അതു നോക്കി നിന്നു.

'അത് അവളുടെ കാമുകനായിരുന്നോ ?'

നന്ദൻ തലയാട്ടി.

'നന്ദൻ ഇത് എന്നോട് പറഞ്ഞിട്ടില്ലല്ലോ? '

'പറയാൻ മാത്രം ഉണ്ടോ ഇത് ?'

നന്ദൻ മെല്ലെ ചോദിച്ചു.

'പിന്നില്ലേ.'

'എനിക്കങ്ങനെ തോന്നിയില്ല. ഇത് അഖിലയുടെയും ഗോവിന്ദിന്റേയും കാര്യമല്ലേ ? നമ്മളെ സംബന്ധിക്കുന്ന ഒന്നും ഇതിലില്ല. പറഞ്ഞിട്ടും പ്രത്യേകിച്ച് കാര്യമൊന്നുമില്ല. നമ്മളെ സംബന്ധിക്കുന്ന കാര്യമല്ലെങ്കിൽ വേദന തരുന്ന, അതിനുവേണ്ടി മാത്രം ചിലതു നമ്മളറിയാതെ ഇരിക്കുന്നതാണ് നല്ലത്.'

പാർവതി തലയാട്ടി.

'ഗോവിന്ദിനെ അവൾ ഉപേക്ഷിച്ചു പോയതാണ്. വിനുവിന്റെ വിവാഹാലോചന വന്നപ്പോ കുറച്ചു കൂടെ സേഫ് ആയ, കുറച്ചു കൂടി സമ്പന്നനായ ഒരാളെ കണ്ടപ്പോ അയാളെ വേണ്ട. ഇതൊന്നും നമ്മളെ സംബന്ധിക്കുന്ന വിഷയമല്ലല്ലോ പാറുക്കുട്ടി. പൊതുവെ സ്ത്രീയും പുരുഷനുമൊക്കെ ചെയ്യുന്ന കാര്യമാ ഇത്. പക്ഷെ ജീവിതം അവർക്ക് കരുതി വെയ്ക്കുന്നത് എന്താല്ലേ?.'

'അവരുടെ ലൈഫ് ഹാപ്പി അല്ലെ ?'

പാർവതി സംശയത്തോടെ ചോദിച്ചു.

'അവരുടെ ലൈഫ് ഹാപ്പി ആണോ അല്ലയോ എന്നത് നമ്മുടെ വിഷയമല്ല .പക്ഷെ ഗോവിന്ദിനെ പോലൊരാളെ ഉപേക്ഷിച്ചു പോയ ഒരുവൾക്കു അത്ര സന്തോഷം ഒന്നും ദൈവം കരുതി വെച്ച് കാണില്ല.' നന്ദന്റെ മുഖം ഇരുണ്ടിരുന്നു.

പാർവതി അതിശയത്തോടെ ആ ഭാവം നോക്കി നിന്ന് പോയി. നന്ദന്റെ ഇത്തരം ഒരു മുഖം അവൾ ആദ്യം കാണുകയായിരുന്നു.

മനുഷ്യന് എത്ര മുഖങ്ങളാണ് ?

പൊതുവെ ശാന്തനാണു നന്ദൻ. ആരോടും കോപിച്ചു കണ്ടിട്ടില്ല. താൻ ദേഷ്യപ്പെട്ടാൽ പോലും പുഞ്ചിരിയോടെ നേരിടുകയാണ് പതിവ്. പക്ഷെ ഇപ്പൊ ആ മുഖം ചുവന്നിരുന്നു. കണ്ണുകൾ കലങ്ങിയിരുന്നു. അത്രമേൽ പ്രിയപ്പെട്ടവനായിരുന്നു നന്ദന് ഗോവിന്ദ്. അതോ അത്രമേൽ സാധുവായിരുന്നോ ഗോവിന്ദ്? അറിയില്ല. തന്നോട് പറയാത്ത കാര്യങ്ങൾ ഇനിയും ഒരുപാടുണ്ട് അയാളുടെ മനസ്സിൽ എന്നവൾക്ക് തോന്നി.

എല്ലാം പറയുന്ന ഒരാളാണെന്ന് തോന്നിയിട്ടില്ല. എന്നാലും ഇത്ര വലിയ ഒരു കാര്യം മറച്ചു വെച്ചതിൽ അവൾക്ക് ഒരു പരിഭവം തോന്നി. നടന്നു പോകാനൊരുങ്ങിയ അവളുട കൈയിൽ ഒരു പിടിത്തം വീണു.

നന്ദന്റെ മുഖത്ത് ചിരി.

'ഞാൻ പറയാത്തതിൽ ദേഷ്യം ഉണ്ട് അല്ലെ ?'

'എന്തിന്?'

അവളുടെ മുഖം വിടർന്നില്ല

'ഉണ്ട്.'

അവൻ ചിരിച്ചു.

ഇത് നിസ്സാരമായ ഒരു കാര്യമല്ലേ പാറുക്കുട്ടി ? നിന്റെ പിഎസ്സി ടെസ്റ്റിന് നീ പഠിക്കുന്ന സമയത്താ ഈ സംഭവം. വെറുതെ നിന്റ ഏകാഗ്രത കളയണ്ടല്ലോ എന്ന് കരുതി പറഞ്ഞില്ല. പിന്നെ കുറച്ചു നാൾകഴിഞ്ഞു ഞാൻ ഇത് മറന്നു പോകുകയും ചെയ്തു. ഇപ്പൊ അഖിലയെ കണ്ടപ്പോൾ നിയന്ത്രിക്കാൻ കഴിഞ്ഞില്ല. ചതി ഒരിക്കലും ഞാൻ പൊറുക്കില്ല പാറു. എനിക്ക് പ്രിയപ്പെട്ടവരെ ചതിക്കുന്നതു ഒരിക്കലും ക്ഷമിക്കുകയുമില്ല.'

പാർവതി ആ മുഖത്തേക്ക് വീണ്ടും നോക്കി.

നന്ദന്റെ കണ്ണിലെ നേർത്ത അഗ്നിജ്വാലയിലേക്ക്.

അധ്യായം 9

നിറയെ ചാമ്പക്ക പഴുത്തു നിൽക്കുന്ന മരത്തിന്റെ ഒരു ചില്ലയിലേക്ക് ശ്രീക്കുട്ടി ഒന്ന് ചാടി നോക്കി. അത് അവളെക്കാൾ ഉയരത്തിലായിരുന്നു. ചാമ്പക്ക അവളെ കൊതിപ്പിച്ചുകൊണ്ടിരുന്നു. ഒരു കമ്പു കിട്ടിയിരുന്നെങ്കിൽ എന്ന് വിചാരിച്ച് അവൾ ചുറ്റും നോക്കി.

'മോൾക്ക് ചാമ്പക്ക വേണോ ?'

അപരിചിതനായ ഒരാൾ. അവൾ പെട്ടെന്ന് വേണ്ട എന്ന് തലയാട്ടി.

'മോൾ അതിനല്ലേ ചാടി നോക്കിയത്. പേടിക്കണ്ട കേട്ടോ ഞാൻ ഈ തറവാട്ടിലെ തന്നെയാ. മോള് കണ്ടിട്ടില്ല. വിനു മാമൻ അമ്മയോട് ചോദിച്ചാ മതി പറഞ്ഞു തരും.'

അവൾ ലേശം സംശയത്തോടെ അപ്പോഴും അയാളെ നോക്കികൊണ്ടിരുന്നു.

'മോൾ അച്ഛനെ പോലെയാണല്ലോ.'

അയാൾ എത്തി ഒരു കുല ചാമ്പങ്ങ അവൾക്ക് നേരെ നീട്ടി.

'വേണ്ട' അവൾ പറഞ്ഞു.

വിനുവിന്റെ മുഖമൊന്നു വിളറി.

'അച്ഛൻ പറഞ്ഞിട്ടുണ്ട്, നമുക്ക് പരിചയമില്ലാത്തവരുടെ കൈയിൽ നിന്ന് ഒന്നും വാങ്ങരുത് എന്ന്' അവൾ വളരെ ദൃഢതയോടെ പറഞ്ഞു.

നന്ദൻ ദൂരെ നിന്നതു കാണുന്നുണ്ടായിരുന്നു പക്ഷെ അയാൾക്കങ്ങോട്ട് ചെല്ലാൻ തോന്നിയില്ല.

'താങ്ക്സ് അങ്കിൾ ബൈ' ശ്രീക്കുട്ടി മെല്ലെ നടന്നകന്നു.

അവൾ അടുത്ത തൊടിയിലേക്ക് പോയപ്പോൾ നന്ദൻ വിനുവിന്റെ അരികിലേക്ക് നടന്നു.

'എനിക്ക് തന്നേക്ക് വിനു അത്.' നന്ദൻ ചിരിച്ചു.

വലിച്ചെറിയാനൊരുങ്ങിയ ചാമ്പക്ക അയാൾ നന്ദന്റെ കൈയിൽ വെച്ച് കൊടുത്തു.

'you trained your daughter well'

'ഒരു സാധാരണക്കാരന് അങ്ങനെയൊക്കെയല്ലേ മക്കളെ വളർത്താൻ സാധിക്കുകയുള്ളു. അവളേതെങ്കിലും അബദ്ധത്തിൽ ചെന്ന് ചാടാതെ നോക്കിക്കേണ്ടത് മാതാപിതാക്കൾ അല്ലെ ?' ഒരു ചാമ്പക്ക കടിച്ചു കൊണ്ട് നന്ദൻ പറഞ്ഞു.

'ഒരെണ്ണം കഴിച്ചു നോക്ക് അമേരിക്കയിൽ ഇതൊക്കെ കിട്ടുമോ ?'

'അവിടെയും ഇപ്പൊ എല്ലാം കിട്ടും. നമ്മുടെ ചക്കയും മാങ്ങയും ഒക്കെ. വില കൂടുതൽ ആണെന്ന് മാത്രം. നമ്മളിവിടെ വെറുതെ കള യുന്നത് അവർ മാർക്കറ്റ് ചെയ്തു ലാഭം ഉണ്ടാക്കുന്നു.'

'ശ്രീക്കുട്ടി പറയാറുണ്ട്. നമ്മുടെ ഈ തൊടിയിൽ ഒക്കെ നിറച്ചും പ്ലാവുകളും മാവുകളും ഒക്കെ നടണമെന്ന്. അത് മാത്രമല്ല ഈ വളരെ അപൂർവമായി കാണുന്ന സസ്യങ്ങളില്ലേ? പവിഴമല്ലി പോലെത്തെയൊ ക്കെ അത് ഒക്കെ വച്ച് പിടിപ്പിക്കണം എന്നൊക്കെ പറയും. ഭാവിയിൽ ആയുർവേദത്തിനു നല്ല മാർക്കറ്റ് വരുമത്രെ. ആൾക്കാർ ഇംഗ്ലീഷ് മെ ഡിസിൻ ഒക്കെ കുറെ കഴിയുമ്പോൾ നിർത്തുമെന്നാ അവൾ പറയുന്ന ത്. നമ്മുക്ക് തന്നെ ഇവിടെ നിന്ന് ഇമ്പോർട്ട് ചെയ്യാമത്രേ ലൈസൻസ് ഉണ്ടെങ്കിൽ.'

വിനു അമ്പരപ്പോടെ അത് കേട്ടു നിന്നു.

'ശ്രീകുട്ടിക്കു പതിമൂന്നു വയസ്സല്ലേ ആയുള്ളൂ ?'

'ഉം.'

'മിടുക്കി. നല്ല ബിസിനെസ്സ് മൈൻഡ് ആണല്ലോ.'

'എനിക്കില്ലാത്തതും അതാ.'

നന്ദൻ ചിരിച്ചു.

'അവൾക്ക് അത്തരം ചിന്തകളാ...'

വിനു പുഞ്ചിരിച്ചു.

'നന്ദന്റെ ഭാഗ്യം. അല്ലെങ്കിലും നന്ദൻ ഭാഗ്യവാനാണ്. എല്ലാം കൊ ണ്ടും... സ്നേഹിച്ച പെണ്ണിനെ സ്വന്തമാക്കുന്നവനാണ് ഏറ്റവും ഭാഗ്യ വാൻ.'

നന്ദൻ കൂർത്ത മിഴികളോടെ അവനെ നോക്കി.

വിനു വിളറി പോയി.

'കിട്ടുന്ന പെണ്ണിനെ പ്രണയിച്ചു ജീവിതം ആഘോഷിക്കുന്നതിലാ ണ് ഒരാണിന്റെ മിടുക്കെന്നു ഞാൻ പറയും. പ്രണയിച്ച പെണ്ണിനെ കി ട്ടുന്നത് ഭാഗ്യം ആണെങ്കിൽ കിട്ടുന്ന പെണ്ണിനെ പ്രണയിച്ചു ജീവിതം സ്വർഗമാക്കുന്നവനാണ് സമർത്ഥൻ.'

നന്ദൻ മൂർച്ചയോടെ പറഞ്ഞു.

'ശരിയാ കറക്റ്റ് ആണ്.' വിനു പെട്ടെന്ന് ചിരിച്ചു.

നന്ദന് മനസ്സിലായത് അവന്റെ മനസ്സാണ്. അവനിനിയും പഴയതു ഒന്നും മറന്നിട്ടില്ല.

അവന്റ കണ്ണുകളിൽ ഇപ്പോഴും പഴയ പ്രണയവും പകയും കുടില തയും ഉണ്ട്. അവനെ സൂക്ഷിക്കുക. അയാളുടെ മനസ്സ് പറഞ്ഞു. ചില

പ്പോൾ നമ്മുടെ തലച്ചോർ തരുന്ന മുന്നറിയിപ്പ് ആണ് അത്. മനുഷ്യന ത് പലപ്പോഴും ശ്രദ്ധിക്കാറില്ല എന്ന് മാത്രം. ശ്രദ്ധിച്ചിരുന്നെങ്കിൽ പല അപകടങ്ങളും ഒഴിവായേനെ. ജാഗ്രത കുറവ് കൊണ്ട് മാത്രം ബന്ധ ങ്ങളിൽ വിള്ളൽ വീണുപോയ എത്ര മനുഷ്യരാണ്! ശ്രദ്ധിക്കാതെപോ യത് കൊണ്ട് മാത്രം കുടുംബം ശിഥിലമായതു എത്ര പേർക്കാണ്? ഒരു കുഞ്ഞു ശ്രദ്ധ, ഒരു കുഞ്ഞു ജാഗ്രത, ബന്ധങ്ങളിൽ എപ്പോഴും വേണമെന്ന് പറയുന്നത് അത് കൊണ്ടാണ്. ആ കുഞ്ഞു ശ്രദ്ധക്ക് ചിലപ്പോൾ ജീവിതം മുഴുവൻ സന്തോഷം തരുവാൻ സാധിച്ചേക്കാം. ആ കുഞ്ഞു ശ്രദ്ധയില്ലായ്മക്കു കണ്ണീരിലാഴ്ത്താനായും കഴിയുമായി രിക്കും.

വിനു ചാമ്പക്ക ചവയ്ക്കുന്നുണ്ടെങ്കിലും മനസ്സ് വേറെ എവിടെയോ ആണെന്ന് നന്ദന് മനസിലായി.

'ഞാൻ അങ്ങോട്ട് ചെല്ലട്ടെ. വൈകുന്നേരം ക്ഷേത്രത്തിലെ കാര്യ ങ്ങൾക്കുള്ള കുറച്ചു ഒരുക്കങ്ങളുണ്ട്. സഹായിക്കാൻ ആളെ വേണമെ ന്ന് വേണുമാമ പറഞ്ഞിരുന്നു. വിനു വരുന്നില്ലേ ?'

വിനു ശൂന്യമായ കണ്ണുകളോടെ ഒരു നിമിഷം നന്ദനെ നോക്കി.

'ഇപ്പൊ ഇല്ല ഞാൻ കുറെ നാളായി നാട്ടിൽ വന്നിട്ട്. എല്ലാം ഒന്ന് ചുറ്റി നടന്നു കാണട്ടെ.' അയാൾ വരുത്തി കൂടിയ ഒരു ചിരി പാസ്സാക്കി നടന്നു തുടങ്ങി.

നന്ദൻ ഒരു കുല ചാമ്പക്ക കൂടി പറിച്ചെടുത്തു ശ്രീക്കുട്ടി പോയ വ ഴിയേ നടന്നു. ശ്രീക്കുട്ടി പുഴക്കരയിൽ നിൽക്കുകയായിരുന്നു

'ഇതാ ചാമ്പക്ക.'

നന്ദൻ അവളുടെ പിന്നിൽ വന്നു പറഞ്ഞു.

'അച്ഛൻ കണ്ടോ ഞാൻ ചാമ്പക്ക പറിക്കാൻ നോക്കിയത് ?' അവൾ അതിശയത്തോടെ ചോദിച്ചു.

'പിന്നെ കണ്ടു. വിനു നിനക്ക് തരുന്നതും നീ വേണ്ട എന്ന് പറയുന്ന തും കണ്ടങ്ങോട്ടേക്ക് വന്നപ്പോഴേക്കും മോൾ പോയ്ക്കളഞ്ഞു.'

'അയാൾ അത്ര ശരിയല്ല അല്ലെ അച്ഛാ ?'

നന്ദൻ പെട്ടെന്ന് നിശബ്ദനായി.

'എനിക്ക് അങ്ങനെ മനുഷ്യന്മാരെ മനസ്സിലാക്കാൻ വലിയ കഴിവ് ഒന്നും ആയിട്ടില്ല. എന്നാലും ചിലരെ കാണുമ്പോൾ തോന്നും ഇയാൾ അത്ര ശരിയല്ല എന്ന്. ഞങ്ങൾക്കൊരു കണക്ക് സാറുണ്ട്. അനന്തപദ്മ നാഭൻ, ദൈവത്തിന്റെ പേര് വെച്ചോണ്ട് നടക്കുന്ന മൂശേട്ട. അയാൾ ശരി യല്ല എന്ന് ഞാൻ എത്ര തവണ നിമിഷയോടും ആർദ്രയോടും മനീക്ഷ യോടുമൊക്കെ പറഞ്ഞിട്ടുണ്ടെന്നോ. അവർക്ക് വിശ്വാസമില്ല. ഒടുവിൽ പണി കിട്ടിയപ്പോ വിശ്വസിച്ചു.'

നന്ദൻ സ്തബ്ദതയോടെ കേട്ട് നിൽക്കുകയായിരുന്നു. അവളിത്തരം കാര്യങ്ങൾ ഒന്നും അയാളോട് പറഞ്ഞിട്ടുണ്ടായിരുന്നില്ല. അയാൾക്ക് അവൾ എന്നും ശിശുവായിരുന്നു. വളർന്നെന്നു മനസ്സ് സമ്മതിക്കാത്ത താവും ചിലപ്പോൾ.

അവൾ പെട്ടെന്ന് മുതിർന്നുവെന്നു അവനു തോന്നി.

'പണി എന്തായിരുന്നു എന്ന് അച്ഛന് അറിയണ്ടേ ?'

നന്ദൻ വേണം എന്ന് ശിരസ്സനക്കി.

'അവരൊക്കെ അയാളുടെ ട്യൂഷൻ ക്ലാസ്സിൽ ആണ് പോകുന്നത്. ആർദ്രയുടെ ഫോട്ടോ ഇയാൾ മൊബൈലിൽ എടുക്കുന്നത് ഒരു ദിവസം കൂടെയുള്ള നിമിഷ കണ്ടു. അതും ഇങ്ങനെയുള്ള ഫോട്ടോ ? മൊബൈൽ വേറെ ആങ്കിളിൽ വെച്ചിട്ട് ഡസ്കിന്റെ അടിയിലൂടെ ഉള്ളത്. പെട്ടെന്ന് ആർക്കും സംശയം തോന്നുകയുമില്ല. എന്തയാലും അവർ പിടിച്ചു മൊബൈൽ നോക്കിയപ്പോ ഒരു പാട് പേരുടെ ഫോട്ടോ ഒക്കെ ഉണ്ട്.പോലീസ് കേസ് ആകാതിരിക്കാൻ ഇയാൾ ഒത്തിരി പാടുപെട്ടു കേട്ടോ. അന്നാ അവരൊക്ക ഞാൻ പറഞ്ഞത് വിശ്വസിച്ചത്.'

അവൾ ചിരിച്ചു. നന്ദൻ ഇമ വെട്ടാതെ അവളെ നിൽക്കുകയോയിരുന്നു.

'മോളിത് പറഞ്ഞില്ലല്ലോ ?'

'ഇത് പറയാൻ മാത്രം ഒന്നുമില്ലല്ലോ അച്ഛാ. അച്ഛനല്ലേ എനിക്ക് പറഞ്ഞു തന്നിട്ടുള്ളത് നമ്മളെ നേരിട്ട് ബാധിക്കുന്ന കാര്യത്തിന് മാത്ര മേ അത്ര വലിയ പ്രാധാന്യം കൊടുക്കാവൂ എന്ന്.

നന്ദൻ പുഞ്ചിരിച്ചു.

'ഇതിപ്പോ ഒരു സാഹചര്യം ഉണ്ടായതു കൊണ്ട് മാത്രം പറഞ്ഞതാണ്. എനിക്ക് എന്തോ ആ അങ്കിളിനെ ഇഷ്ടമായില്ല അത്ര ക്ലിയർ അല്ല എന്ന് തോന്നി. അതാണ്. ചാമ്പക്ക വാങ്ങാത്തതിൽ കുഴപ്പമുണ്ടോ?'

'ഏയ് ഒന്നൂല്ല.'

അവൾ നന്ദനെ നോക്കി ചിരിച്ചു. പിന്നെ അവന്റെ കയ്യിൽനിന്നു ചാമ്പക്ക വാങ്ങി തിന്നു തുടങ്ങി.

'അച്ഛൻ വീട്ടിലോട്ടു പോവാ മോള് വരുന്നോ ?'

'വന്നേക്കാം.' അവൾ തലയാട്ടി.

നന്ദന് ഒരു മനസ്സമാധാനം തോന്നി. പല അവസരങ്ങളിൽ പലതും പറഞ്ഞു കൊടുത്തിട്ടുണ്ട്. അവളതൊക്കെ ഓർമ്മയിൽ വെച്ചിട്ടുണ്ടല്ലോ. മുന്നോട്ടുള്ള ജീവിതത്തിൽ അത് അവൾക്ക് മാർഗ്ഗദീപമാകട്ടെ. അവൻ മകളെ ചേർത്ത് പിടിച്ചു നടന്നു.

അധ്യായം 10

വൈകിപ്പോയത് കൊണ്ട് വെപ്രാളത്തിൽ നടക്കുകയായിരുന്നു ജിഷ.

'നിന്റെയാവശ്യമിന്നില്ല കുട്ടി. നിറയെ ആൾക്കാരുണ്ടാകും. പിന്നെ എല്ലാം കാറ്ററിംഗ് സർവീസ്നു കൊടുത്തിട്ടുണ്ട്. നീ വൈകുന്നേരം താല പ്പൊലിക്ക് എത്തിയാ മതി. എത്തിയാൽ പോരാ. താലപ്പൊലി എടുക്ക ണം. സെറ്റുമുണ്ടും ഒക്കെ ഉടുത്തു വേണം വരാൻ.'എന്ന് പറഞ്ഞു പുതി യ സെറ്റുമുണ്ട് വാങ്ങി തന്നു ജാനകി ചേച്ചി.

പെട്ടെന്നാണ് അയല്പക്കത്തെ പയ്യൻ മുന്നിൽ പ്രത്യക്ഷപ്പെട്ടത്.

'നല്ല ഭംഗിയുണ്ടല്ലോ. ഇതാരാ കാവിലെ ഭഗവതി നേരിട്ട് ഇറങ്ങി വന്നതോ ?'

അവൾക്ക് നല്ല മറുപടി കൊടുക്കാൻ അറിയാഞ്ഞിട്ടല്ല. ഈ അയൽ പക്കത്തെ ചെക്കൻ ഇടയ്ക്കിടെ ഇങ്ങനെ പിന്നാലെ വരാറുണ്ട്. കണ്ണ് പൊട്ടുന്ന ചീത്ത പറഞ്ഞു അവൾ ഓടിക്കാറുമുണ്ട്. ഇന്നവൾക്ക് നേര മുണ്ടായിരുന്നില്ല.

'എടോ ജിഷാ താൻ എന്തെങ്കിലും ഒന്ന് പറഞ്ഞിട്ട് പോടോ.'

'ദേ എനിക്ക് ഇതിനൊന്നും ഒരു താല്പര്യവുമില്ലന്നു പലവട്ടം പറ ഞ്ഞിട്ടുണ്ട്. ഇന്നാണെങ്കിൽ നേരവുമില്ല വഴിയിൽ നിന്ന് മാറ്.'

'അതിനു ഞാൻ തന്നോട് മോശമായി ഒന്നും പറഞ്ഞില്ലല്ലോ. തന്നെ ഇന്ന് കാണാൻ വെറൈറ്റി ആയിട്ടുണ്ട്.നല്ല ഭംഗി ഉണ്ട്. അത്രയല്ലേ പറ ഞ്ഞുള്ളു.'

'ഓക്കേ ശരി. വഴി മാറ് ഞാൻ പോകട്ടെ.'

'വഴി മാറാം. ഒരു കാര്യം കൂടി പറഞ്ഞോട്ടെ. എന്റെ പേര് അർജുൻ. നാട് പാലക്കാട്. ഇവിടെ ദൂരെ കോച്ചിങ്ങിനു വന്നതാ. തന്നോട് എനി ക്കൊരിഷ്ടമുണ്ട്. ഇപ്പൊ അത് ഒരിഷ്ടം മാത്രാ. പക്ഷെ ജോലി ഒക്കെ കിട്ടിക്കഴിഞ്ഞു വീട്ടുകാരുമായിട്ട് ഞാൻ വന്നാൽ താൻ നോ പറയുമോ?'

അവൾക്ക് നല്ല ദേഷ്യം വരുന്നുണ്ടായിരുന്നു. നേരം സന്ധ്യ ആയി തുടങ്ങുന്നു. എല്ലാവരും തന്നെ പ്രതീക്ഷിക്കും.

'നോ പറയും. എനിക്ക് തന്നെ ഇഷ്ടമല്ല.'

അവൾ അവന്റെ സൈക്കിൾ ബലമായി ഒരു വശത്തേക്ക് മാറ്റി നടന്നു

തുടങ്ങി.

'അയ്യോ അങ്ങനെ പറഞ്ഞിട്ട് എന്നെ ടെൻഷനാക്കിയിട്ടു പോകല്ലേ.' പറഞ്ഞതും അവൻ അവളുടെ കയ്യിൽ മുറുകെ പിടിച്ചു.

അവളവന്റെ മുഖത്ത് കൈ വീശിയൊന്നു കൊടുത്തു.

'മര്യാദ വേണം മര്യാദ. ഒരു പെൺകുട്ടിയോട് സംസാരിക്കുന്നതിനു മിനിമം കോമൺസെൻസ് വേണം.'

അവൾ നടന്നു നീങ്ങി.

അർജുൻ സ്തംഭിച്ചു പോയി.

അവനാദ്യമായി ഒരു പെൺകുട്ടിയുടെ കൈയിൽ നിന്ന് അടി വാങ്ങു കയായിരുന്നു.

അവൾ അടിക്കാൻ മാത്രം താൻ എന്ത് തെറ്റാണ് ചെയ്തത് എന്നവ ന് മനസ്സിലായതുമില്ല.

അവളെ കാണുമ്പോൾ ഓരോ കുസൃതി കാണിക്കുകയും പറയുക യും ഒക്കെ ചെയ്യാറുണ്ട്. അതൊക്കെ കണ്ട അന്ന് മുതൽ ഒരിഷ്ടം ഉള്ളിൽ തോന്നിപ്പോയത് കൊണ്ടാണ്.

അവളെ കുറിച്ച് വിശദമായി അന്വേഷിച്ചപ്പോ അവളുട കഥ അറി ഞ്ഞപ്പോൾ സഹതാപം തോന്നി. ഇഷ്ടം കൂടുകയും ചെയ്തു. എന്നെങ്കി ലും ഒരു വിവാഹം ഉണ്ടെങ്കിൽ അവളെ മതി എന്ന് തീരുമാനിക്കുകയും ചെയ്തു. കൂട്ടുകാരൊക്കെ കളിയാക്കാറുണ്ട്. നിനക്ക് ഈ പെണ്ണ് യോ ജിച്ചതല്ല എന്ന് അവർ പറയാറുണ്ട്. കേട്ടിട്ടില്ല. ഇന്ന് മനസ്സിലാക്കുന്നു അവൾ തനിക്ക് യോജിച്ചവളല്ല. പക്ഷെ മുഖത്ത് അടിച്ചിട്ട് അങ്ങനെ മി ടുക്കിയായി പോകാനും താൻ അവളെ അനുവദിക്കില്ല. ഇങ്ങോട്ടു കിട്ടി യതിന്റെ ഇരട്ടി തിരിച്ചു കൊടുത്താണ് പഴക്കം. കൊടുക്കുകയും ചെയ്യും.

നീ നോക്കിക്കോ. നിനക്കുള്ളത് അർജുൻ സൂക്ഷിച്ചു വെക്കുന്നുണ്ട്. പലിശയടക്കം എന്നെങ്കിലും തിരിച്ചു തരും.

അവൻ മനസ്സിൽ കുറിച്ചിട്ടു.

ജിഷയുടെ മനസ്സ് വാടി പോയിരുന്നു. ആദ്യമായിട്ടാണ് ഒരാളെ കൈ നീട്ടി അടിക്കുന്നത്. വേറെ ഒരു അവസരത്തിലാണെങ്കിൽ അത് ചെയ്യു മായിരുന്നില്ല. ഇത് ടെൻഷൻ പിടിച്ചുള്ള ഓട്ടത്തിലായിരുന്നു. തന്റെ ക യ്യിൽ കയറി പിടിച്ചപ്പോൾ അടിച്ചു പോയതാണ്. താൻ തെറ്റൊന്നും ചെയ്തിട്ടില്ല. ഒരു പെൺകുട്ടിയോട് ഇഷ്ടം പറയുന്നതിന് ഒരു രീതിയുണ്ട്.

അവൾക്ക് നൂറു കൂട്ടം ടെൻഷൻ ഉള്ളവളാണെങ്കിൽ പ്രണയം അവൾ ക്ക് തലയിൽ കയറണമെന്നില്ല.

ഇഷ്ടമല്ല എന്ന് പറഞ്ഞാൽ തിരിച്ചു പോകുന്നതാണ് മര്യാദ. അല്ലാതെ

കയ്യിൽ കയറി പിടിക്കുകയല്ല. അവൾ തന്നെത്താൻ പിറുപിറുത്തു കൊണ്ട് നടന്നു.

ദൂരെ നിന്നേ കണ്ടു. തറവാടിന്റെ ഗേറ്റ് തൊട്ട് അലങ്കാരങ്ങൾ ഉണ്ട്. പൂക്കൾ കൊണ്ട് അലങ്കരിച്ചിരിക്കുന്നു. മുറ്റം നീളെയുണ്ട് അലങ്കാരങ്ങൾ. അവൾ വേഗം നടന്നു പിന്നിലെ വാതിലിലൂടെ അകത്തു കടന്നു.

'ജിഷ ചേച്ചി'

പട്ടുപാവാടയും ദാവണിയും ഉടുത്തു മുടിപ്പിന്നൽ നിറയെ പൂ വെച്ചു ഒരു സുന്ദരിക്കുട്ടി.

'എന്നെ മനസ്സിലായോ ?'

ജിഷ ഇല്ല എന്ന് തലയാട്ടി.

'ശ്രീക്കുട്ടി ആണ് ചേച്ചി.'

പൊട്ടി വീണ പോലെ സൗരവ് മുന്നിൽ.

ജിഷ അത്ഭുതത്തോടെ ആ സൗന്ദര്യധാമത്തെ നോക്കി നിന്ന് പോയി.

അപ്സരസ്സ് തന്നെ.

'ചേച്ചിയേ പരിചയപ്പെടാൻ ഞാൻ വന്നിരുന്നു. അപ്പോഴാണ് സൗരവ് ചേട്ടൻ പറഞ്ഞത് ഇന്ന് വൈകുന്നേരമേ വരൂന്ന്. ചേച്ചിക്ക് ഇതാ മുല്ലപ്പൂ.'

അവൾ കൈക്കുമ്പിളിലിലെ മുല്ലപ്പൂ നീട്ടി.

ജിഷയുടെ കണ്ണുകൾ ചെറുതായി നിറഞ്ഞു. സൗരവ് പറഞ്ഞു ശ്രീക്കുട്ടിയെ അറിയാം. എന്നാലും കണ്ടപ്പോൾ കേട്ടതിലും ഗംഭീരം.

'ഞാൻ വെച്ചു തരാം തിരിഞ്ഞു നില്ക്കൂ.

അവൾ ജിഷയെ പിടിച്ചു തിരിച്ചു നിർത്തി മുടിപ്പിന്നലിൽ പൂവ് വെച്ചു കൊടുത്തു.'

'ഇപ്പൊ ഉഷാറായി അല്ലെ ചേട്ടാ.'

അവൾ സൗരവിനെ നോക്കി ചോദിച്ചു.

'കുരങ്ങിന് പൂമാല കിട്ടിയ പോലെയുണ്ട്.' അവൻ കളിയാക്കി.

'പോടാ ചെക്കാ.' ജിഷ ഒരടി കൊടുത്തു അവന്.

'നല്ല ഭംഗിയുണ്ട് ട്ടോ വാ ഇപ്പൊ തുടങ്ങും താലപ്പൊലി.'

അവൾ ജിഷയുടെ കൈ പിടിച്ചു നടന്നു തുടങ്ങി.

ജിഷ നേർത്ത വിളർച്ചയോടെ ആ കൈയിലേക്ക് നോക്കി. താൻ ഇവിടുത്തെ ജോലിക്കാരിയാണ്. അതീക്കുട്ടിക്ക് അറിയുകയും ചെയ്യാം.

ഈ കുട്ടി ആരാണ് ?

ഒരു പക്ഷെ ഈ തറവാട്ടിലെ രാജകുമാരി എന്ന് അക്ഷരാർത്ഥത്തിൽ വിളിക്കാവുന്ന ഒരു പെൺകുട്ടി.

അവൾ കണ്ണ് നിറഞ്ഞൊഴുകിയത് തുടച്ചു കളഞ്ഞു.

താലം കൈയിൽ ഏന്തുമ്പോൾ ജിഷ ആ മുഖത്തേക്ക് നോക്കി.

ശ്രീക്കുട്ടി പുഞ്ചിരിയോടെ ഒരു കൈ കൊണ്ട് ദീപം കെടാതിരിക്കാൻ മറച്ചു വെച്ചു സൗരവിനോടെന്തോ പറഞ്ഞു ചിരിക്കുന്നുണ്ട്.

ജിഷ വെറുതെ അവരെ രണ്ടു പേരെയും മാറി മാറി നോക്കി.

സൗരവ് മുണ്ടും കടും പച്ച ഷർട്ടുമാണ് അണിഞ്ഞിരിക്കുന്നത്. പതിനേഴ് വയസുള്ള ആൺകുട്ടിയാണ് എന്നല്ല തോന്നുക കുറച്ചു കൂടി മുതിർന്ന പോലെ. ശ്രീകുട്ടിക്കും ആ വേഷത്തിൽ കുറച്ചു കൂടി പ്രായം തോന്നിച്ചു.

'വേഗം വാ.' പാർവതി അവിടേക്ക് വന്നു.

'ഇതാരാ.'

'ഇത് ജിഷ ചേച്ചി സൗരവിന്റെ ചേച്ചിയാ. സൗരവിനെ ഞാൻ പരിചയപ്പെടുത്തിയിട്ടില്ലേ പണ്ട്. ഇവരുടെ സ്കൂളും എന്റെ സ്കൂളും തമ്മിലാ മത്സരം നടക്കാറ്.'

പാറു ചിരിച്ചു.

'ശരി ശരി വേഗം വന്നോളൂ... ദീപാരാധനയ്ക്ക് സമയം ആകുന്നുണ്ട്. ഇവിടെ നിന്ന് തുടങ്ങി ക്ഷേത്രം വരെയും ആളുണ്ടാവും എന്ന് നന്ദൻ പറഞ്ഞു. എല്ലാവരെയും നിരയായി നിർത്തട്ടെ ഞാൻ അങ്ങോട്ട് പോവാ ട്ടോ വേഗം അങ്ങോട്ടേക്ക് വന്നേക്കണേ.'

അവൾ തലയാട്ടി.

'സൗരവ് ചേട്ടാ ഇനി ഇത് പെൺകുട്ടികളുടെ സെഷൻ ആണ് ചേട്ടൻ അമ്പലത്തിലേക്ക് പൊയ്ക്കോ അവിടെ വെച്ചു കാണാം.' അവൾ സൗരവിനോടായി പറഞ്ഞു.

'അപ്പൊ ഓകെ.'

അവൻ പോയി

ജിഷയെയും കൊണ്ട് വരി നില്ക്കാൻ ശ്രീകുട്ടിയും നടന്നു നീങ്ങി.

'നീ പോണില്ലേ അമ്പലത്തിൽ ?'

അഖില വേഷം മാറ്റാതെയിരിക്കുന്നത് കണ്ടു വിനു ചോദിച്ചു.

'ഇല്ല എനിക്ക് പിരിയഡ്സ് ആയി.'

'ഓ കൃത്യസമയം.'അവൻ പുച്ഛിച്ചു.

'ഇത് നമ്മൾ വിചാരിച്ചാൽ നിർത്താൻ പറ്റുന്ന സാധനമൊന്നുമല്ല.'

'ഇത് വരുമെന്ന് അറിയാമായിരുന്നല്ലോ നിനക്ക് ?പിന്നെ എന്റെ കൂടെ ഇങ്ങോട്ട് കെട്ടിയെടുത്തത് എന്തിനാ ? അവിടെ നിന്ന് കൂടായിരുന്നോ?'

'ഓ എന്ന കൂടുതൽ സൗകര്യമായേനെ കാമുകിയോട് കൊഞ്ചാൻ.'

അവൾ പൊട്ടിത്തെറിച്ചു.

അവളുടെ മുഖം അടച്ചു ഒരടി വീണു.

ഒന്നല്ല അവന്റെ കൈത്തരിപ്പ് തീർക്കും വരെ അവൻ അവളെ തല്ലി.

'മിണ്ടരുതെടി.'

അവൻ വിറച്ചു കൊണ്ട് പറഞ്ഞു.

'ഞാൻ പലതവണ പറഞ്ഞിട്ടുണ്ട് നിന്നെ പോലെ വിലകെട്ട ഒരുവൾ അല്ല അവൾ എന്ന്. അവളുടെ പേര് പറയാൻ പോലും നിനക്ക് യോഗ്യത ഇല്ല ശവമേ.'

അവളെ കാല് കൊണ്ട് തട്ടിയെറിഞ്ഞു അയാൾ വാതിൽ കടന്നു പോയി

കണ്ണ് നിറഞ്ഞതു പോലുമില്ല അഖിലയ്ക്ക്. അവൾക്കിതിപ്പൊ പതിവായി കഴിഞ്ഞിരുന്നു.

അവൾ പതിയെ എഴുന്നേറ്റ് വാതിൽ ചേർത്ത അടച്ചു. പിന്നെ കട്ടിലിൽ വന്നിരുന്നു.

മൊബൈൽ എടുത്തു.

ഒരു നമ്പർ ഡയൽ ചെയ്തു.

റിങ് കേൾക്കുമ്പോൾ അവൾക്ക് അവളുടെ ഹൃദയമിടിപ്പ് കേൾക്കാമായിരുന്നു. ഹൃദയം പൊട്ടിത്തെറിച്ചു താൻ മരിച്ചു പോകുമെന്ന് അവൾക്ക് തോന്നി.

അധ്യായം 11

മാളികപ്പുറം തറവാട്ടിൽ നിന്നും ക്ഷേത്രം വരെയുള്ള നിരത്തുകളുടെ വശങ്ങൾ പൂക്കൾ കൊണ്ടുള്ള തോരണം കൊണ്ട് അലങ്കരിച്ചിരുന്നു. പല നിറത്തിലും ഭംഗിയിലുമുള്ള പൂക്കൾ വിതറിയിട്ടുണ്ട്. അലങ്കാര ബൾബുകൾ പ്രകാശം തൂകി നിൽക്കുന്നു. പകലിനേക്കാൾ പ്രകാശം ഉണ്ടായിരുന്നു അവിടെ. നിരത്തിന്റെ വശങ്ങളിൽ ജനങ്ങൾ തൊഴുകൈയ്യോടെ നിന്നിരുന്നു. തറവാട്ടിലെ ഭഗവതി വർഷത്തിൽ ഒരിക്കൽ ക്ഷേത്രത്തിൽ പോവുകയാണ്. അവിടെ സഹോദരിയെ കാണാൻ. ചേച്ചിയും അനിയത്തിയുമാണ് രണ്ടു ഭഗവതിമാരും എന്നാണ് വിശ്വാസം. ഒരാളെ തറവാട് വക ക്ഷേത്രത്തിൽ കുടിയിരുത്തിയിരിക്കുന്നു. മറ്റെയാൾ പൊതു ജനങ്ങൾക്കായുള്ള ക്ഷേത്രത്തിലാണ്. വർഷത്തിൽ ഒരു തവണ ഉത്സവത്തിന് അവർ പരസ്പരം കാണുന്നുണ്ട് രണ്ടു ക്ഷേത്രങ്ങളിലും ഒരേ ദിവസമാണ് ഉത്സവം. അന്നേ ദിവസം ചിറ്റാറിക്കര ഗ്രാമം ആഘോഷത്തിലാണ് ജാതി മതഭേദമെന്യേ എല്ലാവരും അന്ന് ക്ഷേത്രത്തിലുണ്ടാവും. എല്ലാ കാര്യത്തിലും എല്ലാവരും കൈമെയ് മറന്നു പണിയെടുക്കും. എല്ലാ മതസ്ഥർക്കും ക്ഷേത്രത്തിൽ പ്രവേശനം ഉണ്ട്അത് കൊണ്ട് തന്നെ അതൊരു വലിയ ഉത്സവവുമാണ്.

കറുപ്പ് കരയുള്ള നേര്യതും മുണ്ടുമായിരുന്നു പാർവതിയുടെ വേഷം. കറുപ്പ് ഷർട്ടും മുണ്ടും നന്ദൻ. പാർവതിയുടെ അടുത്ത് തന്നെ ഉണ്ടായിരുന്നു അയാൾ.

വിനു അത് നോക്കി നിൽപ്പുണ്ടായിരുന്നു.

അവരുടെ ചേർച്ച.

ദീപപ്രഭയിൽ അവളുടെ മുഖം ചുവന്നിരുന്നു നന്ദന്റെയും അങ്ങനെ തന്നെ.

'പാർവതിയും പരമേശ്വരനും പോലെ.'

ജാനകി വേണുവിനോട് അവരെ ചൂണ്ടി പറഞ്ഞു.

'ഇവർ വിവാഹം കഴിക്കാതെയിരുന്നെങ്കിൽ ഈ കാഴ്ച നമുക്ക് നഷ്ടമാകുമായിരുന്നു.' അവർ കള്ളചിരി ചിരിച്ചു.

'കൊള്ളാമല്ലോ നീ. ഇത് പറയാൻ പറ്റിയ സ്ഥലം തന്നെ.' വേണു പറഞ്ഞു.

അവരെ കാണുന്ന എല്ലാവരുടെയും ഉള്ളിൽ ആ തോന്നൽ ഉണ്ടായിരുന്നു. അത്രമേൽ ചേർച്ചയുണ്ടായിരുന്നു. അത്രമേൽ ഭംഗിയുണ്ടായിരുന്നു.

താലപ്പൊലിയെടുത്തവരെല്ലാം ക്ഷേത്രത്തിൽ എത്തിയപ്പോ ദീപാരാധനയ്ക്കുള്ള മണി മുഴങ്ങി. നട അടച്ചു.

എല്ലാവരും ഭക്തി പുരസ്സരം കൈകൂപ്പി കണ്ണുകളടച്ചു പ്രാർത്ഥിച്ചു നിന്നു.

പൊടുന്നനെ വെളിയിൽ ഒരാരവം ഉയർന്നു.

'ആന ഇടഞ്ഞേ.' ഒരു നിലവിളി.

ആൾക്കാർ ഭയത്തോടെ പിന്തിരിഞ്ഞു നോക്കി.

ശരിയായിരുന്നു.

രാമകൃഷ്ണൻ എന്ന ആന ഇടഞ്ഞു കഴിഞ്ഞു.

'ആരും പേടിക്കണ്ട എന്ന് അനൗൺസ്മെന്റ് കേൾക്കുന്നുണ്ടായിരുന്നിട്ടും ആൾക്കാർ നിലവിളിയോടെ നാലു പാടും ചിതറി ഓടി.

ആന പാപ്പാനെ കുടഞ്ഞെറിയാൻ ശ്രമിക്കുന്നുണ്ടായിരുന്നു. പാപ്പാൻ ആനയുടെ പുറത്തു അള്ളിപ്പിടിച്ചു കിടന്നു.

'പോലീസിനെ വിളിക്ക്.' ആരോ അലറുന്ന ശബ്ദം.

പടക്കപ്പുരയ്ക്ക് നേരെ ഓടുന്ന ആനയെ കണ്ടു വീണ്ടും ജനക്കൂട്ടം അലറിവിളിച്ചു.

അയ്യോ അങ്ങോട്ട് പോകല്ലേ എന്നുള്ള നിലവിളികൾ. ഈശ്വര മുഴുവൻ നശിക്കുമല്ലോ എന്നുള്ള കരച്ചിലുകൾ.

നന്ദൻ പൊടുന്നനെ അങ്ങോട്ടേക്ക് നടന്നു.

അയ്യോ പോകല്ലേ നന്ദാ. പാർവതി ആ കയ്യിൽ പിടിച്ചു നിർത്തി.

നന്ദൻ കൈ തട്ടി കളഞ്ഞു. അവൻ സധൈര്യം ആനയുടെ നേർക്ക് നടക്കുന്ന കണ്ട ജനക്കൂട്ടം സ്തബ്ദരായി.

'ഈശ്വര അതാരാ?' ആരോ ചോദിക്കുന്നു.

അറിയില്ലേ പാർവതിക്കുട്ടിയുടെ കെട്ടിയോനാ അത്.

'ദൈവമേ ഈ കുട്ടി ഇതെന്തു ഭാവിച്ചാ? എത്ര മിടുക്കൻ ആണെങ്കിലും ഇടഞ്ഞു നിൽക്കുന്ന ആനയുടെ മുന്നിൽ ചെന്ന് പെട്ടാൽ എന്താ കഥ?'

ആരോ ചോദിച്ചു

'ശ്രീക്കുട്ടി... കുട്ടിയുടെ അച്ഛൻ ദേ ആനയുടെ അരികിലേക്ക് പോകുന്നു...' സൗരവ് ഓടി വന്നു പറഞ്ഞു.

അവൾ പേടിയോടെ അവന്റെ ഒപ്പം അവിടേക്ക് ചെന്നു.

അവൻ പറഞ്ഞത് ശരിയായിരുന്നു.

നന്ദൻ ആനയുടെ മുന്നിലേക്ക് നടക്കുന്നതവൾ കണ്ടു.

നന്ദൻ എന്തൊക്കെയോ പറയുന്നുണ്ട്. ആന തുമ്പി കൈ വീശുന്നു.

നന്ദൻ ആ തുമ്പിക്കയ്യിൽ തലോടുന്നു.

പെട്ടെന്നൊന്നും ഇണങ്ങാൻ സമ്മതിക്കില്ല എന്ന ഭാവത്തിൽ ആന അവന്റെ കൈ തട്ടി തെറിപ്പിക്കുന്നു. നന്ദൻ വീണ്ടും ആ കൈ കൊണ്ട് തലോടുന്നു.

ആന ഓട്ടം നിർത്തി കഴിഞ്ഞിരുന്നു. അത് നന്ദനെ നോക്കി നിൽപ്പാണ്. പാപ്പാൻ ആ തക്കത്തിന് മുകളിൽ നിന്നിറങ്ങി ചങ്ങല എടുക്കാൻ ഓടി.

'നിനക്ക് വിശക്കുന്നുണ്ടോ ?' അവൻ അതിനോട് ചോദിച്ചു.

ഒരു അലർച്ചയായിരുന്നു മറുപടി.

'വാ' നന്ദന്റെ പിന്നാലെ അനുസരണയുള്ള ഒരു കുട്ടിയെ പോലെ അവൻ വരുന്നത് കണ്ടു സർവരും അമ്പരന്നു പോയി.

അവനെ ചങ്ങലക്കിടാൻ വന്ന പാപ്പാനെ അവൻ തടഞ്ഞു.

'പനമ്പട്ടയും വെള്ളവും കൊണ്ടുവാ.'

അവൻ ഗൗരവത്തിൽ പറഞ്ഞു.

'ആനയെ പട്ടിണിക്കിട്ടാണോ എഴുന്നള്ളിപ്പിന് കൊണ്ട് വരുന്നത്?'

അവൻ രോഷത്തോടെ ചോദിച്ചു.

അയാൾ മുഖം താഴ്ത്തി അയാളുടെ കാലുകൾ നിലത്തുറയ്ക്കുന്നില്ലായിരുന്നു.

'നല്ല വെള്ളമാണല്ലോ നീ? നിന്റെ വയറ്റിലോട്ട് കൃത്യമായിട്ട് സാധനം എത്തുണ്ടല്ലോ അല്ലെ? ഈ മിണ്ടാപ്രാണിക്ക് കൊടുക്കാൻ വയ്യ അല്ലെ? പോയി കൊണ്ട് വാടോ.'

പഴവും ശർക്കരയും ഒക്കെ കഴിച്ചു തൃപ്തനായി അവൻ ശാന്തനാകും വരെ നന്ദൻ അവിടെ തന്നെ നിന്നു.

അവൻ പോകാൻ നേരം ആന അവന്റെ കയ്യിൽ തുമ്പി കൈ കൊണ്ട് ചുറ്റിപിടിച്ചു.

അതിന്റെ കണ്ണുകൾ നിറഞ്ഞൊഴുകുന്നത് കണ്ട നന്ദന്റെ കണ്ണുകളും നിറഞ്ഞു.

'സാരല്ല്യ മോനെ... ഇനി വികൃതി കാണിക്കരുത് കേട്ടോ... ഞാൻ തൊഴുതിട്ട് വരാം.'

ആന പിടി അയച്ചു.

അവന്റെ തുമ്പി കൈയിൽ ഒരു ഉമ്മ കൊടുത്തിട്ട് ഒന്നുടെ അവനെ

തലോടി പിന്നെ ക്ഷേത്രതിലേക്ക് നടന്നു.

ചുറ്റും കയ്യടികളും ആർപ്പുവിളികളും ആൾക്കാർ അവനെ വളഞ്ഞു അവനെ അവർ കോരിയെടുത്തു ചുമലിലിരുത്തി. ജയ് വിളികളോടെ മൈതാനത്തിനു ചുറ്റും നടന്നു. ചെറിയച്ഛന്മാരും ചെറിയമ്മാരും അമ്മാവന്മാരും ഒക്കെ ഓടി വന്നു.

'എന്റെ നന്ദ നീ എന്ത് ബുദ്ധിമോശമാണ് കാണിച്ചത് ? ഇടഞ്ഞു നിൽക്കുന്ന ആനയുടെ മുന്നിൽ പോയതെന്തിനാണ് മോനെ ? അതിനു ബുദ്ധിയില്ലാത്ത അല്ലെ ?എന്തെങ്കിലും സംഭവിച്ചിരുന്നെങ്കിലോ ആലോചിച്ചു നോക്കിയായിരുന്നോ ?'

നന്ദൻ പുഞ്ചിരിച്ചു.

'നമ്മുടെ തോന്നൽ ആണ് വലിയമ്മാമ അതിനു ബുദ്ധി ഇല്ലന്ന്. മനുഷ്യന്റെ അത്ര അപകടകാരിയല്ല ആനകൾ. ആന എന്നല്ല ഒരു ജീവജാലവും. അതിനു രണ്ടു ദിവസമായി ഭക്ഷണം കിട്ടിയിട്ടില്ല. അതിനു വിശന്നു അത് പ്രതികരിച്ചു അത്ര തന്നെ.'

'അത് നിനക്കെങ്ങനെ മനസ്സിലായി ?'

മനു അവന്റെ കൈ പിടിച്ചു.

'വിശപ്പറിഞ്ഞവന് അത് വേഗം മനസ്സിലാകും അച്ഛാ.' അവൻ ഇടർച്ചയോടെ പറഞ്ഞു.

'കുറച്ചു ദിവസം ആയി കാണും അവർ അതിന് വയറ് നിറച്ചു ഭക്ഷണം കൊടുത്തിട്ട്. ആ സാധു മൃഗത്തിന്റെ കണ്ണിൽ മദപ്പാടില്ലായിരുന്നു. അതിനു വിശപ്പായിരുന്നു. അത് തുമ്പിക്കൈ കൊണ്ട് നിലത്തൊക്കെ തിരയുന്നത് ഞാൻ ശ്രദ്ധിച്ചു. എന്തെങ്കിലും തിന്നാൻ കിട്ടുമോന്ന് നോക്കിയതാ. ചെന്ന് കാര്യം പറഞ്ഞപ്പോ അവനു മനസ്സിലായി.'

നന്ദൻ മെല്ലെ ചിരിച്ചു.

'അതിനാരെയും കൊല്ലണമെന്നോ ഉപദ്രവിക്കണമന്നോ ഒന്നുമില്ലായിരുന്നു. പാവം...നമുക്കതിനെ വാങ്ങാം ചെറിയമ്മാമ... അവരതിനെ നന്നായി നോക്കുകയൊന്നുമില്ല പാവം. നമ്മുക്കും ക്ഷേത്രാവശ്യങ്ങൾക്കു എന്തായാലും ഒന്നിനെ വേണം. പിന്നെ മാളികപ്പുറം തറവാടിന് ഒരു അന്തസ്സല്ലേ ? ഒരു ആനയുള്ള തറവാടാകുമ്പോൾ അതിന്റെ ഒരു ഗമ വേറെയാ.'

നന്ദൻ തമാശ പറയുകയാണെന്ന് കരുതി അവരതു ചിരിച്ചു കളഞ്ഞു.

'എന്റെ നന്ദ ഞാൻ പേടിച്ചു ചത്തു. 'പാർവതി അവന്റെ കൈയിൽ അമർത്തി നുള്ളി

'എന്റെ അച്ഛാ അച്ഛനെ സമ്മതിച്ചു എന്താ ധൈര്യം ? എന്റെ അച്ഛൻ

ഹീറോ ആണേ.'

'ഉവ്വ് ഇനി അത് പറഞ്ഞു എരിവ് കേറ്റിക്കൊ. ദേ നന്ദ എനിക്ക് നല്ല ദേഷ്യം വരുന്നുണ്ട് കേട്ടോ... ബാക്കി ഞാൻ വീട്ടിൽ വന്നിട്ടു തരാം.' അവൾ വീണ്ടും അവനെ നുള്ളി.

ശ്രീക്കുട്ടി പോയി എന്നുറപ്പായപ്പോൾ നന്ദൻ അവളുടെ ചെവിക്കരികിലേക്ക് കുനിഞ്ഞു.

'തരാം എന്ന് പറഞ്ഞാൽ തരണം. പറഞ്ഞു പറ്റിക്കരുത്.' ആ മുഖത്ത് ഒരു കള്ളച്ചിരി.

'ശീ... നോക്കൂ. തോന്ന്യാസം പറയുന്നത് ദേവിയുടെ മുന്നിൽ വെച്ചാ...?'

'ശെടാ ഞാൻ എന്നാ പറഞ്ഞു നീ ഏതാണ്ട് തരാമെന്നു പറഞ്ഞു. അത് മറക്കാതെ തരണമെന്ന് ഞാനും പറഞ്ഞു. എന്റെ പൊന്നോ എന്ത് പറഞ്ഞാലും ഡബ്ബിൾ മീനിങ്ങ് എടുത്തോണം.'

പാർവതിയുടെ കണ്ണ് മിഴിഞ്ഞു പോയി

'ദൈവമേ ഇപ്പൊ വാദി പ്രതിയായോ? '

'ഡീ പെണ്ണേ നിന്റെ നന്ദനിപ്പോ ഹീറോ അല്ലെ ?നോക്കിക്കേ ആ സൈഡിൽ നിൽക്കുന്ന ചുവന്ന സാരി ഉടുത്ത ചേച്ചി എന്നെ നോക്കുന്നത് കണ്ടോ? അവർ ഏതാ? നല്ല സുന്ദരിയാണല്ലോ അടുത്തുള്ളതാ ?'

അവളുടെ മുഖം ചുവന്നു

'ദേ എനിക്ക് ...ഞാൻ.'

'നന്ദാ...വേണു വിളിക്കുന്നുണ്ട്.' മനു വന്നു പറഞ്ഞപ്പോൾ അവളെ മെല്ലെയൊന്നു അമർത്തി നന്ദൻ മനുവിന്റെ ഒപ്പം പോയി.

പാർവതി ഒളികണ്ണിട്ട് നന്ദൻ പറഞ്ഞ സ്ത്രീയെ ഒന്ന് നോക്കി അവർ നന്ദൻ പോയ ദിക്കിലേക്ക് നോക്കി നിൽക്കുകയാണ്.

'വൃത്തികെട്ട സ്ത്രീ അമ്പലമാണെന്ന ചിന്ത ഇല്ല.' അവൾ പിറുപിറുത്തു.

'പാറുക്കുട്ടിയെ അമ്മ അന്വേഷിക്കുന്നു.' ചെറിയമ്മ വന്നു പറഞ്ഞപ്പോൾ അവളും അവിടെ നിന്നു പോയി.

അധ്യായം 12

മൂന്ന് ആനകളുണ്ട് കുന്നേൽ ജയരാമന്. ഉത്സവങ്ങൾക്ക് ആനയെ എഴുന്നള്ളിച്ചു കിട്ടുന്ന കാശൊന്നും വേണ്ട അയാൾക്ക് ജീവിക്കാൻ. പിന്നെ ക്ഷേത്രങ്ങളിൽ നിന്ന് ചോദിക്കുമ്പോൾ കൊടുക്കും ആനയ്ക്കൊരു എന്റർടൈൻമെന്റ് ആകട്ടെ എന്ന് അയാൾ തമാശ പറയും. മാളികപ്പുറത്തെ ഉത്സവമായി ബന്ധപ്പെട്ട ആന ഇടഞ്ഞത് അറിഞ്ഞു അയാൾ രാവിലെ തന്നെ സ്ഥലത്തെത്തി.

ആനയുടെ അടുത്ത് ചെന്നു. അവൻ ശാന്തനായിരുന്നു.

'എന്താ സംഭവം ?'

'ഒന്നുമില്ല ചേട്ടാ ആൾക്കാരാരോ അവനെ ഉപദ്രവിച്ചപ്പോ അവൻ പ്രതികരിച്ചതാ. ചേട്ടന് അറിയാമല്ലോ നമ്മുടെ ആൾക്കാരുടെ കാര്യം. സെൽഫിയെടുക്കലും ഒരു ബഹളവും ആയിരുന്നു. പറഞ്ഞാൽ അനുസരിക്കുമോ ? ഞങ്ങളെ തല്ലാൻ വരും. ആരോ ആനയുടെ വാലിൽ പിടിച്ചു വലിച്ചിട്ടുണ്ടെന്നാ തോന്നുന്നേ.'

ഒന്നാം പാപ്പാൻ രാജേഷ് പറഞ്ഞു.

'നുണയാ സഹോദരാ.'

പിന്നിലായി ഒരു ശബ്ദം കേട്ട് ജയരാമൻ തിരിഞ്ഞ് നോക്കി. സുന്ദരനായ ഒരു ചെറുപ്പക്കാരൻ.

'എന്റെ പേര് നന്ദൻ... എന്റെ ഭാര്യയുടെ തറവാട് വക ക്ഷേത്രത്തിലേക്കാണ് ഇവനെ കൊണ്ട് വന്നത്.'

'ഓ...' ജയരാമൻ പുഞ്ചിരിച്ചു കൊണ്ട് ഹസ്തദാനം നൽകി.

'ഇവന് നല്ല വിശപ്പുണ്ടായിരുന്നു. ഭക്ഷണം കഴിച്ചിട്ട് രണ്ടു ദിവസമായിട്ടുണ്ടായിരുന്നുതാനും. വെള്ളം പോലും പാവത്തിന് ശരിക്കും കിട്ടിയിരുന്നില്ല. ഭയങ്കര ചൂടല്ലേ. ഇവിടെ വന്നപ്പോ ലൈറ്റിന്റെ പ്രകാശവും ചൂടും ആൾക്കാരുടെ ബഹളവും കുറെ നടപ്പും എല്ലാം കൂടെ പാവത്തിന്റെ പിടിവിട്ടു പോയതാ. പാവം...പഴവും ശർക്കരയും ഒക്കെ കൊടുത്തു വെള്ളവും കൊടുത്തപ്പോ ആൾ ശാന്തനായി. മിടുക്കനായി...അല്ലേടാ ?'

അവനാനയുടെ തുമ്പിക്കയ്യിൽ തലോടി.

ആന സ്നേഹത്തോടെ അവനോടു ചേർന്ന് അനങ്ങാതെ നിൽക്കുന്നത് ജയരാമൻ ശ്രദ്ധിച്ചു. അയാൾ രൂക്ഷമായി പാപ്പാന്മാരെ നോക്കി.

അവർ മുഖം കുനിച്ചു മിണ്ടാതെ നിന്നു.

'ആനകളെ പേടിയില്ലല്ലോ. അവനാണെങ്കിൽ കുറച്ചു കുറുമ്പ് കൂടുതലാ. പക്ഷെ നിങ്ങളോടു ഇണങ്ങി നിൽക്കുന്നു. അതിശയമാണല്ലോ.' അയാൾ നന്ദനോട് പറഞ്ഞു.

'വിശക്കുമ്പോ ഭക്ഷണം കൊടുക്കുന്നവരാരെങ്കിലും ഏതു മൃഗത്തിനും അവരോട് ഭയങ്കര സ്നേഹമായിരിക്കും സുഹൃത്തേ...മനുഷ്യന് മാത്രേ ആ ക്വാളിറ്റി ഇല്ലതെയുള്ളു.'

നന്ദൻ ചിരിച്ചു.

'എനിക്ക് പൊതുവെ ആനകളെ ഭയങ്കര ഇഷ്ടമാണ്. എന്ത് രസാ അല്ലെ.'

'ഉം.' ജയരാമൻ അവനെ തലോടി.

'എനിക്ക് ഇവൻ ഉൾപ്പെടെ മൂന്ന് പേരുണ്ട്. എനിക്കും ഭയങ്കര ഇഷ്ടാണ്. അങ്ങനെ എങ്ങും വിടുകയൊന്നുമില്ല. ഇതിപ്പോ ഇവിടെ മാളികപ്പുറത്തെ കാര്യം ആയതുകൊണ്ടാണ്.'

'ഇവനെ എനിക്ക് തരുവോ? തീരെ പ്രതീക്ഷിക്കാത്ത ഒരു നിമിഷം നന്ദൻ ചോദിച്ചു.

ജയരാമൻ അമ്പരന്നു അവനെ നോക്കി. കളിപ്പാട്ടം ചോദിക്കുന്ന ലാഘവത്തോടെയാണ് ചോദ്യം.

'എനിക്കിവനെ ഒരു പാട് ഇഷ്ടായി വില എത്രയാണ് എന്നറിഞ്ഞാൽ നന്നായിരുന്നു.'

'നോക്ക്. ഞാൻ ആനകളെ വിൽക്കാറില്ല. നമ്മൾ കുഞ്ഞുങ്ങളെ വിൽക്കില്ലല്ലോ. എനിക്കിവർ സ്വന്തമാ. മക്കളെ പോലെ തന്നെയാ. നിങ്ങൾക്ക് വേണമെങ്കിൽ ഞാൻ വേറെ അറേഞ്ച് ചെയ്തു തരാം. എന്റെ പരിചയത്തിൽ ഇഷ്ടം പോലെ ആൾക്കാർ ഉണ്ട്.'

നന്ദൻ ആനയെ നോക്കി.

'ഹേ വേണ്ട...ഇവനെ ഇഷ്ടായി അത് കൊണ്ട് ചോദിച്ചതാ ഇവന്റെ പേരെന്താ? '

'കാളിദാസൻ.'

'വലിയ പേരായി പോയി. അപ്പുന്ന് വിളിച്ചാൽ നന്നായിരിക്കും.' നന്ദൻ അവന്റെ കാലുകളിൽ തടവി.

'എന്നെ ഇവന്റെ പുറത്തു ഒന്ന് കയറ്റാമോ?'

'പിന്നെന്താ... അയാൾ പാപ്പാന്മാരെ കണ്ണ് കൊണ്ട് ആംഗ്യം കാണിച്ചു. പക്ഷെ പാപ്പാന്മാർ എന്തെങ്കിലും പറയും മുന്നേ തന്നെ.

അവരെ അത്ഭുതപ്പെടുത്തിക്കൊണ്ടു ആന മെല്ലെ നിലത്തിരുന്നു.

'അവനു നിങ്ങളെ ഇഷ്ടായിട്ടുണ്ട്. ഇനി ഈസി ആയി കയറിക്കൊള്ളു.' ജയരാമൻ ചിരിയോടെ പറഞ്ഞു.

നന്ദൻ അവന്റെ പുറത്ത് കയറി. ആദ്യമായിരുന്നു അവനൊരു ആനയുടെ പുറത്തു കയറുന്നത്.

അതിന്റെയൊരു ചെറിയ പരിഭ്രമം അവനുണ്ടായിരുന്നു. അത് ആനയ്ക്ക് മനസിലായത് പോലെയായിരുന്നു അതിന്റെ പെരുമാറ്റവും. അത് വളരെ സാവധാനം അവനെ കൊണ്ട് മൈതാനത്തിനു ഒരു വലതു വെച്ചു, പിന്നെ ക്ഷേത്രതിന്റെ മുന്നിൽ നിന്നു പ്രാർത്ഥിക്കാനെന്നോണം. നന്ദൻ കൈകൂപ്പി പ്രാർത്ഥിച്ചു അപ്പോ ഒരേയൊരു പ്രാർത്ഥനയെ അവന്റെ ഉള്ളിലുണ്ടായിരുന്നുള്ളു.

'ഇവനെ എനിക്ക് തരണേ ദൈവമേ.'

'അപ്പു...' അവനെ മെല്ലെ കുനിഞ്ഞു അവന്റെ കാതിൽ മന്ത്രിച്ചു. 'നീ എന്റെ കൂടെ പോരാമോടാ? അവൻ മെല്ലെ ചോദിച്ചു. ആന തുമ്പി കൈ ഉയർത്തിയെന്തോ ശബ്ദം പുറപ്പെടുവിച്ചു.

നന്ദൻ കുനിഞ്ഞു അവന്റെ മസ്തകത്തിൽ മുഖം അമർത്തി. അവന്റെ കാലിൽ ചവിട്ടി സാവധാനം നിലത്തിറങ്ങുമ്പോൾ നന്ദന്റെ ഉള്ളിലിരുന്നു എന്തോ വിങ്ങുന്നുണ്ടായിരുന്നു.

ജീവിതത്തിൽ അവൻ പാർവതിയെ അല്ലാതെ മറ്റൊന്നും ആഗ്രഹിച്ചിട്ടുണ്ടായിരുന്നില്ല. വലിയ ആഗ്രഹങ്ങൾ ഒന്നുമില്ല പണ്ടേ തന്നെ.

അവൻ യാത്ര പറഞ്ഞിട്ട് നടന്ന് പോരാൻ ഒരുങ്ങവെ ആന തുമ്പിക്കൈ കൊണ്ട് അവനെ ചുറ്റി പിടിച്ചു.

നന്ദൻ അവനെ തലോടി.

'വിട് മോനെ. നന്ദൻ പോട്ടെ.' ജയരാമൻ സ്നേഹത്തോടെ അവനോട് പറഞ്ഞു.

അവന്റെ തുമ്പിക്കൈയുടെ പിടി മെല്ലെ അയഞ്ഞു.

'എന്നെങ്കിലും ഇവനെ ആർക്കെങ്കിലും കൊടുക്കാൻ തോന്ന്യ എന്നെ വിളിക്കണം. ഇതാണ് നമ്പർ... പിന്നെ ഇവന്മാർ രണ്ടും ശരിയല്ല... മാറ്റിക്കോ അതാ നല്ലത്...' ജയരാമൻ ദേഷ്യത്തോടെ പാപ്പാന്മാരെ നോക്കി. പിന്നെ അവനെ നോക്കി തലയാട്ടി.

നന്ദനെ അയാൾക്ക് ഇഷ്ടപ്പെട്ടു. അല്ലെങ്കിലും ചുരുങ്ങിയ സമയം കൊണ്ട് കാണുന്നവരുടെ ഹൃദയം കീഴടക്കാൻ തക്ക ഒരു സിദ്ധിയുണ്ടവന് എന്നയാൾക്ക് തോന്നി. എന്തോ ഒരു പ്രകാശമവനെ ചുറ്റി നിൽക്കുന്നുണ്ട്. അല്ലെങ്കിൽ എങ്ങനെയാണ് കാളിദാസന് ഈ നിമിഷങ്ങൾ കൊണ്ട് അവനിത്രയും പ്രിയമുള്ളവനായത്? വെറുതെ ഭക്ഷണം കൊടു

ക്കുന്ന എത്ര പേരുണ്ട്?

അയാൾ കാളിദാസനെ നോക്കി. നന്ദൻ യാത്ര പറഞ്ഞു പോകുകയാണെന്ന് അവനു മനസിലായിട്ടുണ്ട് അവന്റ കണ്ണുകളിൽ വെള്ളം നിറഞ്ഞു നിൽക്കുന്നത്. അയാൾ അതിശയത്തോടെ കണ്ടു.

'എന്റെ വീട് ഇവിടെ അടുത്താ നന്ദ. ഇടക്ക് വരണം. ഇതാണ് എന്റെ നമ്പർ.' ജയരാമൻ പെട്ടെന്ന് നന്ദനെ പിടിച്ചു നിർത്തി.

നന്ദൻ പുഞ്ചിരിച്ചു 'വരും.'

'ഇനിയെങ്ങോട്ടാ ?'

'ഇനി അടുത്ത കരയിലേക്ക്. അവിടെ കൂടി കഴിഞ്ഞാ ഇവന് റസ്റ്റ് ആണ്... ഒഴിച്ച് കൂടാനാവാത്ത ചിലയിടങ്ങളിൽ മാത്രമേ ഇവനെ വിടുവുള്ളു. ഇവൻ കുഞ്ഞല്ലേ ?'

ജയരാമൻ അവന്റെ തുമ്പിക്കയ്യിൽ തലോടി.

'പോട്ടെ' നന്ദൻ കൈ വീശി. അവൻ നടന്നു പോകുമ്പോൾ പിന്നിൽ കാളിദാസന്റെ ചിഹ്നം വിളി കേൾക്കാമായിരുന്നു

ചില ബന്ധങ്ങൾ അങ്ങനെയാണ്. ഒറ്റ കാഴ്ചയിൽ, ഒറ്റ നോട്ടത്തിൽ പ്രിയമുള്ളതാകുന്നുണ്ട് അത്. അത്രമേൽ ഹൃദയത്തിലേക്ക് കയറിവരുന്നുണ്ട്.

അത് മനുഷ്യൻ മനുഷ്യനെ മാത്രം സ്നേഹിക്കുന്ന അവസ്ഥയിൽ മാത്രമല്ല. മൃഗങ്ങൾ പക്ഷികൾ. അങ്ങനെയങ്ങനെ. സ്നേഹത്തിനങ്ങനെ ഒരു കുഴപ്പമുണ്ടല്ലോ. ആരെയെന്നില്ല, ഇന്നതിനെയെന്നില്ല, ഏതവസ്ഥയെന്നില്ല തിരമാല അടിക്കും പോലെ അടിച്ചു കയറുകയാണ് ഹൃദയത്തിലേക്ക്. പിന്നെ അവരിറങ്ങി പോകുമ്പോൾ നൊമ്പരവും ചില ശേഷിപ്പുകളും ബാക്കിയാവുന്നു.

വേർപാടുകളെന്നും ശേഷിപ്പുകളാണ്. ചില ഓർമ്മകളുടെ പൊട്ടിയ കുപ്പിവളത്തുണ്ടുകൾ. അവനു തിരിഞ്ഞു നോക്കാൻ തോന്നിയില്ല. കണ്ടാൽ ഒരിക്കൽ കൂടി താൻ അവന്റെ അടുത്തേക്ക് ഓടി ചെന്നേക്കുമോ എന്നൊരു പേടി തോന്നിയവന്.

ജയരാമൻ കാളിദാസനെ ഒന്ന് തലോടി.

'വിഷമമായോടാ ?'

അവൻ ദൂരേക്ക് നോക്കി തുമ്പിക്കൈ നീട്ടി എന്തോ ശബ്ദം ഉണ്ടാക്കി.

'ഒറ്റ ദിവസം കണ്ട ആ മനുഷ്യനെ ഇവൻ ഇത്രയും ഇഷ്ടപ്പെടണം എങ്കിൽ ഇവൻ എത്ര പാവമാണെന്നു നിങ്ങൾക്ക് മനസിലായില്ലേ? 'തനി പാപ്പാന്മാരുടെ കൊണം എന്നോട് കാണിക്കല്ലേ എന്നെ അറിയാമല്ലോ, കയ്യും കാലും തല്ലിയൊടിക്കും ഞാൻ. കേട്ടോടാ.'

അതൊരു അലർച്ചയായിരുന്നു.

ജയറാമിന്റെ ആ മുഖം അവരധികം കണ്ടിട്ടില്ലാത്ത കൊണ്ട് തന്നെ അവർ ഭയന്ന് പോയി.

'നിങ്ങൾ പുതിയതായതു കൊണ്ടാ. എന്നെ ശരിക്കും അറിയാത്തത്. ബാക്കി ഉള്ളവരോട് ചോദിച്ചു മനസിലാക്ക് കേട്ടോ.'

അവർ മിണ്ടാതെ മുഖം താഴ്ത്തി നിന്നു.

അധ്യായം 13

ഗോവിന്ദിന്റെ അന്നത്തെ ക്ലാസുകൾ കഴിഞ്ഞു. അയാൾ സ്റ്റാഫ് റൂമിൽ ഒരു പുസ്തകം വായിച്ചിരുന്നു. അയാൾക്ക് ഏറ്റവും ഇഷ്ടം ആ കോളേജിൽ ചിലവിടുന്ന സമയമാണ്. പതിനെട്ടു വയസ്സിൽ പഠിക്കാനായി വന്നു. സന്തോഷങ്ങളും സങ്കടങ്ങളും നിരാശയും വിരഹവും പ്രണയവും വേദനയും എല്ലാം സമ്മാനിച്ചത് ഈ സ്ഥലമാണ്. ജീവിതത്തിൽ തോറ്റു പോയി എന്ന് ഉറപ്പിച്ചിടത്തു നിന്നെല്ലാം ഉയർത്തിക്കൊണ്ടു വന്നതും ഇവിടെ നിന്ന് കിട്ടിയ സൗഹൃദങ്ങളാണ്. അവരായിരുന്നു എന്നും ഒപ്പമുണ്ടായിരുന്നതും. അത് ഒരു ധൈര്യമാണ് ഇന്നും എന്നും. തളർച്ചയിൽ ഉപേക്ഷിച്ചു പോകാത്തവർ, വീണു പോകുമ്പോൾ ഒരു കൈ താങ്ങുന്നവർ, നിനക്ക് ഞാൻ ഇല്ലേടാ എന്ന് പറയാതെ പറയുന്നവർ. ഒരു പക്ഷെ ജീവിതത്തിൽ കിട്ടിയ ഏറ്റവും വലിയ ഭാഗ്യവും അതായിരിക്കും. കൂടെ പഠിച്ച ആനന്ദ് മുതൽ വഴിയിലിവിടെയോ അവസാനിക്കേണ്ടിയിരുന്ന തന്നെ ജീവിതത്തിലേക്ക് കൊണ്ട് വന്ന നന്ദൻ വരെ തന്റെ ആത്മാവിന്റെ ഭാഗമാണ്.

'പോയില്ലേ?'

ആഗ ടീച്ചർ.

'ഇല്ല ഒരു മണിക്കൂർ കഴിഞ്ഞാൽ ക്ലാസുകൾ അവസാനിക്കുമല്ലോ? അപ്പൊ പോകാം.'

'ഈ സ്ഥാനത്തു ഞാൻ ആയിരുന്നെങ്കിൽ ഇപ്പൊ വീട്ടിൽ എത്തിയേനെ.'

അവൻ ചിരിച്ചു.

'നമ്മുടെ ഒഫീഷ്യൽ ടൈം വൈകുന്നേരം നാല് വരെ അല്ലെ ?'

'അതെനിക്കിട്ടു ഒന്ന് വെച്ചതാണല്ലോ.'

ആഗ ചിരിച്ചു.

ആഗ പുതുതായി ജോയിൻ ചെയ്ത ടീച്ചർ ആണ്. ഈ വർഷം ആണ് അവർ ആ കോളേജിൽ വന്നത്.

ചെന്നൈയിൽ പഠിച്ചു അവിടെ തന്നെ വളർന്നതാണ് ആഗ. അച്ഛനും അമ്മയും ഡോക്ടർമാർ. ആഗ മുത്തശ്ശിക്കൊപ്പം കേരളത്തിൽ.

ഒത്തിരി ഇഷ്ടം തോന്നി വന്നതാണെങ്കിലും ഇപ്പൊ ആഗയ്ക്ക് കേരളം

ഇഷ്ടമല്ല. അവൾ അത് പലപ്പോഴും ഗോവിന്ദിനോട് പറയാറുണ്ട്.

'എനിക്കിവിടുത്തെ മനുഷ്യരെ ഇഷ്ടമല്ല ഗോവിന്ദ്. അവർക്ക് സാധാരണ മനുഷ്യന്റെ സ്വഭാവമല്ല. വേദനകളെ പരിഹസിക്കുകയും കൂടുതൽ മുറിവുകൾ ഏൽപ്പിക്കുകയും മഹാന്മാരെയും ജ്ഞാനികളെയും ബഹുമാനിക്കാത്തവരുമാണ് ഇവിടെയുള്ളവർ. പൊട്ടക്കുളത്തിലെ തവളകളെ പോലെ തങ്ങൾ ആണ് ലോകത്തിലേറ്റവും ബുദ്ധിയുള്ള ജനത എന്ന് അവർ വിശ്വസിക്കുന്നു. അവർ ചെയ്യുന്നതെല്ലാം ആനമണ്ടത്തരങ്ങൾ ആണെന്ന് അവർക്ക് പോലും അറിവില്ലാതായിരിക്കുന്നു, എനിക്ക് ചിലപ്പോൾ വിഷമം തോന്നാറുണ്ട് ഗോവിന്ദ്. എന്ത് കൊണ്ടാണ് ഇവിടെത്തെ റിസോഴ്സസ് ഇവിടെയുള്ളവർ അറിയാതെ പോകുന്നത് ? ചെന്നൈയിൽ ഞങ്ങളുടെ ഫ്ളാറ്റിൽ വെള്ളം വരിക വെളുപ്പിന് മൂന്നു മണിക്കാണ്. ഉണർന്നു അത് പാത്രങ്ങളിൽ പിടിച്ചു വെയ്ക്കുകയാണ് ചെയ്യുക. ചില പകലുകളിൽ വെള്ളമേ കാണില്ല. രാത്രി ആകുമ്പോൾ നൂല് പോലെ വരും. ഉണർന്നിരുന്നു അതൊക്കെ ശേഖരിച്ചു വെയ്ക്കും. ഇവിടെ എല്ലാമുണ്ട്. ശുദ്ധജലം, കാറ്റ്, സസ്യങ്ങൾ, മലകൾ, പുഴകൾ, നല്ല കാലാവസ്ഥ. സത്യത്തിൽ ഭൂമിയിൽ ഒരു സ്വർഗ്ഗമുണ്ടെങ്കിൽ അതിവിടെയാണ്. വെറുതെയല്ല ദൈവത്തിന്റെ സ്വന്തം നാട് എന്ന് പറയുന്നത്. പക്ഷെ ഇപ്പൊ അത് ഒരു കൂട്ടം ചെകുത്താന്മാരുടെ നാടായി കഴിഞ്ഞു. ഒരു ചാൻസ് കിട്ടിയാൽ ഞാൻ ഇവിടെ നിന്ന് പോകും.'

ഗോവിന്ദ് ചിരിക്കുകേയുള്ളു.

'ഞങ്ങൾക്ക് ഇവിടെ നിന്ന് ഒരിക്കലും പോകാനാവില്ല ആഗ.' അവൻ പറയും.

'എല്ലാവരുടെയും മനസ്സല്ല കേട്ടോ. ഞങ്ങൾ കുറച്ചു മലയാളികൾക്ക് എത്ര നല്ല സാഹചര്യമുണ്ടെന്നു പറഞ്ഞാലും സാമ്പത്തിക വർധനവ് കിട്ടുമെന്ന് പറഞ്ഞാലും ഇവിടെ വിട്ടു ഒരിക്കലും മറ്റൊരിടത്തേക്ക് പോകാനാവില്ല . ഇവിടെ ഒരു പാട് പ്രശ്നങ്ങൾ ഉണ്ടാകും. രാഷ്ട്രീയം, മതം, പൊട്ടിപൊളിഞ്ഞ റോഡുകൾ, ദിവസവും കേൾക്കുന്ന പീഡനപരമ്പരകൾ. അഴിമതികൾ ഒക്കെ ഉണ്ട് .പക്ഷെ കുറച്ചു പേർക്കെങ്കിലും കേരളമൊരു വികാരമാണ്. മണ്ടത്തരമായിരിക്കാം. നല്ല അവസരങ്ങൾ കിട്ടിയാലും ഇവിടെ തന്നെ തങ്ങുന്നത്. പക്ഷെ ചില ഇഷ്ടങ്ങളങ്ങനെയാണ് പ്രത്യേകിച്ച് സന്തോഷം ഒന്നും തരണമെന്നില്ല. ചിലപ്പോൾ സങ്കടങ്ങൾ ആവും തരിക. എന്നാലും നമ്മൾ ആ ഇഷ്ടങ്ങളെ ഉപേക്ഷിക്കില്ല, കാരണം ആ ഇഷ്ടങ്ങളിൽ ജീവിക്കുന്നതാണ് നമുക്കിഷ്ടം.'

ആഗ ചിരിക്കും.

'യു ആർ ഗ്രേറ്റ്... റിയലി ഗ്രേറ്റ്.'

അതവൾ വെറുതെ പറയുന്നതല്ലന്നും ഉള്ളിൽ തട്ടി പറയുന്നതാണെന്നും ഗോവിന്ദിന് അറിയാം. ആഗ എന്ത് പറഞ്ഞാലും ഹൃദയത്തിൽ നിന്നാണ് പറയുക. ഒരിക്കലും വെറുതെ ഉള്ള സുഖിപ്പിക്കലുകൾ ഒന്നും അവളുടെ ഭാഗത്തു നിന്നുണ്ടായിട്ടില്ല.

അത് കൊണ്ടാണ് ഒരുദിവസം

'ഐ ലവ് യു ഗോവിന്ദ്' എന്ന് കേട്ടപ്പോൾ കണ്ണ് നിറഞ്ഞു പോയത്.

'അതൊന്നും വേണ്ട ആഗ' എന്ന് പറഞ്ഞപ്പോൾ ആഗ ചിരിച്ചു.

'എനിക്ക് വേണം ഗോവിന്ദ്...കാരണം ഗോവിന്ദ് എന്റെ ഫസ്റ്റ് ലവ് ആണ്.'

അപ്പൊ അറിയാതെ താനും ചിരിച്ചു പോയി.

'ചെന്നൈയിൽ ബോയ്ഫ്രണ്ടിസ്നെയൊന്നും കിട്ടീട്ടില്ലേ സുന്ദരിക്കുട്ടിക്ക്.' എന്ന് കളിയാക്കി.

'ഫ്രണ്ട് ഇസ്‌തം...പക്ഷെ കാതൽ ഇല്ല. ലവ് അതില്ല. എന്റെ അമ്മ റൊമ്പ സ്ട്രിക്ട് അപ്പടി ഏതാവത് നിനച്ചാൽ പോതും. കടവുൾ താൻ കാപ്പാത്തുവാര് പിന്നെ.'

അവളുടെ തമിഴു കേൾക്കാൻ നല്ല രസമാണ്.

മലയാളം പറയുമ്പോൾ വലിയ ഗൗരവക്കാരിയെപ്പോലെയും തമിഴ പറയുമ്പോൾ നിഷ്കളങ്കതയുടെ ആൾരൂപമായും മാറും ആഗ.

'ഗോവിന്ദ്'

ആഗ അവന്റെ മുന്നിൽ വന്നിരുന്നു.

'ഉം.'

'മതി പുസ്തകവും വായിച്ചിരുന്നത്. നമുക്ക് ക്യാന്റീനിൽ പോകാം. നല്ല ചൂട് പഴംപൊരി കിട്ടും.'

'വേണോ ?' അവൻ മടിയോടെ ചോദിച്ചു.

'പിന്നെ വേണം... പ്ളീസ് പ്ളീസ്.'

'ചെല്ലന്റെ ഗോവിന്ദ് സാറെ...ആ ടീച്ചർ എത്ര നേരമായി വിളിക്കുന്നു.' പ്രൊഫസർ ഡാനി കളിയാക്കി കൊണ്ട് അങ്ങോട്ടേക്ക് വന്നു.

ഗോവിന്ദിന്റെ മുഖത്തു ഒരു ചുവപ്പ് വന്നു. ആഗ കൂസലില്ലാതെ അതെ ഇരുപ്പ് തന്നെ.

'എന്നെ വല്ലോമായിരുന്നെങ്കിൽ എപ്പോഴേ പോയേനെ.' അയാൾ ചിരിയോടെ കൂട്ടിച്ചേർത്തു.

'അതല്ലേ സാറിനെ വിളിക്കാത്തെ?'

അവൾ തിരിച്ചടിച്ചു.

'വാ ഗോവിന്ദ്.'

ഗോവിന്ദ് എഴുന്നേറ്റ് മൊബൈൽ എടുത്തു പോക്കറ്റിലിട്ട് അവൾക്കൊപ്പം നടന്നു.

'ഡാനിയേൽ സാറിന് കുറച്ചു കുശുമ്പ് ഇല്ലാതില്ല.'

അവൾ ചിരിച്ചു.

'നിനക്ക് കുറച്ചു കൂടി കൺട്രോൾ ഉണ്ടായിരുന്നെങ്കിൽ നന്നായിരുന്നു.' അവർ തനിച്ചായപ്പോൾ ഇടനാഴിയിൽ ആരുമില്ലെന്നുറപ്പായപ്പോൾ ഗോവിന്ദ് പറഞ്ഞു.

'അയ്യടാ എനിക്കില്ല...' അവൾ ചുറ്റും നോക്കിയിട്ട് അവന്റെ മുഖത്തേക്ക് മുഖം അടുപ്പിച്ചു ഒരു ഉമ്മ.

ഗോവിന്ദ് ഞെട്ടലോടെ ചുറ്റും നോക്കി

'ഈശ്വര ഈ പെണ്ണ്... പതിനാറു വർഷമായി ഞാൻ ഈ കോളേജിൽ. എന്റെ അറിവിൽ ടീച്ചർമാർ ആരും ഈ പണി കാണിച്ചിട്ടില്ല കേട്ടോ...ദൈവമേ ആരെങ്കിലും ഒക്കെ കണ്ടോ എന്തോ?'

'എന്നെ ഇഷ്ടമാണെന്നു പറ അല്ലെങ്കിൽ ഞാൻ ഇനിയും ഉമ്മ വെയ്ക്കും.'

'നീ എന്നെ അങ്ങ് കൊല്ല്.' അവൻ ചിരിച്ചു.

'കൊല്ലും കല്യാണം കഴിയട്ടെ... സ്നേഹിച്ചു സ്നേഹിച്ചു കൊല്ലും ഞാൻ.'

'പിന്നെ കല്യാണം. നിന്റെ വീട്ടിൽ ഒന്ന് പറഞ്ഞു നോക്ക് അപ്പൊ അറിയാം കോളിളക്കം. ഒരു കാലില്ലാത്തവൻ, അത്രക്കൊന്നും സാമ്പത്തികമില്ലാത്തവൻ. ഒന്ന് വെറുതെ ഇരിക്ക് എന്റെ കൊച്ചെ.കോമഡി പറഞ്ഞു ചിരിപ്പിക്കാതെ. കല്യാണം പോലും.'

'നമ്മുടെ കല്യാണം നടക്കും. ഈ പറഞ്ഞതൊക്കെ കുറവുകളല്ല ഗോവിന്ദ് കൂടുതലാ. ഒരു കാലില്ലാതെയും ജീവിതത്തിൽ വിജയിക്കുന്നവർ എത്ര പേരുണ്ടാവും? പിന്നെ വയസ്സ്. എനിക്കോ പക്വത ഇല്ല അത് കുറച്ചു കൂടുതൽ ഉള്ള ഒരാൾ മതിയെനിക്ക്. ഗോവിന്ദ് എപ്പോ ഓക്കേ പറയുന്നോ അപ്പൊ കല്യാണം.'

ഗോവിന്ദ് ആ നിഷ്കളങ്കതയിലേക്ക്, അവളുടെ പ്രണയത്തിലേക്ക് ഇമവെട്ടാതെ നോക്കി നിന്ന് പോയി ഒരു നിമിഷം, ഹൃദയത്തിൽ അടച്ചിട്ടിരുന്ന ഒരു കിളി കൂട് തുറന്നു പുറത്തേക്ക് പറക്കാൻ വെമ്പുന്നു. അവളുടെ തിളങ്ങുന്ന കണ്ണിലേക്ക് നോക്കി അവൻ ചിരിച്ചു.

'വേഗം ചെന്നില്ലെങ്കിൽ ബെൽ അടിക്കും പിള്ളേർ വരും. ഒരു പഴം പൊരി പോലും കിട്ടില്ല കേട്ടോ.'

ആഗ അവനെ നുള്ളി.

'കള്ളൻ... ആണ് ഗോവിന്ദ്. എനിക്കറിയാം എന്നോട് ഇഷ്ടമുണ്ടെന്ന്. പക്ഷെ സർപ്രൈസ് ആയിട്ട് പറഞ്ഞാൽ മതി കേട്ടോ. അടുത്ത വ്യാഴാഴ്ച എന്റെ പിറന്നാളാണ്. അന്ന് പറഞ്ഞാൽ മതി.'

ഗോവിന്ദ് ഉറക്കെ ചിരിച്ചു പോയി.

ക്യാന്റീനിൽ ആൾ കുറവായിരുന്നു.

'ആഹാ ഇന്നും രണ്ടു പേരും കൂടിയാണല്ലോ.'

ചായ എടുത്തു തരുന്ന ലളിത ചേച്ചി കള്ളചിരി ചിരിച്ചു

ഗോവിന്ദ് അത് കേൾക്കാത്ത ഭാവത്തിൽ മൊബൈൽ എടുത്തു നോക്കിയിരുന്നു.

'ഞാൻ പഴം പൊരി എടുത്തിട്ട് വരാം കേട്ടോ... പരിപ്പ് വട വേണോ?'

'ഒരെണ്ണം..ആ പിന്നെ ഒരു പഴം പൊരി മതി എനിക്ക്.'

'ഓക്കേ' അവൾ കൊച്ചു കുട്ടിയെ പോലെ ഓടി പോവുന്നത് നോക്കിയിരിക്കെ ഫോൺ ബെല്ലടിച്ചു.

അറിയാത്ത നമ്പർ ആണ്.

ആരാണോ എന്തോ ഇന്നലെയും കുറെ പ്രാവശ്യം വിളി വന്നു. അപ്പൊ കുട്ടികൾക്ക് ക്ലാസ് എടുക്കുകയായിരുന്നു. ഇവിടെ പഠിപ്പിച്ചു വീട്ടിൽ ചെന്നാലും തിരക്കാണ്. രാത്രിയിൽ കുറച്ചു കുട്ടികൾ ഉണ്ടാകും. പൈസക്ക് ഒന്നുമല്ല അവരുടെ കയ്യിൽ നിന്ന് ഒന്നും വാങ്ങാറുമില്ല. സംശയങ്ങൾ പറഞ്ഞു കൊടുക്കും. പിന്നെ കളിയായി വർത്തമാനമായി പോകുമ്പോൾ രാത്രി പത്തു മണി എങ്കിലും ആകും. അമ്മയ്ക്കും ഇഷ്ടമാണ് കുട്ടികളെ. എല്ലാവരുടെയും പേര് ഒക്കെ അറിയാം. ഒരാൾ വന്നില്ലെങ്കിൽ പോലും അമ്മ ചോദിക്കും.

വീണ്ടും ബെൽ അടിച്ചപ്പോൾ എടുക്കാൻ ആഞ്ഞതും ആഗ വന്നു മൊബൈൽ തട്ടിയെടുത്തു സ്വിച്ച് ഓഫ് ചെയ്തു.

'അങ്ങനെ ഇപ്പൊ എന്റെ അടുത്തിരുന്നു ഫോൺ വിളിക്കണ്ട. ആകെ ഈ കുറച്ചു സമയമാ സ്വസ്ഥമായി കിട്ടുക. അപ്പൊ ഫോൺ. ദേ കല്യാണം കഴിഞ്ഞാൽ ഞാൻ ഇത് അനുവദിക്കില്ലട്ടോ. എപ്പോളും ഫോൺ നോക്കുന്ന പരിപാടി.' അവൾ ഒന്ന് ചെറുതായി ചിരിച്ചു പിന്നെ നേർത്ത സ്വരത്തിൽ പറഞ്ഞു.

'എന്നെ നോക്കിയാൽ മതി.'

ഗോവിന്ദ് മെല്ലെ അവളുടെ കൈകളുടെ മുകളിൽ കൈ വെച്ച് ആ കണ്ണുകളിലേക്ക് നോക്കി.

'നീ ആരാ ആഗ?'

അവളുടെ കണ്ണുകൾ ഒന്ന് കലങ്ങി നിറഞ്ഞു

'നീ എന്തിനാ എന്നെ ഇത്രയധികം സ്നേഹിക്കുന്നത്? ഇത് കാണുമ്പോൾ എനിക്ക് പേടിയാണ്. ഇനിയൊരു വേദന കൂടി താങ്ങാൻ എനിക്ക് പറ്റില്ല ആഗ.'

'ഞാൻ അഖിലയല്ല.ഒരാൾ ഒരിക്കലും മറ്റൊരുവൾ ആവില്ല. ഞാൻ ഒരിക്കലും ഗോവിന്ദിനെ വിട്ടു പോവില്ല. വീട്ടുകാർ എതിർത്താലും എത്ര വർഷം കഴിഞ്ഞും ഞാൻ ഗോവിന്ദിന്റെ മാത്രമായിരിക്കും. ഗോവിന്ദ് എന്റെയും.'

ഗോവിന്ദിന്റെ കണ്ണുകളും ഇക്കുറി നിറഞ്ഞു.

'താങ്ക്യൂ'

അവൾ ചായ നീട്ടി.

'കുടിക്ക്'

അവൻ അത് വാങ്ങി സിപ് ചെയ്തു

'പിന്നെ അമ്മ വിളിച്ചിരുന്നു ട്ടോ വൈകുന്നേരം ചെല്ലുമ്പോൾ പച്ചമുളക്, തക്കാളി മല്ലിയില ഒക്കെയും വാങ്ങി കൊണ്ട് ചെല്ലാൻ പറഞ്ഞു.' അവൾ പഴം പൊരി തിന്നുകൊണ്ട് പറഞ്ഞു.

'അയ്യേ... അമ്മ ഇത് നിന്നെ വിളിച്ചു പറഞ്ഞോ?' അവന് നാണക്കേട് തോന്നി.

'പിന്നല്ലാതെ ? മോനെ വിളിച്ചു കിട്ടാതെ വന്നപ്പോൾ മരുമോളോട് പറഞ്ഞു അതിനെന്താ ?'

അവൾ കണ്ണിറുക്കിയടച്ചു ചിരിച്ചു.

'എങ്കിൽ പിന്നെ മരുമോൾ വാങ്ങിച്ചു കൊടുക്ക്. എന്നെ കൊണ്ട് വയ്യ ഇനി പച്ചക്കറി വാങ്ങാൻ പോകാൻ.'

'ആ ഞാൻ വാങ്ങി കൊടുക്കും. ഞാൻ കൂടി വരട്ടെ വീട്ടിലേക്ക് ?'

അവൻ ചിരിച്ചു.

'നിനക്കിന്നു എന്റെ അമ്മയെ കാണണം. അത്രയല്ലേ ഉള്ളു? അതിനു എന്റെ അനുവാദം എന്തിനാ പോയി കണ്ടൂടെ ?'

'ഗോവിന്ദിന്റെ ഒപ്പം വരാം.'

'ഓക്കേ'

അവൻ ചിരിച്ചു.

അഖില വീണ്ടും വിളിച്ചു നോക്കി സ്വിച്ച് ഓഫ് ആണ്. അവൾ ഫോൺ ബെഡിലേക്ക് വലിച്ചെറിഞ്ഞു ബെഡിൽ കമിഴ്ന്നു കിടന്നു.

ഗോവിന്ദ് ഞാൻ വരും. എനിക്ക് കാണണം അവൾ പിറുപിറുത്തു കൊണ്ടിരുന്നു.

അധ്യായം 14

'മോൾ അതൊന്നുമിപ്പോ ചെയ്യണ്ട അവിടെ വെച്ചേക്കു.'

തക്കാളി മുറിക്കാനൊരുങ്ങുന്ന ആഗയുടെ കയ്യിൽ നിന്ന് അമ്മ ബലമായി കത്തി വാങ്ങി മേശമേൽ വെച്ച് ചിരിച്ചു.

'സത്യത്തിൽ അടുക്കളപ്പണിയൊന്നും എനിക്ക് അറിയില്ല അമ്മെ. എന്റെ അമ്മയും അച്ഛനും അതൊന്നും പഠിപ്പിച്ചില്ല. എനിക്ക് കുക്കിംഗ് ഇഷ്ടമാണ്.' അമ്മ പറഞ്ഞു.

'തരൂ.'

അവൾ പറഞ്ഞു.

'പെൺകുട്ടികൾ അടുക്കളപ്പണി പഠിക്കണമെന്ന് എവിടെ എഴുതി വെച്ചിരിക്കുന്നു? അങ്ങനെയൊന്നുമില്ല. നളപാചകം എന്നല്ലേ പറയുക? പുരാണങ്ങളിൽ പോലും എഴുതി വെച്ചിട്ടില്ലേ അത്? അപ്പൊ പുരുഷൻ പാചകം ചെയ്തിരുന്നു എന്നതിന് തെളിവുണ്ട്. കാലം പോകെ പോകെ പെണ്ണിനെ അടുക്കളയിൽ തളച്ചിടാൻ ആണുങ്ങൾ കണ്ടുപിടിച്ച സൂത്രം അല്ലെ ഇത് ? പാവം പെണ്ണുങ്ങൾ ഇപ്പോഴും വിശ്വസിക്കുന്നത് അടുക്കള അവരുടെ സാമ്രാജ്യം ആണെന്നാ.'

ആഗ പൊട്ടിച്ചിരിച്ചു.

'അമ്മ ഫെമിനിസ്റ്റ് ആണോ ?'

'ദേ കണ്ടോ മോൾ പോലും ചോദിക്കുന്നത് ? എന്തെങ്കിലും പെണ്ണിന്റെ അവകാശങ്ങളും സ്വാതന്ത്ര്യങ്ങളും ചോദ്യം ചെയ്യുന്നവരെ ഫെമിനിസ്റ്റ് എന്ന ലേബലിൽ അങ്ങ് നിർത്തിയേക്കും. പിന്നെ ചോദിക്കുകേലില്ലയോ ?'

'അയ്യോ അമ്മെ ഞാൻ ഒരു തമാശ പറഞ്ഞതല്ലേ ?'

'എന്താണ് കുറെ നേരമായല്ലോ രണ്ടു പേരും കൂടി ?'

ഗോവിന്ദ് കുളിച്ചു വേഷം മാറി വന്നു.

കടും ബ്രൗൺ നിറത്തിലുള്ള ടീ ഷിർട്ടിൽ അവനെ കാണാൻ നല്ല ഭംഗി ഉണ്ടായിരുന്നു.

നനഞ്ഞ മുടി ചിതറി നെറ്റിയിലേക്ക് വീണു കിടന്നു.

'ഞങ്ങൾ ആഗോളവിപണിയിൽ തക്കാളിയുടെ വിലയിടിവ് ഉണ്ടായതിനെക്കുറിച്ച് ചർച്ച ചെയ്യുകയായിരുന്നു.'

ആഗ കള്ള ചിരിയോടെ പറഞ്ഞു.

'എന്നിട്ട് എന്തായി ? ഉടനെയെങ്ങാനും കൂടുമോ ?'

അവൻ ആ നാണയത്തിൽ തന്നെ മറുപടി കൊടുത്തു.

'ആൾ കൊള്ളാല്ലോ? അമ്മയ്ക്കറിയുമോ കോളേജിൽ പൂച്ചയാ. പാവം നോക്ക് പറയുന്നത്.'

'ഇവനോ പൂച്ചയോ? ബെസ്റ്റ്. എന്റെ മോളെ ഇവൻ പൂച്ചയുമല്ല എലിയുമല്ല സിംഹമാ സിംഹം. മോളിവന്റെ നല്ല മുഖം കണ്ടിട്ടില്ലല്ലോ. കണ്ട പിന്നെ ഈ പരിസരത്തു വരില്ല ഓടി രക്ഷപെടും. പണ്ടത്തെ കലിപ്പനാ' അമ്മ വാ പൊത്തി ചിരിച്ചു.

ഗോവിന്ദിന്റെ മുഖം ഒന്ന് വിളറി.

'ആർക്കെങ്കിലും ചായ വേണെങ്കിൽ പറഞ്ഞോ. ഞാൻ ഒരു ചായ ഇടാൻ പോവാ.'

അവൻ ഉറക്കെ പറഞ്ഞു കൊണ്ട് അടുക്കളയിലേക്ക് പോയി.

അമ്മ പച്ചക്കറി നുറുക്കി തുടങ്ങി.

'എന്തിനാ അമ്മെ ഇത് ?'

'രാത്രി ഗോവിന്ദ് ചോറ് ആണ് കഴിക്കുക. കൂടുതൽ നിർബന്ധമൊന്നുമില്ല പക്ഷെ തക്കാളി രസം വേണം. അതിനാ തക്കാളി. എടാ എനിക്കൊരു ചായ കൂടി കേട്ടോ.' അമ്മ ഉറക്കെ പറഞ്ഞു.

'എനിക്കും വേണം ഞാൻ കൂടി ചെല്ലാം. ഹെൽപ് ചെയ്യാം.'

അമ്മ ഒന്ന് മൂളി .

ആഗ അടുക്കളയിലേക്ക് ചെന്നു.

'നിനക്ക് വേണോ ചായ ?'

ആഗക്ക് ആ ചോദ്യം ഇഷ്ടായി.

അവന്റെ മുഖം, നോട്ടം ചിരി ഒന്നും കോളേജിൽ കാണും പോലെയല്ല വേറെ ഗോവിന്ദ്.

'വേണോടി ?' അവൻ കുനിഞ്ഞ് ആ മുഖത്തേക്ക് മുഖം അടുപ്പിച്ചു ചോദിച്ചു.

'ഉം.' അവളുടെ മുഖം ചുവന്നു.

അവൻ ചായ തിളപ്പിച്ച് ഇറക്കി വെച്ചു. അത് കപ്പുകളിൽ പകർന്നു .

'അമ്മയ്ക്ക് കൊടുത്തിട്ടു വാ. ഞാൻ ടെറസിൽ ഉണ്ടാകും.'

അവൾ തലയാട്ടി.

'അമ്മെ ചായ.' അവൾ ചായ കൊടുത്തു.

'അമ്മെ ഞാൻ ടെറസിലോട്ട് പോകുന്നെ. പച്ചക്കറികളൊക്കെ എങ്ങനെയുണ്ടെന്നു നോക്കട്ടെ. ഇന്നലെ പോകാൻ പറ്റിയില്ല. ഗോവിന്ദ് അമ്മ

യോട് പറഞ്ഞു.

'അപ്പൊ എനിക്കിന്ന് പോകണ്ടല്ലോ.' അമ്മ ആശ്വാസത്തോടെ പറഞ്ഞു.

'ആഗ..എന്റെ ചായ കൂടെ എടുത്തോ.'

അവൻ ആഗയോട് പറഞ്ഞിട്ട് നടന്നു തുടങ്ങി.

അമ്മയുടെ മുഖത്ത് ഒരു കള്ളച്ചിരി വന്നത് ആഗ കണ്ടില്ലന്നു നടിച്ചു.

ടെറസിൽ നിറയെ പച്ചക്കറികളായിരുന്നു.

'ദേ ആ ഷെൽഫിൽ നിന്ന് വട്ടി എടുത്തോ. വെണ്ടക്കയും തക്കാളിയുമൊക്കെ പാകമായിട്ടുണ്ടാകും.'

അവൾ ആദ്യമായിട്ടായിരുന്നു ആ ടെറസിൽ കയറുന്നത്. നിറയെ പച്ചക്കറികൾ പല തട്ടുകളിലായി ഭംഗിയായി അടുക്കി വളർത്തിയിരുന്നു.

അവൾ ഓരോന്നിന്റെയും അടുത്ത് പോയി കൗതുകത്തോടെ നോക്കി.

'ഇത് കുറെയുണ്ടല്ലോ? വിൽക്കാറുണ്ടോ?'

'ഇല്ലന്നെ അയല്പക്കത്തൊക്കെ കൊടുക്കും. മുഴുവനും നമുക്ക് വേണ്ടല്ലോ.'

'ചേട്ടാ കൂയ്'

അപ്പുറത്തെ ടെറസിൽ നിന്ന് ഒരു വിളിയൊച്ച കേട്ട് അവർ അങ്ങോട്ട് നോക്കി.

ഒരു സുന്ദരിക്കുട്ടി.

'നിനക്കിന്നു ട്യൂഷൻ ഇല്ലേ? ' ഗോവിന്ദ് ചോദിച്ചു

'ഓ ഞാൻ പോയില്ല. ഈ കണക്ക് കണ്ടു പിടിച്ചവൻ ആരാണോ എന്തോ കയ്യിൽ കിട്ടിയിരുന്നെങ്കിൽ ഞാൻ അവനെ കൊന്നേനെ.'

ഗോവിന്ദ് ചിരിച്ചു.

'ആഗ ഇത് മാളു. പ്ലസ്ടു ആണ്. അപ്പുറത്തെ മല്ലിക ആന്റിയുടെയും ശശിയങ്കിളിന്റെയും ഒറ്റ മകൾ.'

'ആഹാ ഇതാണല്ലേ ആ കക്ഷി ... ഹലോ ചേച്ചി.'

'എന്നെ അറിയുമോ ?'

'പിന്നെ... ഇവിടെയൊരാൾക്ക് കോളേജിലെ ഏതു വിശേഷം പറഞ്ഞാലും ഉപ്പില്ലാതെ കറി ഇല്ല എന്ന പോലെ ആഗ എന്നപേരില്ലാതെ എന്ത് കോളേജ് ?'

ആഗ ചിരിച്ചു.

'എന്ന നിങ്ങളുടെ കല്യാണം ?'

ഗോവിന്ദ് ആഗയെ നോക്കി.

'നാളെ ആയാലോ നീ ഫ്രീ ആകുമോ ?' അവൻ കുസൃതിയിൽ ചിരിച്ചു കൊണ്ട് ചോദിച്ചു.

'അമ്പട കൊള്ളാല്ലോ.' മാളു ഉറക്കെ പറഞ്ഞു.

അവൻ മുറിച്ച പച്ചക്കറികൾ കുറച്ചു ഒരു പ്ലാസ്റ്റിക് കവറിലാക്കി ടെറസിനരികിൽ ചെന്ന് അവളുടെ വശത്തേക്ക് ഇട്ടു കൊടുത്തു.

'നീ ഇതും കൊണ്ട് പോയെ... ഞങ്ങളെ സ്വസ്ഥമായി വിട് കൊച്ചെ '

'ഓ ഞാൻ പൊയ്ക്കോളാമേ. ആഗ ചേച്ചി... യു ആർ വെരി ലക്കിട്ടോ.'

കൈ വീശി കാണിച്ചു കൊണ്ട് അവൾ പോയി.

'പെണ്ണിന്റെ നാക്ക്... എന്റെ അടുത്ത് കുറച്ചു നാൾ ട്യൂഷന് വരുമായിരുന്നു... അങ്ങനെയാ ഞങ്ങൾ ഫ്രണ്ട്സ് ആയത്... നല്ല കൊച്ചാ. ഇപ്പൊ എനിക്ക് സമയം ഇല്ല... കോളേജിൽ നിന്ന് വന്നു കഴിഞ്ഞാൽ ഇവിടെയാ ഇപ്പോഴും. ചില ദിവസം നമ്മുടെ സ്റ്റുഡന്റ്സ് കാണും. പിന്നെ ഇവരുടെ കൂടെ നിൽക്കുമ്പോൾ മനസ്സിന് നല്ല സന്തോഷമാണ്.'

ആഗ ആ മുഖത്തേക്ക് തന്നെ നോക്കി നിന്നു. അസ്തമയസൂര്യന്റെ ചുവപ്പ് അവന്റെ മുഖത്ത് നിറഞ്ഞ പോലെ.

'ഗോവിന്ദ് ...'

'ഉം.'

ഗോവിന്ദിന് എന്നോട് എത്ര ഇഷ്ടം ഉണ്ട് ?'

അവൾ മെല്ലെ ചോദിച്ചു.

അവൻ ഒന്ന് അമ്പരന്ന പോലെ തോന്നി.

'അത് പറയാതെ അറിയില്ലേ നിനക്ക് ?'

'ഇഷ്ടങ്ങൾ പറഞ്ഞു കേൾക്കുക സുഖമല്ലേ ?' അവൾ മെല്ലെ ചിരിച്ചു.

'എനിക്ക് അത് അങ്ങനെ പറയാൻ അറിയില്ല ആഗ... എനിക്ക് പേടിയാണ് എന്തിനെയെങ്കിലും ഇഷ്ടപ്പെടാൻ... ഞാൻ എന്ത് ഒരു പാട് ആഗ്രഹിച്ചാലും അത് എനിക്ക് നഷ്ടമായി പോകും. അതെന്റെ വിധിയാ. അത് കൊണ്ട് ഒത്തിരി ആഗ്രഹിക്കാറില്ല.'

'ഞാനും ഗോവിന്ദിനെ വിട്ടുപോകുമെന്നാണോ ?'

ഗോവിന്ദ് മൗനമായി.

'എന്നെ വിശ്വാസമില്ലേ ഗോവിന്ദ് ?'

അവളുടെ ശബ്ദം ഒന്നടച്ചു.

അതിനുമവൻ മറുപടി പറഞ്ഞില്ല.

അസുഖകരമായ ഒരു മൗനം അവരെ തഴുകി കടന്നു പോയി. അവിടെ നിന്ന് താഴേക്ക് വന്നപ്പോഴും അതവരെ ചൂഴ്ന്നു നിന്നു.

'രണ്ടാളും പിണങ്ങിയോ ?'

അമ്മ അവളോട് ചോദിച്ചു.

'ഇല്ലമ്മേ ... ഞാൻ ഇറങ്ങട്ടെ രാത്രിയാകുന്നു.' അവൾ വരുത്തിക്കൂട്ടിയ ഒരു ചിരിയോടെ പറഞ്ഞു.

അമ്മ തലയാട്ടി.

'പോയ് വരാം.' ഗോവിന്ദിനോടവൾ പറഞ്ഞു.

'നിൽക്ക്. ഞാൻ കൊണ്ട് വിടാം.' അവൻ കാറിന്റെ കീ എടുത്തു.

അവൾ എതിർത്തില്ല.

കാർ ഓടിക്കൊണ്ടിരിക്കുമ്പോൾ ഗോവിന്ദ് അവളെ നോക്കി. സദാ ചിരിക്കുന്ന മുഖം വാടി ഇരുന്നു.

'എടീ...' ആഗ ഞെട്ടി അവനെ നോക്കി.

'നീ എന്താ കൊച്ചു പിള്ളേരെ പോലെ ?'

'അറിയില്ല.' അവൾ വിഷാദത്തോടെ പറഞ്ഞു.

അവൾ വെറുതെ പുറത്തേക്ക് നോക്കി ഇരുന്നു.

'എന്റെ കൊച്ചെ നീ ഇങ്ങനെ ഇരിക്കല്ലേ.'

അവൻ കാർ സൈഡ് ഒതുക്കി.

'ഇങ്ങോട്ട് നോക്ക്.'

'ഗോവിന്ദിന്റെ മനസ്സിൽ ഇപ്പോഴും അവളുണ്ടോ ?'

പെട്ടെന്ന് ആഗ ചോദിച്ചു. അവളുടെ മുഖം ക്ഷോഭം കൊണ്ട് ചുവന്നിരുന്നു.

'അതെന്താ നീ...?' ഗോവിന്ദ് പാതിയിൽ നിർത്തി.

'പിന്നെന്താ അത് വലിയ നഷ്ടമാണെന്ന് ഇപ്പോഴും കരുതുന്നത്? ഗോവിന്ദിനെ ചതിച്ചിട്ട് പോയതല്ലേ അവള്? മരിച്ചു പോയ ഭാര്യ ഒന്നുമല്ലല്ലോ ?'

ഗോവിന്ദ് വിവർണമായ മുഖത്തോടെ അവളെ നോക്കി.

'ആഗ...' അവനെ കയ്യിൽ മെല്ലെ തൊട്ടു.

അവളവനെ നോക്കി.

'അവളെന്റെ മനസ്സിൽ ഇല്ല എന്ന് പറഞ്ഞാൽ അത് ഞാൻ നിന്നോട് പറയുന്ന ഏറ്റവും വലിയ നുണയാണ്. അങ്ങനെ ഇല്ലാതിരിക്കാൻ പറ്റുമോ മനുഷ്യന് ? ചില മനുഷ്യരെ നമ്മൾ ഒരു പാട് സ്നേഹിക്കും. ഒരു പക്ഷെ ജീവനേക്കാൾ കൂടുതൽ. ചില സമയം അറിഞ്ഞോ അറിയാതെയോ നമ്മെ വേദനിപ്പിച്ചിട്ട് അവർ നമ്മെ വിട്ടുപോകും. അറിയാതെ വിട്ടു പോകുന്നതാണ് മരണം. അറിഞ്ഞു കൊണ്ട് വിട്ടു പോകുന്നത്, അതും നമ്മൾ ഒന്നുമല്ല എന്ന് നമ്മളെ ഓർമ്മിപ്പിച്ചു കൊണ്ട് വിട്ടു പോകുന്നത് ചതിയാണ്. അത് ചെയ്യുന്നവരോട് ചിലപ്പോൾ നമ്മൾ ക്ഷ

മിച്ചേക്കാം. പക്ഷെ മറക്കില്ല ആ ആളെയും, ആ അനുഭവത്തെയും. കാരണം ലൈഫിൽ പിന്നെ ഒരിക്കലും ഒരാളിൽ നിന്നും അത് ഒന്ന് കൂടെ അനുഭവിക്കാതിരിക്കാൻ ഉള്ള മുൻകരുതലാണ് അത്. അത് സ്നേഹം അല്ല. വെറുപ്പുമല്ല. അതും ഒരു മരണം തന്നെ. നമ്മളെ സംബന്ധിച്ച് അയാൾ മരിച്ചു കഴിഞ്ഞു. പക്ഷെ ആ അനുഭവം മാഞ്ഞു പോകുന്നില്ല. അല്ലാതെ അഖിലയോട് എനിക്കിപ്പോ എന്താ? ഒന്നുമില്ല. അവൾ എന്റെ ആരുമല്ല.'

ആഗയുടെ കണ്ണുകൾ നിറഞ്ഞു.

'സോറി.'

'എന്തിന് ?' അവൻ ചിരിച്ചു.

'ഞാൻ ഇനി അത് ചോദിക്കില്ല.'

അവൾ മെല്ലെ പറഞ്ഞു.

അവൻ വെറുതെ പുറത്തേക്ക് നോക്കി. ഒരു മഴ വരുന്നുണ്ട്. നോക്കിയിരിക്കെ കാറിന്റെ ഗ്ലാസ്സിലേക്ക് മഴത്തുള്ളി വീണു കഴിഞ്ഞു.

അവൻ പ്രണയത്തോടെ അവളുടെ മുടി ഒതുക്കി വെച്ചു.

മൂക്കിൻ തുമ്പിൽ ചൂണ്ടു വിരൽ കൊണ്ട് ഒരു വര വരച്ചു. അവളുടെ മിഴികൾ പിടഞ്ഞു താണു.

'ആഗ ?'

'ഉം.'

'ഞാൻ നിന്നെ എത്ര സ്നേഹിക്കുന്നുണ്ടന്ന് അറിയണോ ?'

അവളെ കണ്ണുകളിലേക്ക് നോക്കി ഗോവിന്ദിന്റെ മുഖം ചുവന്നിരുന്നു.

ശ്വാസത്തിന് ചൂട്.

ആഗ തലയാട്ടി.

അവളുടെ ചുണ്ടുകളിലേക്ക് ഒരു ചിത്രശലഭം പറന്നിറങ്ങി.

അവൾ ഗോവിന്ദിന്റെ പിൻ കഴുത്തിൽ കൈകൾ ചുറ്റി തെല്ലു ഉയർന്നവന്റെ മടിയിലേക്ക് ചേർന്നിരുന്നു.

പുറത്തു മഴ ശക്തമായി.

അവനവളെ ഒന്ന് കൂടി തന്നോടടുപ്പിച്ചു പിടിച്ചു.

ചുംബനങ്ങളുടെ പെരുമഴയിൽ അവൾ നനഞ്ഞു കുതിർന്നു. ഒടുവിൽ കണ്ണുകൾ പാതിയടച്ച് അവന്റെ കഴുത്തിലേക്ക് മുഖം ചേർത്ത് വെച്ച് അവനെ ഇറുകെ കെട്ടിപുണർന്നു അവൾ.

'ഇനി പറയ് ഗോവിന്ദ് നിന്നെ എത്ര സ്നേഹിക്കുന്നുവെന്ന്?' അവനവളുടെ കാതിൽ ചോദിച്ചു.

ആഗ നാണത്തിൽ ചിരിച്ചു.

'പറയെടീ. ' അവൻ ആ മുഖം ഉയർത്തി മൂക്കിൻത്തുമ്പിൽ മൂക്ക് ഉരസി.

'നമ്മുക്ക് കല്യാണം കഴിക്കാം ഗോവിന്ദ്.' അവൾ അടക്കി പറഞ്ഞു.

'ഇപ്പോഴോ ?' അവൻ ആ ചുണ്ടിൽ ഒന്ന് കടിച്ചു.

'കളി പറയല്ലേ ?' അവൾ മുഖം കൂർപ്പിച്ചു.

'യെസ്... നമ്മുക്ക് കല്യാണം കഴിക്കാം.' അവൻ സമ്മതിച്ചു.

'സത്യം ?' അവൾ വിശ്വാസം വരാത്തത് പോലെ അവനെ നോക്കി.

'സത്യം... അവൻ അവളുടെ ചുണ്ടുകളിലേക്ക് വീണ്ടും മുഖം താഴ്ത്തി.'

'നല്ല മധുരമാണ് നിന്റെ ചുണ്ടുകൾക്ക്. വെണ്ണയുടെ മിനുപ്പും.' അവൻ ആ ചുണ്ടുകളിൽ മതി വരാത്തത് പോലെ ചുംബിച്ചു.

അവൾ അവന്റെ കണ്ണുകളിൽ തൊട്ടു.

'എനിക്ക് ഏറ്റവും ഇഷ്ടം ഗോവിന്ദിന്റെ കണ്ണുകളാണ്. ചെമ്പൻ നിറമുള്ള കണ്ണുകൾ.'

'പിന്നെ എന്തൊക്കെ ഇഷ്ടമുണ്ട് ?'

അവൻ കുസൃതിയിൽ ചിരിച്ചു.

'എല്ലാം ...എല്ലാം .'

അവൾ ആ നെഞ്ചിലേക്ക് മുഖം ചേർത്ത് വെച്ചു.

പ്രണയം.

തീ പിടിക്കുന്ന പ്രണയം.

മനസ്സും ശരീരവും തീ പിടിപ്പിക്കുന്ന പ്രണയം.

മഴ തോർന്നു

'പോകാം നമുക്ക്.'

അവൻ തോർന്ന മഴ നോക്കി.

'ഉം.'

ആഗയെ കൊണ്ട് വിട്ടിട്ട് തിരിച്ചു വരുമ്പോൾ ഫോൺ ശബ്ദിച്ചു.

അമ്മയാവും എന്ന് കരുതി സൈഡ് ഒതുക്കി അവൻ ഫോൺ നമ്പർ നോക്കി.പരിചയമുള്ള നമ്പർ അല്ല.പക്ഷെ കഴിഞ്ഞ കുറച്ചു ദിവസങ്ങളായി ഈ നമ്പറിൽ നിന്നു മിസ് കോളുകൾ അവൻ കാണുന്നുണ്ടായിരുന്നു

'ഹലോ ആരാണ്? '

ഇപ്പുറത്ത് അഖിലയുടെ ഹൃദയത്തിൽ ഒരു കടലിരമ്പി. വർഷങ്ങൾക്ക് ശേഷം ഗോവിന്ദ്... അവന്റെ ശബ്ദം.

'ഹലോ കേൾക്കുന്നില്ലേ ? ഞാൻ ഡ്രൈവ് ചെയ്യുകയാണ് പിന്നെ

വിളിക്ക്.'

അപ്പുറത്ത് നിന്നു ശബ്ദം ഒന്നും കേൾക്കാതായപ്പോൾ അവൻ പറഞ്ഞു.

'ഗോവിന്ദ്.'

അവൻ പെട്ടെന്ന് സ്തബ്ദനായി, ഒരു നിമിഷം കൊണ്ട് ഉയർന്നു പോയ നെഞ്ചിടിപ്പുകളെ പെട്ടെന്ന് അവൻ സാധാരണ ഗതിയിലാക്കി.

'അതെ ഗോവിന്ദാണ്. ആരാണ് ?'

അഖിലക്ക് നിരാശ തോന്നി. വിളിക്കുമ്പോൾ തന്റെ ശബ്ദം തിരിച്ചറിയുന്ന ഗോവിന്ദിന്റെ ആഹ്ലാദം അവൾ പ്രതീക്ഷിച്ചിരുന്നു.

'ഞാൻ അഖിലയാണ്.'

'ആ അഖില. സുഖമാണോ ?'

ഏതോ അപരിചിതയോടു ചോദിക്കും പോലെ.

അവൾ ഒന്ന് മൂളി.

'എന്താ വിളിച്ചത് ?'

'വെറുതെ... ഞാൻ ഈയിടെ ആണ് അറിഞ്ഞത് ആക്സിഡന്റ്... പിന്നെ...'

'ഓ അത് ചെറിയ ഒരു ആക്സിഡന്റ് ആയിരുന്നു അത് കഴിഞ്ഞു. ഇപ്പൊ കുറെ വർഷങ്ങളുമായി...ഞാൻ ഇപ്പൊ ഓക്കേ ആണ്.'

'എനിക്ക് ഗോവിന്ദിനെ ഒന്ന് കണ്ടാൽ കൊള്ളാമെന്നുണ്ട്. ഞാൻ കോളെജിലോട്ട് വരട്ടെ ?'

ഗോവിന്ദ് ഒന്ന് സൈലന്റ് ആയി.

വർഷങ്ങൾക്ക് ശേഷം ചതിച്ചിട്ട് പോയ പഴയ കാമുകി വിളിക്കുകയാണ്.അതും എപ്പോ? നല്ലൊരു പെങ്കൊച്ചുമായി പ്രണയത്തിലായി കല്യാണം കഴിക്കാൻ തീരുമാനിച്ച രാത്രി തന്നെ... ഹോ ദൈവമേ എന്റെ സമയം നല്ല ബെസ്റ്റ് സമയം.

'കാണാം അഖില... തീർച്ചയായും കാണാം. ഞാൻ വിളിക്കാം.'

അഖിലയുടെ ഹൃദയം നിറഞ്ഞ് തുളുമ്പി.

'ശരി.' അവൾ ഫോൺ കട്ട് ചെയ്തു.

കാണാമെടി കാണാം. കാണണമല്ലോ. ഇല്ലെങ്കിൽ പിന്നെ ഭൂമി ഉരുണ്ടതാണെന്നു പറഞ്ഞിട്ട് എന്ത് കാര്യം.

അവൻ നേർത്ത ചിരിയോടെ കാർ സ്റ്റാർട്ട് ചെയ്തു.

അധ്യായം 15

ഉത്സവം ഗംഭീരമായി കഴിഞ്ഞു.

ഇനിയാണ് ശരിക്കുമുള്ള മാളികപ്പുറത്തെ ഉത്സവം. പൗർണമിയുടെ കല്യാണനിശ്ചയം. അത് കൊണ്ട് തന്നെ തോരണങ്ങളും അലങ്കാരങ്ങളുമൊന്നും അഴിച്ചില്ല. ബന്ധുക്കളാരും സ്വന്തം വീടുകളിലിലേക്ക് പോയതുമില്ല. ആകെയൊരു ആഘോഷത്തിന്റെ തിമിർപ്പ് തന്നെ.

ഓണം പോലെ. തറവാട്ടിൽ ആദ്യമായാണ് ഇത്രയധികം ആൾക്കാർ കൂടുന്നത്. എല്ലാവരും ആഹ്ലാദത്തിമിർപ്പിലാണ്.

സ്വന്തം പ്രശ്നങ്ങളും സങ്കടങ്ങളും ഒക്കെ അവർ തൽക്കാലത്തേക്കെങ്കിലും മറന്നു പോയിരിക്കുന്നു. വേറെ ഒരു ജന്മം ജീവിക്കുന്നത് പോലെ. അല്ലെങ്കിലും അതങ്ങനെയാണ്. സ്നേഹിക്കുന്നവരുടെ ഇടയിൽ നിൽക്കുമ്പോൾ മനസ്സിന് നല്ല സുഖമാണ്. മഞ്ഞു പെയ്യുന്ന സുഖം.

കുട്ടികളൊക്കെ കളികളിലാണ്. അവർക്ക് ഭക്ഷണം പോലും വേണ്ട. കസിൻസിനെയൊന്നും ഇത് പോലെ ഉടനെ അടുത്ത് കിട്ടില്ല എന്ന് അവർക്ക് നന്നായറിയാം. ആരുടെയും കയ്യിൽ മൊബൈൽ ഫോണുകൾ ഇല്ല എന്നതായിരുന്നു ഏറ്റവും വലിയ കൗതുകം. അവർ അത് പൂർണമായി ഉപേക്ഷിച്ച മട്ടായിരുന്നു. ഗെയിം കളിച്ചു മുഴുവൻ സമയവും മൊബൈലിൽ കുത്തിയിരുന്ന കുട്ടൂസ് പോലും മാവിൻ കൊമ്പിലെ ഊഞ്ഞാലിലാണ് കൂടുതൽ സമയവും. ശ്രീകുട്ടിയും അവർക്കൊപ്പം തന്നെ ആയിരുന്നു കുട്ടികൾക്കൊക്കെ അവളെ വലിയ ഇഷ്ടമായി. അവൾക്ക് ഒരു പാട് പുതിയ കളികൾ അറിയാം. അതൊക്കെ പഴയ കളികൾ ആണെന്നും നിങ്ങൾക്ക് മാത്രമേ പുതിയതായ് തോന്നുന്നു എന്നും അവൾ പലവുരു പറഞ്ഞു നോക്കിയിട്ടും പിള്ളേർ സമ്മതിച്ചു കൊടുക്കാറില്ല.

സാറ്റ് കാളി, അക്കു കളി. ചെക്ക് കളി അങ്ങനെ ഗ്രാമത്തിന്റേതായ കളികൾ ഒത്തിരിയുണ്ട്. ഓരോ കളികളും പക്ഷെ യുദ്ധം പോലെയാണ് അവസാനിക്കുക. അടിയും പിടിയും വഴക്കും. ഒടുവിൽ ശ്രീക്കുട്ടി തന്നെ വേണം അത് പരിഹരിക്കാൻ. എന്നാലും അത് രസകരമായിരുന്നു.

അമ്മമാർക്ക് സത്യത്തിൽ ആദ്യമായിട്ടാവും ഇത്രയും സ്വൈര്യം കിട്ടുന്നത്. അവർക്ക് പരദൂഷണം പറയാനും ഭർത്താക്കന്മാരുടെ കുറ്റം പറ

യാനുമൊക്കെ ഇഷ്ടം പോലെ നേരം കിട്ടി.

നന്ദൻ കല്യാണനിശ്ചയത്തിനുള്ള ഒരുക്കങ്ങൾക്ക് മേൽനോട്ടം വഹിക്കുകയായിരുന്നു. ചിലതിനൊക്കെ അവൻ കൂടി ടൗണിലേക്ക് പോകേണ്ടാതായി വന്നു.

പാർവതി കുറച്ചു തുണികൾ കഴുകാനായി കുളത്തിലേക്ക് പോകുന്നതു വിനു കണ്ടു. നന്ദൻ പുറത്തു പോയിരിക്കുകയാണെന്നും അവനു മനസ്സിലായി.

അവൻ കുളക്കടവിലേക്ക് നടന്നു.

'പാറു?'

വിളിയൊച്ച കേട്ട് അവൾ മുഖമുയുർത്തി നോക്കി. പടവുകളിൽ വിനു.

'ആഹാ വിനുവേട്ടൻ ചിറ്റപ്പന്റെ അടുത്തെക്ക് പോയില്ലേ?. അവിടെ അന്വേഷിക്കുന്നുണ്ടയിരുന്നല്ലോ ?'

അവൾ തുണികൾ വെള്ളത്തിൽ മുക്കി പിഴിഞ്ഞ് കൊണ്ട് പറഞ്ഞു.

'ഞാൻ അറിഞ്ഞില്ലല്ലോ. നീ ഇങ്ങോട് പോരുന്നത് ഞാൻ കണ്ടു. എത്ര നാളായി സംസാരിച്ചിട്ട്. നിനക്ക് സുഖമല്ലേ പാറു ?'

അവൾക്കെന്തോ ഒരു വല്ലായ്മ തോന്നി. പക്ഷെ ഒരു പ്രശ്നം ഉണ്ടാക്കാൻ അവളപ്പോൾ ആഗ്രഹിച്ചില്ല.

പൗർണമിയുടെ ജീവിതത്തിലെ ഏറ്റവും പ്രധാനപ്പെട്ട ദിവസമാണ് നാളെ കഴിഞ്ഞ്. അപ്പൊ ആരുടെ മനസ്സിലും ഒരു വിഷമം ഉണ്ടാകരുത്.

'എനിക്ക് സുഖമാണ്. വിനുവേട്ടാ.' അവൾ വേഗം തുണികൾ പിഴിഞ്ഞ് ബക്കറ്റിൽ നിറച്ചു.

വിനു പടിക്കെട്ടുകൾ ഇറങ്ങി അവൾക്ക് തൊട്ടരികിൽ വന്നു.

'അമ്മെ, അച്ഛൻ വന്നു. അമ്മയെ വിളിക്കുന്നു.'

ശ്രീക്കുട്ടി ആ നിമിഷം അവിടെ വന്നത് അവൾക്ക് അനുഗ്രഹമായി. വിനു ഉള്ളിലുയർന്ന അമർഷം പുറത്തു കാണിക്കാതെ പുഞ്ചിരിച്ചു.

'ഞാൻ അങ്ങോട്ട് ചെല്ലട്ടെ.'

അവൾ അവനോടായി പറഞ്ഞിട്ടവനെ കടന്നു പോയി.

ഇച്ഛാഭംഗത്തോടെ ഒരു നിമിഷം നിന്ന് പോയി വിനു. നല്ല ഒരവസരമായിരുന്നു അവളോട് കുറച്ചു നേരം സ്വകാര്യമായി മിണ്ടാൻ. കൊതി തീരുവോളം കാണാനുള്ള അവസരമാണ് ഒറ്റയടിക്ക് ആ കാന്താരി ഇല്ലതാക്കി കളഞ്ഞത്.

'വിനു അങ്കിളിനെ അഖിലയാന്റി തിരക്കുന്നുണ്ടായിരുന്നു. വേഗം ചെന്നോളു.'

ആ കണ്ണുകളിൽ എന്തോ ഒന്ന് ജ്വലിക്കുന്ന പോലെ വിനുവിന് തോന്നി.

അവളൊരു ചെറിയ കുട്ടിയല്ല എന്നും അവൾക്കെന്തോക്കെയോ അറിയാമെന്നും അവൾക്ക് പ്രയത്തിൽ കവിഞ്ഞ ബുദ്ധിയും വകതിരിവും ഉണ്ടെന്നും വിനുവിന് ആ നിമിഷം മനസ്സിലായി. അച്ഛനിൽ നിന്നും മാത്രം തന്റെ കണ്ണുകൾ ഒളിച്ചാൽ പോരാ ഈ മകളിൽ നിന്നും ശ്രദ്ധ വേണമെന്നും അവനു തോന്നി. പക്ഷെ പഴയ പോലെ അവളോട് അവന് ദേഷ്യം ഒന്നും തോന്നിയില്ല. എന്തോ അവന്റെ മനസ്സിന് മാറ്റം സംഭവിച്ചു തുടങ്ങിയിരുന്നു. നാട്, വീട് വീട്ടുകാർ... അങ്ങനെ വർഷങ്ങളായി ഇല്ലാതിരുന്നതൊക്കെ വീണ്ടും കിട്ടിയപ്പോ പ്രതികാര ചിന്ത ഒക്കെ പോയ പോലെ.

'നന്ദനെവിടെ ശ്രീ ?'

തുണികൾ വിരിക്കും മുന്നേ തന്നെ അവന്റെ അടുത്തേക്ക് പോകുവാൻ ഒരുങ്ങി അവൾ.

'അച്ഛൻ ടൗണിൽ നിന്ന് വന്നില്ല.'

പാർവതി സംശയത്തോടെ അവളെ നോക്കി.

'പിന്നെ അച്ഛൻ തിരക്കുന്നുന്ന് പറഞ്ഞത് ?'

'അത് അമ്മയെ ആ സിറ്റുവേഷനിൽ നിന്ന് രക്ഷിച്ചതല്ലേ ?'

ശ്രീക്കുട്ടി തുണികൾ അയയിൽ വിരിക്കാൻ ആരംഭിച്ചു കൊണ്ട് പറഞ്ഞു.

'നീ എന്തൊക്കെയാ കുട്ടി ഈ പറയുന്നത് ?'

അവൾ അസ്വസ്തതയോടെ ചോദിച്ചു.

'അമ്മെ ആ അങ്കിൾ നല്ല ഉദ്ദേശത്തിൽ ഒന്നുമല്ല അങ്ങോട്ടേക്ക് വന്നതെന്ന് അമ്മയ്ക്ക് മനസ്സിലായില്ലേ ?'

ഒരു നിമിഷം പാർവതിക്ക് ഉത്തരം മുട്ടിപ്പോയി. അവൾ സ്തബ്ദയായി.

'അച്ഛൻ പോകുമ്പോൾ അയാൾ ദേ അവിടെ നിന്ന് നോക്കികൊണ്ടിരിക്കുന്നതു ഞാൻ കണ്ടിരുന്നു.അമ്മ കുളക്കടവിലേക്ക് പോകുമ്പോൾ അയാൾ പുറകെ വരുന്നതും കണ്ടു. സ്വാഭാവികമായും ഭർത്താവു പുറത്തു പോകുന്ന സമയത്ത് തന്നെ ഭാര്യയോട് സംസാരിക്കാൻ പോകുന്ന ആണുങ്ങളെ നമ്മൾ ഒരു പേര് വിളിക്കുമല്ലോ എന്താ അത്?'

അവൾ ചൂണ്ടു വിരൽ താടിയിലൂന്നി പാർവതിയെ ഇടം കണ്ണിട്ട് നോക്കി.

'ഒറ്റയടി വെച്ച് തന്നാലുണ്ടല്ലോ തോന്ന്യവാസം പറയുന്നോ ?' പാർ

വതി കപടദേഷ്യത്തിൽ കൈ ഓങ്ങി.

ശ്രീക്കുട്ടി പൊട്ടിച്ചിരിച്ചു

'കിട്ടിപ്പോയി ജാരൻ.'

'നിന്നെ ഞാൻ ഇന്ന്...' ഓങ്ങിയ കൈയിൽ നിന്ന് രക്ഷപെട്ട് ശ്രീക്കുട്ടി ഓടി.

'അമ്മെ അയാള് ശരിയല്ലട്ടോ ടേക്ക് കെയർ.' ഓടുന്നതിനിടെ അവൾ വിളിച്ചു പറഞ്ഞു.

പാർവതി കണ്ണുമിഴിച്ചങ്ങനെ നിന്ന് പോയി. പിന്നെ ചിന്തിച്ചു. ഈ പിള്ളേരുടെ ഒക്കെ ബുദ്ധി! സത്യത്തിൽ വിനുവേട്ടനെന്തിനാ അവിടെ വന്നത്? ശ്രീക്കുട്ടി പറയും പോലെ താൻ ഒറ്റയ്ക്കാണെന്നറിഞ്ഞിട്ട് എന്തെങ്കിലും... ചിന്തകൾ അവിടെ വരെ എത്തിയപ്പോൾ അവൾ മനസ്സിനെ ശാസിച്ചു. അങ്ങനെ ഒക്കെ ചെയ്യുമോ വിനുവേട്ടൻ? അതും ഇത്രയും ആൾക്കാർ ഇവിടെയുള്ളപ്പോൾ. തന്നോട് മോശമായി സംസാരിച്ചിട്ടില്ലിതു വരെ. മുൻപും ഏറ്റവും മര്യാദയോടെ മാത്രമേ പെരുമാറിയിട്ടുള്ളൂ.

പക്ഷെ ഇന്ന് എന്തോ ആ മുഖത്തു ഒരു പതർച്ച ഉണ്ടായിരുന്നു. പാറു എന്ന് വിളിച്ചപ്പോൾ സ്വരം അടച്ചിരുന്നു. അടുത്തേക്ക് വന്നിരുന്നു. ഈശ്വര ഇനിയും പഴയതൊന്നും മറന്നിട്ടില്ലേ വിനുവേട്ടൻ ?

'നീ എന്നെ അന്വേഷിച്ചോ ?'

അഖില ഒരു ബാഗിൽ എന്തൊക്കെയോ അടുക്കി വെയ്ക്കുന്നത് നോക്കി വിനു ചോദിച്ചു.

'ഇല്ല.'

അവൾ തണുത്ത സ്വരത്തിൽ പറഞ്ഞു.

'നീ എവിടെ പോകുന്നു ?'

'ഒരു ഫ്രണ്ടിനെ കാണാൻ ?'

'ഇവിടെ ഒരു ഫങ്ക്ഷൻ നടക്കുമ്പോഴാണോ നിന്റെ പോക്ക് ?''

'ഞാൻ നാളെ തന്നെ വരും.'

'വാട്ട് ?'

'ഞാൻ എന്റെ വീട്ടിലേക്ക് തന്നെയാ പോകുന്നെ. വന്നിട്ടു ഇത് വരെ അവിടെ ഒന്ന് പോയില്ലല്ലോ. വിനു എന്താ വരാത്തതെന്നു അവരും ചോദിച്ചു കുറെ തവണ.'

'ഓ എന്തിനാ ഞാൻ വരുന്നത് ?എനിക്കിപ്പോ ഇവിടെ നിന്ന് മാറി നില്ക്കാൻ വയ്യ.'

'അതെനിക്കറിയാം... ഇവിടെ നിന്ന് ഒരു നിമിഷം പോലും മാറി നില്

ക്കാൻ വയ്യെന്ന്.'

അതിലെ അർഥം വിനുവിന് മനസിലായി പക്ഷെ എപ്പോഴെത്തെയും പോലെ അവൻ അവളോട് ദേഷ്യപ്പെട്ടില്ല. ചിരിച്ചതേയുള്ളു.

'അത് നിനക്ക് അറിയാവുന്നതാണ് എന്റെ ഏറ്റവും വലിയ സമാധാനം.'

അവൻ കട്ടിലിലേക്ക് കയറി കിടന്നു.

നന്ദൻ വന്നപ്പോൾ ഉച്ചയായി.

ഊണ് കഴിഞ്ഞു മുറിയിലേക്ക് വന്നപ്പോൾ പാർവതി അവനരികിൽ ചെന്നു.

'അതേയ് ഇന്ന് ഒരു സംഭവം ഉണ്ടായി.'

'എന്തെ ?'

അവൻ ഒരു നോട്ട്ബുക്കിൽ അന്നത്തെ കണക്കുകൾ എഴുതി കൊണ്ട് ചോദിച്ചു.

'ഇതൊന്നു നിർത്തിക്കെ.'

'ഇതൊന്നു തീർക്കട്ടെ കൊച്ചേ ...' പാർവതി ക്ഷമയോടെ അത് നോക്കിയിരുന്നു.

അത് നന്ദന്റെ പതിവാണ്.

സ്വന്തം കാര്യത്തിനാണെങ്കിലും അന്യരുടെ കാര്യത്തിനാണെങ്കിലും ചിലവാക്കുന്ന കാശിന്റെ കണക്ക് അന്നന്ന് എഴുതി വെയ്ക്കും.

കൊച്ചിലെ ഉള്ള ശീലമാണ് അതെന്നാ പറയുക.

'ഇനി പറ.'

അവൻ ബുക്ക് അടച്ചു മേശയിൽ വെച്ചിട്ട് കട്ടിലിൽ നീണ്ടു നിവർന്നു കിടന്നു. അവളെ മെല്ലെ നെഞ്ചിലേക്ക് ചായ്ച്ചു കിടത്തി.

'എന്റെ സുന്ദരിക്കുട്ടിക്ക് എന്താ പറയാനുള്ളത് ?'

'ഇന്നുണ്ടല്ലോ ...'

അവൾ എല്ലാം വിശദമായി പറഞ്ഞു. നന്ദൻ ഒന്നും മിണ്ടിയില്ല.

'എന്താ ഒന്നും മിണ്ടാത്തത് ?'

'നീ പാമ്പിന്റെ പക എന്നൊക്കെ കേട്ടിട്ടുണ്ടോ ?'

'അതെന്തിനാ ഇപ്പൊ ?'

'അവനു പാമ്പിന്റെ പകയാണ്. അതെ സ്വഭാവവും. വിഷമാണ്. കൊടും വിഷം. വർഷം ഇത്രയും കഴിഞ്ഞിട്ടും അവനൊന്നും മറന്നിട്ടില്ല. അവന്റെയുള്ളിൽ ഇന്നും നീ ഉണ്ട്. ചിലപ്പോൾ നിന്നെ സ്വന്തമാക്കാൻ എന്നെ കൊല്ലാൻപോലും അവൻ മടിക്കില്ല, എന്നെ മാത്രമല്ല നമ്മുടെ

മകളെയും.'

'നന്ദാ.'ചാടിയെഴുന്നേറ്റു പോയി പാർവതി.

'എന്താ നന്ദാ ഈ പറയുന്നത് ?'

'സത്യം... എനിക്ക് മനസ്സിലായതാണ്. അവൻ ഇപ്പൊ വന്നത് തന്നെ നിനക്ക് വേണ്ടിയാണ് പാറു. അഖില അവനു ഒരു തടസ്സമേയല്ല. അവനവളെ ഒഴിവാക്കും. എന്നെയും മോളെയും ഒഴിവാക്കും. അല്ലെങ്കിൽ ഇല്ലാതാക്കും, അവനിപ്പോഴും നിന്നെ സ്നേഹിക്കുന്നു. പഴയതിൽ തീവ്രമായി. അതിനേക്കാൾ ഭ്രാന്തമായി. നിന്നെ കണ്ട നിമിഷം മുതൽ അത് കൂടി. അവനിപ്പോ നോർമൽ അല്ലെന്ന് എനിക്ക് തോന്നുന്നു. ആ കണ്ണുകളിൽ ഇപ്പോഴും വല്ലാത്ത ഒരു ഭാവമാണ്.'

'എനിക്ക് പേടിയാകുന്നു നന്ദ.' പാർവതി അവനെ കെട്ടി പിടിച്ചു.

'പേടിക്കണ്ട രണ്ടു മൂന്ന് ദിവസങ്ങൾ കൂടി കഴിഞ്ഞാൽ ഇവിടെത്തെ തിരക്ക് തീർന്നു നമ്മൾ ഇവിടെ നിന്ന് പോകും. ശ്രീകുട്ടിയെ എനിക്ക് പേടിയില്ല. അവൾ ബുദ്ധിമതിയാണ് മനുഷ്യനെ മനസ്സിലാക്കുന്നതിൽ എന്നെക്കാളും നിന്നെക്കാളും മുകളിലാണ് അവൾ. പക്ഷെ എന്റെ പാറുക്കുട്ടി ഒരു പാവമാണ്...' അവനവളുടെ നെറ്റിയിൽ ചുംബിച്ചു.

'നമ്മളായിട്ട് ഒരു പ്രശ്നവും ഉണ്ടാക്കരുത് എന്നുള്ളത് കൊണ്ടാണ് ഞാൻ സംയമനം പാലിച്ചു നിൽക്കുന്നത്. നീയും കുറച്ചു ശ്രദ്ധിക്കുക. അത് മതി. കാഴ്ചകളാണ് മോളെ മനുഷ്യന്റെ പ്രലോഭനം... കാണുമ്പോൾ ഇഷ്ടം കൂടി വരും. എങ്ങനെയും സ്വന്തമാക്കണം എന്ന് തോന്നും... അതിനെന്തു വഴിയും സ്വീകരിക്കും... നമ്മൾ തല്ക്കാലം ഒന്ന് ഒഴിഞ്ഞു നിന്നേക്കുക.'

പാർവതിക്ക് ഉള്ളിലെന്തോ ഒരു ഭാരം എടുത്തതു വെച്ചത് പോലെ തോന്നി.

'നന്ദാ.'

പുറത്തു നിന്ന് ശ്രീലത അമ്മായിയുടെ വിളി.

അവൻ പാർവതിയെ മെല്ലെ അടർത്തി മാറ്റി വാതിൽ തുറന്നു.

'നന്ദനെ വേണു വിളിക്കുന്നു. പയ്യന്റെ വീട്ടിൽ നിന്ന് കുറച്ചാൾക്കാർ വന്നിട്ടുണ്ട്.അങ്ങോട്ടേക്ക് ചെല്ലാൻ പറഞ്ഞു.'

നന്ദൻ തിരിഞ്ഞു നോക്കി.

പോയിട്ടു വരാൻ അവൾ കണ്ണ് കാണിച്ചു.

നന്ദൻ പോയി കഴിഞ്ഞപ്പോൾ വാതിലടച്ച് തളർച്ചയോടെ അവൾ കിടക്കയിൽ വീണു.

ആ സമയം റയിൽവേ സ്റ്റേഷനിൽ അഖില അവൾക്കായുള്ള വണ്ടി

കാത്തിരുപ്പായിരുന്നു.

അവളുടെ ഉള്ളിലപ്പോ ഗോവിന്ദ് മാത്രമേയുണ്ടായിരുന്നുള്ളൂ. ഗോവിന്ദ് സമ്മതിച്ചാൽ ഇനിയെന്നും അവനൊപ്പം മാത്രം.

ആ തോന്നൽ ഉള്ളിൽ ശക്തമായപ്പോൾ അത് വരെയുള്ളതെല്ലാം മറന്നവൾ ദീർഘമായി നിശ്വസിച്ചു.

അധ്യായം 16

ഹാളിൽ നന്ദൻ ചെല്ലുമ്പോൾ എല്ലാവരുമുണ്ടായിരുന്നു. പയ്യന്റെ അമ്മാവനും ചിറ്റപ്പനും വേറെ ഒന്ന് രണ്ടു ബന്ധുക്കളും മറ്റുള്ളവരോട് സംസാരിച്ചു കൊണ്ട് നിൽക്കുന്നുണ്ടായിരുന്നു.

'ഇവിടെ ഒരുക്കങ്ങൾ ഒക്കെ പൂർത്തിയായി കേട്ടോ.'

നന്ദൻ പറഞ്ഞു.

'നന്ദൻ ഒന്ന് വരൂ.'

പയ്യന്റെ ചിറ്റപ്പൻ അവനെ കൂട്ടിക്കൊണ്ട് പുറത്തേക്ക് പോയി.

'എന്താ ചേട്ടാ ?'

'നന്ദാ കിച്ചുവിന് ഇന്നലെ രാത്രി ഒരു ആക്സിഡന്റ് ഉണ്ടായി. അവന്റെ ബൈക്കിൽ ഒരു കാർ വന്നു തട്ടിയത് ആണ്. അവനു പുറമേയ്ക്ക് ഒന്നുമുണ്ടായിരുന്നില്ല. നിലത്തു വീണു അത്ര തന്നെ. അവൻ എഴുന്നേറ്റ് ബൈക്ക് ഓടിച്ചു പോരുകയും ചെയ്തു. ഇന്ന് രാവിലെ നോക്കുമ്പോൾ ബോധമില്ല. ഇപ്പൊ ഹോസ്പിറ്റലിൽ ആണ്. അവര് പറയുന്നത് വീഴ്ചയിൽ തലയടിച്ചിട്ടുണ്ടാവുമെന്നും രക്തം ബ്ളോക് ആയിട്ടുണ്ടെന്നാണ്. ഒരു ചെറിയ സർജറി കൊണ്ട് അത് മാറുമെന്നും പറയുന്നു. അവനു ബോധം വീണിട്ടില്ല എന്നുള്ളതാണ് ഞങ്ങളെ വിഷമിപ്പിക്കുന്ന ഒന്ന്. ചിലപ്പോൾ ഇന്ന് തന്നെ ശരിയായേക്കാം. പക്ഷെ ഈ അവസ്ഥയിൽ കല്യാണനിശ്ചയമെങ്ങനെ നടത്തും ?'

നന്ദൻ സ്തംഭിച്ചു പോയി. അവനെന്തു വേണമെന്ന് ഒരു ഞൊടി അറിയാതെയായി.

'വേണുമാമനോടും അച്ഛനോടും ഒക്കെ പറഞ്ഞോ ?'

'ഇല്ല അവരിവിടില്ലല്ലോ.'

അപ്പോഴാണ് നന്ദൻ അതോർത്തത്. അവർ പൗർണമിയെയും കൂട്ടി എന്തോ വാങ്ങാൻ പോയതാണ്. അവൻ നിന്ന നില്പിൽ വിയർത്തു കുളിച്ചു. അവൻ ചുറ്റും നോക്കി ജോലിക്കാർ അങ്ങോട്ടുമിങ്ങോട്ടും പരക്കം പായുന്നത്.ഒരു വശത്തു സദ്യ ഉണ്ടാക്കുന്നവർ. ഇനി വരാനുള്ള ബന്ധുക്കൾ വന്നു തുടങ്ങിയിരിക്കുന്നു... അലങ്കാരങ്ങൾ തൂക്കുന്നവർ എന്തോ വന്നു ചോദിച്ചു അവരോടു പിന്നെ പറയാമെന്നു നന്ദൻ ആംഗ്യം കാണിച്ചു.

'ഞാൻ ഇപ്പൊ... എനിക്ക് അവരൊന്നുമില്ലാതെ എന്ത് ഞാൻ പറയും ? കിച്ചുവിന്റെ അവസ്ഥയാണ് പ്രധാനം. ഞാൻ അവരെ ഒന്ന് ഫോൺ വിളിച്ചു നോക്കട്ടെ.'

ഫോൺ കയ്യിലെടുത്തപ്പോൾ തന്നെ നന്ദൻ കണ്ടു മുറ്റത്തേക്ക് കയറി വരുന്ന വേണുവിന്റെ കാർ.

അവനോടി അരികിലേക്ക് ചെന്നു.

'വേണു മാമനും നകുലൻ ചിറ്റപ്പനും പിന്നെ അച്ഛനും ഒന്ന് വരണേ. ഒരു അത്യാവശ്യമുണ്ട്. ബാക്കിയുള്ളവർ വീട്ടിലോട്ട് പൊയ്ക്കോ.'

പൗർണമി തെല്ല് സംശയത്തോടെ അവനെ നോക്കി. കിഷോറിന്റെ വീട്ടിൽ നിന്നും വന്നവരെ അവൾക്ക് പരിചിതമായിരുന്നു. തലേന്ന് മുതലിതു വരെ കിഷോർ വിളിച്ചിട്ടില്ല അവൾ പലതവണ വിളിച്ചപ്പോഴും ഫോൺ സ്വിച്ച് ഓഫ് ആയിരുന്നു താനും. എന്തോ ഒരു ആപൽ ശങ്ക അവളുടെ ഉള്ളിൽ നിറഞ്ഞു.

അതെ സംശയം തന്നെയായിരുന്നു ബാക്കിയുള്ളവർക്കും. പക്ഷെ ആൾക്കാർ കൂടി നിന്നതു കൊണ്ട് ഒന്നും ചോദിക്കാതെ അവർ അകത്തേക്ക് പോയി.

'എന്താ നന്ദാ പ്രശനം ?'

നന്ദ കാര്യങ്ങൾ വിശദീകരിച്ചു.

'ഈശ്വര!'

വേണു വിയർത്തു കുളിച്ചു. അയാൾ അവിടെ കണ്ട ഒരു കസേരയിൽ ഇരുന്നു.

'മനു എനിക്ക് എന്തോ പോലെ ... തല ചുറ്റുന്നു ഡാ ' അയാൾ മനുവിനെ മുറുകെ പിടിച്ചു.

'ഏട്ടാ' അയാൾ ഒരു ആന്തലോടെ ഏട്ടനെ ചേർത്ത് പിടിച്ചു.

'കുറച്ചു വെള്ളമേടുക്ക്.' നന്ദൻ ഒരു പയ്യനോട് പറഞ്ഞു.

കുറച്ചു വെള്ളം കുടിച്ചു അൽപനേരം വിയർപ്പാറ്റിയായപ്പോൾ വേണു ഒരു വിധം ശാന്തനായി.

'ഞങ്ങളിപ്പോ തന്നെ പോവാണ്. ഹോസ്പിറ്റലിലേക്ക്. ഞങ്ങൾക്കും സമാധാനമൊന്നുമില്ല. കാരണം ഒറ്റ മോനാണ് എന്റെ ഏട്ടന്. ഈ ഒരെണ്ണമേയുള്ളു.' അയാളുടെ ശബ്ദം ഇടറി, ഒഴുകിയിറങ്ങിയ കണ്ണീർ തുടച്ച് അയാൾ വീണ്ടും തുടർന്നു.

'നേരിട്ട് ഇവിടെ വന്നു പറയുന്നതല്ലേ മര്യാദ? അതാ വന്നത്. നിങ്ങൾ ആലോചിച്ചിട്ട് വിളിച്ചു പറയൂ.'

നന്ദൻ തലയാട്ടി. അവർ പോകുകയും ചെയ്തു. കാര്യങ്ങൾ കുടും

ബക്കാരുടെ ഇടയിൽ അവതരിപ്പിക്കാനുള്ള ജോലിയും നന്ദന് തന്നെ ആയിരുന്നു.

'ഇതിപ്പോ എന്താ ചെയ്യുക എന്നാലോചിക്കാനെന്തിരിക്കുന്നു ? ഇതൊരു ദുശ്ശകുനമാ ഈ കല്യാണം നമുക്ക് വേണ്ട.'

മുതിർന്ന ഒരു അമ്മാവൻ ഗൗരവത്തിൽ പറഞ്ഞു. കുടുംബത്തിലെ ഏറ്റവും തലമുതിർന്ന ആളാണ്.അദ്ദേഹത്തിന്റെ വാക്കുകൾ പെട്ടെന്ന് ധിക്കരിക്കാൻ ധൈര്യമുള്ളവർ അവിടെ ഇല്ല.

'നീ ജാതകം നോക്കി ചേരുമെന്ന് പറഞ്ഞത് കൊണ്ടാണ് ഞാൻ അത് നോക്കാഞ്ഞത്.ജാതകം നോക്കിയത് ഏതു ജ്യോത്സന്റെ അടുത്താണ് വേണു ?'

അമ്മാവൻ വീണ്ടും ജ്വലിച്ചു.

'അമ്മാവാ അത്....അത് അവർ നോക്കി പത്തിൽ പത്തു പൊരുത്തമുണ്ടെന്നു പറഞ്ഞു. പിന്നെ നമ്മളായിട്ട് വേറെ നോക്കണോ? അത് കൊണ്ട് ഞാൻ നോക്കിയില്ല.' വേണു ഒരു വിധം പറഞ്ഞു.

മുഖം അടച്ചു ഒരു ആട്ടായിരുന്നു മറുപടി.

'സ്വന്തം കുഞ്ഞിന്റെ ജീവിതം വെച്ച് കളിച്ചോടാ നാണം കെട്ടവനെ. ജാതകം സത്യമാണെടാ...നിനക്കിത്രയേ ഉള്ളോ മക്കളോടുള്ള ഉത്തരവാദിത്തം ? അതോ അവളെ ആരുടെയെങ്കിലും തലയിൽ കെട്ടിവെച്ചു ഭാരം ഒഴിവാക്കണമെന്നായിരുന്നോ?'

ആ അലർച്ചയ്ക്ക് മുന്നിൽ വേണു മുഖം താഴ്ത്തി.

'നിശ്ചയിച്ച ഒരു കല്യാണം. അപകടം നടന്നു എന്നതിന്റെ പേരിൽ മാത്രം വേണ്ട എന്ന് വെയ്ക്കുന്നതിനോട് എനിക്ക് യോജിപ്പില്ല. അപകടം കല്യാണം കഴിഞ്ഞായിരുന്നു നടന്നിരുന്നെങ്കിലോ ? പൗർണമിയെ വിളിച്ചു കൊണ്ട് പോരുമായിരുന്നോ നമ്മൾ ? വാക്ക് മാറ്റുന്നത് അന്തസ്സുള്ള ഒന്നല്ല.'

നന്ദൻ ക്ഷോഭിച്ചു തന്നെയാണ് സംസാരിച്ചത്.

'എന്നെ അന്തസ്സ് നീ പേടിപ്പിക്കേണ്ട. അല്ല അത് പറയാൻ നിനക്കെന്താ യോഗ്യത ?'

അമ്മാവനും വിട്ടു കൊടുത്തില്ല.

'ഇത് ഈ തറവാടിന്റെ കാര്യമാ. ഇവിടുത്തെ കാര്യങ്ങൾ തീരുമാനിക്കാൻ ഞങ്ങൾ ഉണ്ട്. പുറമേക്ക് നിന്നുള്ള ഒരുത്തന്റെയും ആവശ്യം ഇവിടില്ല.'

ബാക്കിയുള്ളവർ ഒരു നിമിഷം സ്തബ്ദരായി.

നന്ദനെ ആരും അങ്ങനെ കണ്ടിട്ടുണ്ടായിരുന്നില്ല. അവരൊക്കെ ആ

വാചകങ്ങളുടെ കയ്പ്പിൽ നന്ദനെ വല്ലായ്മയോടെ നോക്കി.

നന്ദൻ കൈ ഒന്ന് പുറകിൽ കെട്ടി.

'അമ്മാവന് വയസ്സായപ്പോൾ ബുദ്ധിയും കുറച്ചു മങ്ങി പോയി എന്ന് തോന്നുന്നു. എന്റെ യോഗ്യത അളക്കാനുള്ള അളവുപാത്രം തല്ക്കാലം ഞാൻ ആരെയും ഏല്പിച്ചിട്ടില്ല. പിന്നെ ഈ തറവാട്ടിലെ കാര്യങ്ങൾ നോക്കാൻ ഈ തറവാട്ടുകാർ മതി എങ്കിൽ ഈ തറവാട് എന്റെ ഭാര്യ പാർവതിക്ക് കൂടി അവകാശപ്പെട്ടതാണ്. അമ്മാവന് ഇവിടെ നിലവിൽ ഒരു അവകാശവും ഇല്ല എന്നുള്ളത് ഞാൻ പ്രത്യേകം പറയേണ്ടതില്ലല്ലോ. അപ്പൊ ഞാൻ എന്ത് കൊണ്ടാണ് ഇവിടെ നിൽക്കുന്നതെന്ന് വെച്ചാൽ ഞാൻ ഇവിടുത്തെ കൊച്ചിന്റെ ഭർത്താവായത് കൊണ്ട് എന്നാണ്. എന്റെ സംസ്കാരം എന്താണെന്നു വെച്ചാൽ നമ്മൾ വിവാഹം കഴിക്കുന്ന ആളിന്റെ വീടും നമ്മുടെ വീടായി കണ്ടു പെരുമാറുക എന്നതാണ്. എനിക്ക് എന്റെ വീടും വീട്ടുകാരും എത്ര പ്രിയപ്പെട്ടതാണോ അത്രയും പ്രിയമുള്ളതാണ് ഇവിടെയുള്ളവരും. അത് മനസ്സിലാക്കാൻ ശന്തനു അമ്മാവൻ ഇനിയും പല ജന്മങ്ങൾ ജനിക്കണം. കാരണം അമ്മാവന്റെ ഭാര്യ വീട്ടുകാർ എവിടെയാണെന്ന് പോലും അമ്മാവന് അറിഞ്ഞു കൂടാ... അമ്മായി സ്വന്തം വീട്ടിൽ പോയ കാലവും മറന്നു. ശരിയല്ലേ അമ്മായി ?'

സീതാമ്മായി നിറകണ്ണുകളോടെ തല താഴ്ത്തി.

'അമ്മാവൻ ഇതിൽ ഇങ്ങനെ ഇടപെടാതിരിക്കുന്നത് നല്ലതല്ലേ വേണുമാമ?'

വേണു അവന്റെ അരികിൽ വന്നു അവനെ ഒന്ന് ചേർത്ത് പിടിച്ചു.

'നന്ദൻ പറയുന്നത് കേൾക്കാം അല്ലെ ?'

എല്ലാവരുടെയും മുഖം അവർക്കതു സമ്മതമാണെന്ന് വിളിച്ചു പറഞ്ഞു.

'വാടി ഇനിയൊരു നിമിഷം ഞാൻ ഇവിടെ നിൽക്കില്ല.' ശന്തനു അമ്മാവൻ എഴുന്നേറ്റു.

'ഞാൻ വരുന്നില്ല.' സീത ഉറച്ച സ്വരത്തിൽ പറഞ്ഞു.

'എന്നാ നീ ഇവിടെ താമസിച്ചു കൊള്ളുക. മേലിൽ അങ്ങോട്ട് വന്നേക്കരുത്.'

അയാൾ ചീറി കൊണ്ട് അവിടെ നിന്നിറങ്ങി പോയി.

'പോണാൾ പോകട്ടും പോടാ എന്ന് പാടിക്കോ വലിയമ്മായി.' ശ്രീക്കുട്ടി അവരുടെ കാതിൽ പറഞ്ഞു.

അമ്മായി മെല്ലെ ചിരിച്ചു.

'അപ്പൊ ഞാൻ പറഞ്ഞു വന്നത്... ഈ കല്യാണം വേണ്ട എന്ന് വെയ്ക്കണ്ട കാര്യമില്ലെന്നാണ്... കല്യാണം നമ്മൾ നിശ്ചയിച്ചതാണ്. അവൾ കണ്ടുപിടിച്ചതല്ലാ. പക്ഷെ ഈ ചുരുങ്ങിയ കാലയളവിൽ അവർ ഒരുപാട് അടുത്ത് കാണും. ഇനി പിരിക്കുന്നത് ദൈവദോഷമാണ്.' നന്ദൻ പറഞ്ഞു നിർത്തി.

പൗർണമി അടുത്ത മുറിയിലിരുന്ന് എല്ലാം കേൾക്കുന്നുണ്ടായിരുന്നു അവളുടെ കണ്ണുകൾ നിറഞ്ഞൊഴുകിക്കൊണ്ടിരുന്നു.

നന്ദൻ ഇല്ലായിരുന്നെങ്കിൽ ആരും ശന്തനു അമ്മാവന് എതിര് പറയില്ലായിരുന്നു. ഈ കല്യാണം നടക്കാതെ പോയേനെ... അവൾക്ക് നന്ദന്റെ കാലിൽ വീണു കരയണം എന്ന് തോന്നി.

കിച്ചു എത്രത്തോളം തന്നെ സ്നേഹിക്കുന്നുവെന്ന് ഇവർക്കെങ്ങനെ താൻ മനസ്സിലാക്കി കൊടുക്കും?

ആദ്യമായി കണ്ടത് പോലും ഔപചാരികമായി ഈ മുറിയിൽ വെച്ചാണ്. ഒരു വർഷം മുന്നെയായിരുന്നു അത്. ഡിഗ്രിക്ക് പഠിച്ചുകൊണ്ടിരിക്കുന്നതേയുള്ളു, കല്യാണം വേണ്ട എന്ന വാശിയായിരുന്നു തനിക്ക്. അപ്പോഴും വില്ലൻ ആയതു ജാതകമാണ്. ഇപ്പൊ നടന്നില്ലെങ്കിൽ പിന്നെ നടക്കില്ലത്രേ.

ഒടുവിൽ വരുന്ന ആളോട് ഇഷ്ടമല്ല, കല്യാണം വേണ്ട എന്ന് പറയാൻ തന്നെ തീരുമാനിച്ചിരുന്നതാണ്. ആ മുഖം കണ്ടതും തീരുമാനങ്ങളൊക്കെ കാറ്റിൽ പറന്നു പോയി.

'ഞാൻ ഇപ്പൊ എന്താ ഇയാളെ വിളിക്കുക ? പയർമണി എന്നോ?' തന്റെ പേരിനെ കളിയാക്കിയതാണ്.

ചിരിയെ വന്നുള്ളൂ. അത്ര സ്നേഹം തുളുമ്പുന്ന മുഖമാണ്. ആരെയും ആകർഷിക്കുന്ന കണ്ണുകളും ചിരിയും.

'ഞാൻ തന്നെ മിട്ടു എന്ന് വിളിക്കട്ടെ ?'

'അതെന്താ ?' താൻ ചിരിച്ചു പോയി.

'എന്റെ വീട്ടിലെ മുയലിന്റെ പേരാ. തന്റെ കണ്ടാൽ ഏകദേശം അത് പോലെയാ ഒരു വെള്ള മുയൽ.'

'ദേ വേണ്ടാട്ടോ.' താൻ കുറുമ്പ് കാണിച്ചു.

പിന്നെ ഓരോ ദിവസവുമുള്ള ഫോൺ വിളി. കോളേജിൽ ഇടക്ക് വരും ഒന്നിച്ചിരുന്നു ഒരു കാപ്പി. ഒരു ഐസ്ക്രീം. ബൈക്കിൽ നഗരം ഒന്ന് ചുറ്റും... അത്രേയൊക്കെയുള്ളൂ സാധാരണ ആൺകുട്ടികൾ കാണിക്കുന്ന വികൃതികളൊന്നും കാണിച്ചിട്ടില്ല. ഒരു നല്ല കൂട്ടുകാരനെ പോലെ... ദൈവേ എന്റെ കിച്ചുവിന് ഒന്നും വരുത്തരുതേ...അവൾ കൈ കൂപ്പി കണ്ണ

ടച്ച് പ്രാർത്ഥിച്ചു കൊണ്ടിരുന്നു.

നന്ദൻ ഇനിയെന്താണ് പറയുക എന്നവൾ ചെവിയോർത്തു.

'ഞാൻ എന്തായാലും ഹോസ്പിറ്റലിൽ ഒന്ന് പോകാൻ തീരുമാനിച്ചു. നമ്മുടെ ഉത്തരവാദിത്തമാ അത്. നമ്മുടെ കൊച്ചിന്റെ ചെക്കനെല്ലേ അവിടെ കിടക്കുന്നത് ?'

എല്ലാവരുടെയും ഉള്ളിൽ തട്ടി ആ വാക്കുകൾ. കണ്ണുകൾ ഈറനായി പലരുടെയും.

'ആരൊക്കെ എന്റെ കൂടെ വരുന്നുണ്ട് ?'

മിക്കവരും തയ്യാറായി.

ഒടുവിൽ നകുലനും നന്ദനും പാർവതിയും കൂടി പോകാമെന്നു തീരുമാനിച്ചു.

'നന്ദേട്ടാ' പൗർണമി.

'എന്താ മോളെ ?'

'ഞാൻ കൂടി വന്നോട്ടെ ?'

ഇപ്പൊ പൊട്ടിപ്പോകുന്ന മുഖം.

'നീ ഇപ്പൊ പോകണ്ട മോളെ. കല്യാണം കഴിയാതെ അങ്ങനെ ഒന്നും പാടില്ല...അവിടെ അവരുടെ ആൾക്കാർ ഒക്കെ കാണില്ലേ ? അവരെന്തു കരുതും ?വേണ്ട. '

ആരോ പറഞ്ഞു.

അവൾ പൊട്ടിക്കരഞ്ഞു കൊണ്ട് നിലത്തിരുന്നു.

'എനിക്കൊന്നു കാണണം... ഒന്ന് കണ്ടാ മതി. ഒന്ന് കണ്ടിട്ട് വന്നോളാം. എന്നെ കൂടി കൊണ്ടോ.'

'മോളെ നീ എന്താ ഈ കാണിക്കുന്നത് ?'

നന്ദൻ അവളെ ചേർത്ത് പിടിച്ചെഴുന്നേൽപ്പിച്ചു.

'എന്നെ കല്യാണം കഴിച്ചിരുന്നെകിൽ കിച്ചു എന്റെ ഭർത്താവു ആവില്ലായിരുന്നോ ഇപ്പൊ? ഒരു വർഷം കഴിഞ്ഞു മതിന്ന് ഞാൻ വാശി പിടിച്ചിട്ടല്ലേ ഇത് നീണ്ടത് ? എനിക്ക് കാണണം നന്ദേട്ടാ... ബോധം വരുമ്പോ കിച്ചു എന്നെ തിരക്കും...സത്യം. '

നന്ദൻ അവളെ ഒന്നുടെ ചേർത്ത് പിടിച്ചു

'മോൾ വാ ഏട്ടൻ കൊണ്ട് പോകാമല്ലോ കരയണ്ട ട്ടോ ...'

'ആചാരങ്ങളൊക്കെ മാറട്ടെ...സ്നേഹിക്കുന്നവർ തമ്മിൽ എന്തിനാ ഇങ്ങെനയൊക്കെ? ഞങ്ങൾ പോയിട്ട് വരാം.'

അവൻ എല്ലാവരെയും നോക്കി പറഞ്ഞു.

പിന്നെയാരും ഒന്നും പറഞ്ഞില്ല.

ആശുപത്രിയിൽ എല്ലാവരുമുണ്ടായിരുന്നു. എല്ലാവരുടെയും മുഖങ്ങൾ കരഞ്ഞു തളർന്നിരുന്നു.

അവളെ കണ്ടതും കിഷോറിന്റെ അമ്മ വന്നു ചേർത്ത് പിടിച്ചു.

'മോള് വാ. ഇടയ്ക്കൊരു തവണ ബോധം വന്നപ്പോൾ മോളെ അന്വേഷിച്ചു.'

അവളുടെ കണ്ണുകൾ നിറഞ്ഞു തുളുമ്പി. ഞാൻ പറഞ്ഞില്ലേ എന്ന ഭാവത്തിൽ അവൾ നന്ദനെയും പാർവതിയെയും നോക്കി.

'സർജറിക്കായി റെഡിയാക്കുവാ...മോൾക്ക് കാണണോ ?'

അവൾ കണ്ണീരോടെ തലയാട്ടി.

പച്ച വസ്ത്രത്തിൽ അവൻ ഒരു കുഞ്ഞിനെ പോലെ ശാന്തനായി ഉറങ്ങി കിടന്നു. അവൾ മെല്ലെ ആ നെറ്റിയിൽ ഉമ്മ വെച്ചു. പിന്നെ ശിരസ്സിൽ ഒന്ന് തലോടി.

'വേഗം വന്നേക്കണേ കിച്ചു...എനിക്ക് നീയെ ഉള്ളൂ ട്ടോ.' അടക്കി പറഞ്ഞു.

സഹതാപത്തോടെ നോക്കിയ നഴ്സിനെ നോക്കി ചിരിക്കാൻ ശ്രമിച്ച് അവൾ വാതിൽ കടന്നു പുറത്തേക്ക് വന്നു. തറവാട്ടിൽ കളിചിരികളെല്ലാം അവസാനിച്ചിരുന്നു.

കുട്ടികളെല്ലാം ഓരോരോ മൂലയ്ക്ക് ഇരിപ്പായി. ആരുമൊന്നും പറയുന്നില്ല. ആർക്കും വെള്ളവും ഭക്ഷണവും വേണ്ട. എന്തെങ്കിലും കഴിക്കാൻ പറഞ്ഞിട്ട് പോലും വേണ്ട.

വിനു ഭക്ഷണം കഴിക്കാൻ മുറിയിൽ വന്നപ്പോൾ ആരുമില്ല. ഈ സംഭവങ്ങളൊക്കെ നടക്കുമ്പോൾ അവനവിടെ ഉണ്ടായിരുന്നില്ല. അവന്റെ ലാപ്ടോപ്പ് പണിമുടക്കിയതിനാൽ നന്നാക്കാനായി പുറത്തുപോയിരുന്നു.

'എവിടെ എല്ലാവരും ?'

അവൻ ജാനകിയോട് ചോദിച്ചു.

അവർ ഇടറുന്ന വാക്കുകളിൽ കാര്യങ്ങൾ വിവരിച്ചു.

'എന്നെ എന്താ വിളിച്ചു പറയാതിരുന്നത് ? ഞാൻ കൂടി ചെല്ലുമായിരുന്നില്ലേ ആശുപത്രിയിൽ ? ഏതു ഹോസ്പിറ്റലിൽ ആണ് ?' അവൻ വേദനയോടെ ചോദിച്ചു.

ഭക്ഷണം കഴിക്കാതെ എഴുന്നേറ്റു പോകുകയും ചെയ്തു

തന്റെ കൈകളിൽ കിടന്നു വളർന്ന കുഞ്ഞാണ്. അമ്മയും അച്ഛനും കൂടപ്പിറപ്പുകളുമില്ലാതിരുന്ന തനിക്ക് ആകെയുണ്ടായിരുന്നത് ഇവരൊക്കെയായിരുന്നു. വിനു വേദനയോടെ ഓർത്തു.

അവൻ കാറിന്റെ കീ എടുത്തു നടന്നു. ആശുപത്രിയിലെത്തുമ്പോൾ വൈകുന്നേരമായി.

ഓപ്പറേഷൻ തീയേറ്ററിന്റെ മുന്നിൽ എല്ലാവരും ഉണ്ടായിരുന്നു.

നന്ദൻ അവനെ കണ്ടു. പാർവതിയും.

അവൻ പക്ഷെ അവരെ ശ്രദ്ധിക്കുന്നുണ്ടായിരുന്നില്ല. അവൻ പൗർണമിയെ ചേർത്ത് പിടിച്ചു.

'വിനുവേട്ടാ കിച്ചു.' അവൾ അകത്തേക്ക് കൈ ചൂണ്ടി കണ്ണീരോടെ പറഞ്ഞു.

'ഒന്നുല്ലടാ...' വിനുവിന്റെ കണ്ണുകൾ നിറഞ്ഞൊഴുകുന്നത് നന്ദൻ അവിശ്വസനീയതയോടെ നോക്കി നിന്ന് പോയി.

അവനവളെ ആശ്വസിപ്പിക്കുന്നു. കരയല്ലേ മോളെ എന്ന് കെഞ്ചുന്നു. അവൻ വേറെയൊന്നും കാണുന്നില്ല. ഒന്നും കേൾക്കുന്നുമില്ല.

പൗർണമിയും പാർവതിയും അവനു ഒരേ ബന്ധമാണ് എന്ന് നന്ദൻ ഓർത്തു. പക്ഷെ പൗർണമിയോടെന്നും അനിയത്തി വാത്സല്യമായിരുന്നു അവന്. അവളുടെ ഏതു വാശിയും അവൻ സാധിച്ചു കൊടുക്കുമായിരുന്നു എന്ന് കേട്ടിട്ടുണ്ട്.അമേരിക്കയിൽ നിന്ന് അവൾക്കയയ്ക്കുന്ന സമ്മാനങ്ങൾ ഒക്കെ അവൾ കാട്ടി തന്നിട്ടുണ്ട്. അവളുടെ വിവാഹമായത് കൊണ്ട് മാത്രമാവും അവൻ ഇപ്പൊ വന്നതും.

മനുഷ്യന്റെ മനസ്സിന്റെ ആഴവും ചുഴികളും ആർക്കറിയാം ?

ഓപ്പറേഷൻ തീയറ്റർ തുറക്കുന്ന ശബ്ദം. ഡോക്ടർ പുറത്തേക്ക് വന്നു. ഒട്ടും മുഖപ്രസാദമില്ലാതെ.

അധ്യായം 17

'സർജറി success ആയിരുന്നു. പേടിക്കണ്ട ബോധം വരട്ടെ... 'ഡോക്ടർ അങ്ങനെ പറഞ്ഞു കൊണ്ട് കിഷോറിന്റെ അച്ഛന്റെ തോളിൽ തട്ടി ഒന്ന് മുറിയിലേക്ക് വരാൻ കണ്ണ് കൊണ്ട് ആംഗ്യം കാട്ടി.

പൗർണമി ഒരു ആശ്വാസത്തോടെ ഭിത്തിയിലേക്ക് ചാരി. എന്റെ ഈശ്വരാ എന്ന വിളി അവളുടെ ഉള്ളിൽ ഉയർന്നു.

വിനു കിഷോറിന്റെ ബന്ധുക്കളോട് സംസാരിച്ചു. വിനുവിനെ പലർക്കും ശരിക്ക് അറിയില്ലായിരുന്നു. കേട്ടിട്ടുണ്ട് എന്നല്ലാതെ കണ്ടിട്ടില്ല ആരും. പിന്നീട് അവൻ നന്ദന്റെയും പാർവ്വതിയുടെയും അരികിലെത്തി.

'നിങ്ങൾ രാവിലെ തന്നെ വന്നോ ?'

നന്ദൻ ഒന്ന് തലയാട്ടി.

'ഒരു കാര്യം ചെയ്യ്. നിങ്ങളും പൗരണമിയും കൂടി പൊയ്ക്കോളൂ ഞാൻ ഇവിടെ നിൽക്കാം. അവിടെ ഒത്തിരി കാര്യങ്ങൾ ഉള്ളതല്ലേ ? നന്ദൻ അല്ലെ അതിന്റെ മേൽനോട്ടം? കല്യാണ നിശ്ചയം മുടങ്ങുന്നില്ലല്ലോ. മോതിരം കൈ മാറേണ്ട എന്നല്ലേ ഉള്ളു. ബാക്കിയൊക്കെ നടക്കട്ടെ. ഞാൻ ഇവിടെ നിൽക്കാം.'

നന്ദന് വീണ്ടും അതിശയം തോന്നി. ഇയാൾക്ക് എത്ര മുഖങ്ങളാണ്? പക്ഷെ ഈ മുഖം സത്യമാണ്. വിനു എന്നും കുടുംബ സ്നേഹിയായിരുന്നു. വീട്ടുകാർ പറയുന്നത് മാത്രമേ അവനിത് വരെ അനുസരിച്ചിട്ടുള്ളൂ. പാർവതിയുടെ കാര്യത്തിൽ മാത്രമാണ് അവൻ സ്വാർത്ഥനാകുന്നതും ക്രൂരനാകുന്നതും. പക്ഷെ ഇക്കുറി അവൻ പാർവതിയെ ശ്രദ്ധിക്കുന്നുണ്ടായിരുന്നില്ല. ഇത്രയും വലിയ ഒരു പ്രതിസന്ധിയിൽ അവനു മറ്റൊന്നും കണ്ണിൽപ്പെടുന്നുണ്ടാവില്ല.

'വിനുവേട്ടാ ഞാൻ ഇവിടെ നിന്നോട്ടേ? കിച്ചുവിന് ബോധം വരട്ടെ. ഒന്ന് കണ്ടിട്ട് ഞാൻ പൊയ്ക്കോളാം.'

വിനു അവളുടെ കണ്ണീരിലേക്ക് വേദനയോടെ നോക്കുന്നത് നന്ദൻ കണ്ടു.

'മോള് കരയാതെ... ഏട്ടനില്ലേ ? ശരി നമുക്ക് ഒരുമിച്ചു പോകാം...' അവളെ നെഞ്ചിൽ ചേർത്ത് പിടിച്ചു നിറഞ്ഞ കണ്ണുകൾ തുടച്ചു വിനു പറഞ്ഞു.

'നിങ്ങൾ പൊയ്ക്കോളൂ. എന്തെങ്കിലുമുണ്ടെങ്കിൽ ഞാൻ വിളിച്ചു പറയാം. അവരെയൊക്കെ സമാധാനിപ്പിക്കാൻ നന്ദനെ പറ്റുള്ളൂ. ഞാൻ അതിലൊക്കെ വട്ടപൂജ്യമാ.' അവൻ പരാജിതന്റെ ഒരു ചിരി ചിരിച്ചു

നന്ദൻ പാർവതിയെ നോക്കി.

അവൾക്ക് വിനു വന്നപ്പോൾ മുതൽ അസ്വസ്ഥതയായിരുന്നു പോകാം എന്ന് കണ്ണുകൾ കൊണ്ടവൾ പറഞ്ഞു.

നന്ദൻ പൗർണമിയുടെ അരികിൽ ചെന്ന് അവളുടെ ശിരസിൽ തലോടി.

'പോട്ടെ മോളെ.'

അവൾ തലയാട്ടി.

അവൻ വിനുവിനോടും പറഞ്ഞു പാർവതിയെ കൂട്ടി അവിടെ നിന്ന് തിരിച്ചു.

അഖിലയുടെ ട്രെയിൻ വൈകി. അവൾ വീട്ടിലെത്തിയപ്പോൾ രാത്രിയായി.

'നീ എന്തിനാണ് ഇപ്പൊ ഇത്ര അത്യാവശ്യം ആയി പോന്നത് ?' അവളുടെ അമ്മ മല്ലിക ചോദിച്ചു.

'അതെന്താ അമ്മെ അവിടെ ഫങ്ക്ഷന് ഇനി രണ്ടു ദിവസം കൂടിയില്ലെ? ഇവിടെ നിന്ന് നമുക്ക് ഒന്നിച്ചു പോകാമല്ലോ ?' അവൾ അമ്പരപ്പോടെ പറഞ്ഞു.

'അപ്പൊ നീയൊന്നും അറിഞ്ഞില്ലേ ?' അവളുടെ കണ്ണുകൾ മിഴിഞ്ഞു.

'എന്താ അമ്മെ ?' അവർ കാര്യങ്ങൾ വിശദമായി പറഞ്ഞു.

'ഈശ്വര ഞാൻ അറിഞ്ഞില്ല, ഞാൻ വെളുപ്പിനെ ഇറങ്ങിയല്ലൊ.'

'വിനു വിളിച്ചു പറഞ്ഞില്ലേ ?'

അവളൊന്നു പതറി.

'ചിലപ്പോൾ വിളിച്ചിട്ടുണ്ടാകും. റേഞ്ച് ഇല്ലായിരുന്നു. അതാവും കിട്ടാഞ്ഞത്. ഞാൻ ഒന്ന് വിളിച്ചു നോക്കാം.'

'ആ വേഗം വിളിക്ക്. അവിടെന്താ അവസ്ഥ എന്നറിയാമല്ലോ. നിശ്ചയം ഇനി നടക്കത്തിലായിരിക്കും. ആ പയ്യന് വലതു കൈക്കും കാലിനും എന്തോ തളർച്ച പോലെയുണ്ടെന്നാ പറയുന്നത്. ഞാൻ അങ്ങോട്ട് വിളിച്ചിരുന്നു.'

അഖില ഞെട്ടി പോയി.

'ദൈവമേ ...'

'അങ്ങനെ വ്യക്തമായിട്ട് പറഞ്ഞില്ല. ബ്ലഡ് ക്ലോട്ട് ആയി കിടന്നത്

കൊണ്ടാണ്. ഫിസിയോ തെറാപ്പിയോ മറ്റോ ചെയ്യണമെന്നോ അത് ചെയ്യുമ്പോ മാറുമെന്നോ ഒക്കെ പറഞ്ഞു.എനിക്ക് തോന്നുന്നില്ല ഇനി ഇത് നടക്കുമെന്ന്.'

അഖില വല്ലായ്മയോടെ നിന്ന് പോയി. അവൾക്ക് ഉള്ളിൽവേദന നിറഞ്ഞു.

വിനു ...

വിനുവിത് എങ്ങനെയാവും സഹിക്കുക. വിനുവിന്റെ ജീവനാണ് ആ കുട്ടി. കല്യാണം കഴിഞ്ഞ സമയത്ത് പറഞ്ഞിട്ടുണ്ട്. പൗർണമി ജനിച്ചപ്പോ ആദ്യം കയ്യിൽ വാങ്ങിയത് വിനുവാണ് എന്ന്. അവൾക്കു ചുറ്റുമായിരുന്നു പിന്നെ ജീവിതമെന്ന്. അച്ഛനുമമ്മയും കൂടപ്പിറപ്പുകളില്ലതെ ഒറ്റയ്ക്ക് വളർന്ന സങ്കടം അറിയാഞ്ഞത് ഇവൾ ജനിച്ചപ്പോഴാണ് എന്നും പറഞ്ഞിട്ടുണ്ട്.

അടുത്ത നിമിഷം അവൾക്ക് ക്രൂരമായ ഒരു സന്തോഷം തോന്നി. അനുഭവിക്കട്ടെ.

മറ്റുള്ളവരെ വേദനിപ്പിക്കുമ്പോൾ ഓർക്കണം ദൈവം നമുക്കും എന്തെങ്കിലും കരുതി വെച്ചിട്ടുണ്ടാകും എന്ന്.

അനുഭവിക്കട്ടെ.

അവൾ ഒരു മൂളിപ്പാട്ടോടെ ടർക്കി ടവൽ എടുത്തു ബാത്റൂമിൽ കയറി വാതിലടച്ചു.

ഇനി കുറച്ചു നാൾ ഇവിടെ നിൽക്കാം. എന്തായാലും ഉടനെ ഒന്നും തറവാട്ടിൽ നടക്കാൻ പോകുന്നില്ല.വിനു ഉടനെ തിരിച്ചു പോകുകയും ഇല്ല. അപ്പൊ മറ്റുള്ളവരുടെ ചോദ്യങ്ങളെ ഒന്നും നേരിടേണ്ട. ഗോവിന്ദിനെ കാണണം. ഗോവിന്ദിനോട് പറയണം തനിക്ക് ഒരു തെറ്റ് പറ്റിപ്പോയതാണെന്ന്. കുറെ കരയണം ഇനിയൊരിക്കലും വിട്ട് പോവില്ലന്നും കെഞ്ചണം. എന്നോട് ക്ഷമിക്കണം എന്ന് ആ കാലിൽ കെട്ടിപിടിച്ചു മാപ്പപേക്ഷിക്കണം. ഗോവിന്ദ് പാവമാണ് തന്നോട് ക്ഷമിക്കും.തന്നെ ജീവനായിരുന്നില്ലേ? ഒരു തെറ്റ് പറ്റാത്തതായി ആരുണ്ട് ജീവിതത്തിൽ?

അവൾ കുളി കഴിഞ്ഞു വന്നു ദേഹത്ത് സുഗന്ധം പൂശി വസ്ത്രങ്ങൾ ധരിച്ചു കണ്ണാടിയിൽ നോക്കി.

എത്ര സുന്ദരിയാണ് താൻ? വിവാഹം കഴിഞ്ഞു പത്തു വർഷമായിട്ടും ഉടയാത്ത ശരീരം. ഒട്ടും മങ്ങാത്ത സൗന്ദര്യം. അവൾ മുഖത്ത് മെല്ലെ ക്രീം തേച്ചു പിടിപ്പിച്ചു.

വെണ്ണ പോലെ തിളങ്ങുന്ന തന്റെ മുഖം കണ്ടവൾക്ക് അഭിമാനം തോന്നി.ഗോവിന്ദിന് എങ്ങനെ തന്നെ വേണ്ടന്ന് പറയാൻ കഴിയും?

താനിന്നും അവന്റെ പെണ്ണാണ്.

അവൾ ജനാലകൾ രാത്രിയിലേക്ക് തുറന്നിട്ട് പുറത്തേക്ക് നോക്കി. അറിവില്ലാത്ത പ്രായത്തിൽ വീട്ടുകാരുടെ നിർബന്ധത്തിൽ വിവാഹം കഴിക്കേണ്ടി വന്നതാണെന്നു പറഞ്ഞാൽ ഗോവിന്ദിന് മനസിലാകുമെന്നു തന്നെ അവളുറച്ചു.

കിഷോർ കണ്ണ് തുറക്കുമ്പോൾ ആദ്യം കണ്ടത് അമ്മയെയാണ്. അമ്മയുടെ നിറഞ്ഞ കണ്ണുകൾ. അവരവന്റെ മുഖത്തും ശരീരത്തിലും മെല്ലെ തലോടി.

'അമ്മെ...അച്ഛനെവിടെ ?'

അവൻ ഇടർച്ചയോടെ ചോദിച്ചു.

'ഇവിടെ ഉണ്ടെടാ.' അച്ഛൻ ചിരിയോടെ അവന്റെ കൈ പിടിച്ചു കുലുക്കി.

അവന്റെ കണ്ണുകൾ വീണ്ടും ആരെയോ തിരയുന്നുണ്ടായിരുന്നു.

'നിന്റെ മീട്ടു മുയൽ വന്നിട്ടുണ്ട് വിളിക്കട്ടെ.' അച്ഛൻ കുസൃതിച്ചിരിയോടെ പറഞ്ഞു.

പൊടുന്നനെ അവന്റെ മുഖം ചുവപ്പായി.

'നാണം വന്നല്ലോ ചെക്കന്.' അമ്മ കളിയാക്കി.

'നീ വന്നേ...നമുക്കൊന്ന് കാന്റീൻ വരെ പോയി വരാം. ഈ നേരം വരെ ഒരു വസ്തു കഴിച്ചിട്ടില്ല.'

അച്ഛൻ പറഞ്ഞു. അമ്മ തലയാട്ടി എഴുന്നേറ്റു.

'ഞങ്ങൾ പോയി വരാം ട്ടോ പൗർണമി ഇങ്ങോട്ട് വരും. ഇവിടെ ഉണ്ട്.' അച്ഛൻ അവന്റെ കവിളിൽ തലോടി പറഞ്ഞു.

അവർ പോയി കുറച്ചു കഴിഞ്ഞു പൗർണമി അവന്റെ അരികിൽ വന്നിരുന്നു.

'ഹേയ്'

അവൾ അവന്റെ വലതു കൈൽ മെല്ലെ പിടിച്ചു.

'വലതു കൈയും കാലും പ്രശ്നത്തിലാണെന്ന ഡോക്ടർ പറഞ്ഞത് ബ്ലഡ് ക്ലോട്ട് ചെയ്തിട്ട് പെട്ടെന്ന് ചികിത്സ കിട്ടിയിരുന്നെങ്കിൽ വരില്ലായിരുന്നത്രെ. ബട്ട് ഫിസിയോ ചെയ്താൽ മതി ഓക്കേ ആവും...'

അവൾ തളർച്ചയോടെ തലയാട്ടി.

'നിനക്ക് വേണെങ്കിൽ ഇപ്പൊ രക്ഷപ്പെട്ടു പോകാം കേട്ടോ...' അവൾ പെട്ടെന്ന് ആ വാ പൊത്തി.

'എന്തിനാ ഇങ്ങനെയൊക്കെ പറയുന്നതു കിച്ചു ?

'ഇനി പിന്നെ ഞാൻ പറഞ്ഞില്ലന്ന് പറയരുത്...എന്തെങ്കിലും ഒരു വൈകല്യമായി കഴിഞ്ഞാൽ ഉടനെ ഉപേക്ഷിച്ചു പോകുന്നവരാണ് ഭൂമിയിൽ കൂടുതൽ ഉള്ളത്...നിനക്ക് ചിലപ്പോൾ എന്നേക്കാൾ മിടുക്കന്മാരെ കിട്ടും.'

'ദേ എനിക്ക് ദേഷ്യം വരും കേട്ടോ മഹേഷിന്റെ പ്രതികാരത്തിൽ പറയുന്നത് പോലെ നൈസ് ആയിട്ട് ഒഴിവാക്കാൻ നോക്കുവാണോ എന്ന് ഞാൻ ചോദിക്കുമെ.' അവൾ പിണങ്ങി.

അവൻ ചിരിച്ചു പോയി. പെട്ടെന്ന് വേദന കൊണ്ട് അവന്റെ നെറ്റി ചുളിഞ്ഞു.

'അയ്യോ വേദനിക്കുന്നോ' അവൾ പെട്ടെന്ന് മുഖത്ത് തൊട്ടു.

'പിന്നെ വേദനിക്കാതെ... തലയിലല്ലേ കൊച്ചെ ഓപ്പറേഷൻ നടന്നത് ? ഹോ ദൈവമേ...നീ കോമഡി പറഞ്ഞു എന്നെ ചിരിപ്പിക്കല്ലേ.'

അവൾ മെല്ലെ അവന്റെ കൈ എടുത്തു ചുണ്ടോടു ചേർത്ത് വെച്ച് നനുത്ത ഒരു ഉമ്മ കൊടുത്തു.

'അങ്ങനെ നല്ല കാര്യം വല്ലോം ചെയ്യ്.'

അവൻ കുസൃതിയോടെ പറഞ്ഞു.

ഓരോ വിരലുകളിൽ ഓരോ കുഞ്ഞുമ്മകൾ.

പിന്നെ ആ കൈ അവൾ കവിളിൽ ചേർത്ത് പിടിച്ചു.

'എനിക്ക് എന്തിഷ്ടമാണെന്നോ.' മെല്ലെ പറഞ്ഞു.

'അറിയാം.' അവൻ ഇടതു കൈ കൊണ്ടവളെ ചേർത്തിരുത്തി.

പിന്നെ നെറ്റിയിൽ ചൂണ്ടു വിരൽ കൊണ്ട് തൊട്ടു.

'ഇവിടെ താ.'

അവൾ കുനിഞ്ഞു.

നെറ്റിയിൽ ഒരുമ്മ

കണ്ണുകളിൽ.

കവിളിൽ.

ചുണ്ടിൽ.

കഴുത്തിൽ.

കിഷോർ കണ്ണുകളിറുക്കിയടച്ചു കളഞ്ഞു.

ഉള്ളിലൊരു കടലിരമ്പുന്നു.

പ്രണയത്തിന്റെ മുഴക്കങ്ങൾ.

അവനവളെ തന്നോടണച്ചു പിടിച്ചു.

എന്റെ പ്രാണനെ...അടക്കി വിളിച്ചു.

വാതിലിൽ ഒരു തട്ട് കേട്ട് അവൾ പെട്ടെന്ന് നേരെയിരുന്നു.

വിനു.

'വിനുവേട്ടൻ എന്റെ അപ്പച്ചിയുടെ മോനാ.'

'അറിയാം മിട്ടു... സോറി പൗർണമി പറയും എപ്പോഴും.'

വിനു ചിരിച്ചു.

'ഏയ് അത് മാറ്റിപറയണ്ട...അവളെന്നോട് പറയും കിച്ചു പയർമണിന്നു വിളിക്കുന്നതും മീട്ടുന്നു വിളിക്കുന്നതുമൊക്കെ... ഫോൺ വിളിക്കുമ്പോൾ തന്റെ കാര്യം പറയാനേ ഇവൾക്ക് നേരമുള്ളൂ.'

കിഷോർ സ്നേഹത്തോടെ അവളെ നോക്കി.

'ഞാൻ പറയുകയായിരുന്നു വേണെങ്കിൽ ഇപ്പൊ രക്ഷപ്പെട്ടോളാൻ... എനിക്ക് സാധാരണ സ്ഥിതിയാലാവാൻ കുറച്ചു മാസങ്ങൾ എടുക്കും.' കിഷോർ വിനുവിനോട് പറഞ്ഞു.

'ഒന്ന് വെറുതെയിരിക്ക് കിച്ചു.' അവൾ ശാസിച്ചു.

'അങ്ങനെ രക്ഷപ്പെട്ട് എവിടെ പോകാൻ ? അങ്ങനെ നമുക്ക് ഒരാളിൽ നിന്നൊന്നും രക്ഷപ്പെട്ട് പോകാൻ കഴിയില്ല കിച്ചു. പ്രത്യേകിച്ച് പ്രണയത്തിൽ നിന്ന്. പ്രണയം സത്യമെങ്കിൽ അത് നമ്മളെ കൊളുത്തി വലിച്ചു കൊണ്ടേയിരിക്കും. ഒരു മുള്ളു പോലെ നോവിച്ചു കൊണ്ട്. രക്തം പൊടിച്ചു കൊണ്ട്... പ്രണയം നഷ്ടപ്പെടുത്താതിരിക്കാൻ നോക്കുന്നതാണ് നല്ലത്...' വിനുവിന്റെ മുഖത്ത് ഒരു വിഷാദം നിറഞ്ഞു.

'നഷ്ടപ്പെടുന്ന പ്രണയം നമ്മളെ മാറ്റിക്കളയും... നമ്മൾ ക്രൂരതയുള്ളവരാകും. കൊലപാതകികളാവും. എന്തും ചെയ്യാൻ ഒരുങ്ങുന്ന ഒരു മനസ്സ് വരും. എന്തിനാ അതൊക്കെ. അതൊന്നും വേണ്ട. ഞാൻ എല്ലാരോടും പറയും നിങ്ങൾ പ്രണയിക്കുന്നുണ്ടെങ്കിൽ... അത് നഷ്ടമാക്കാത്തിരിക്കുക. കൂടെ കൂട്ടുക...' കിഷോർ അമ്പരന്നു കിടക്കുകയായിരുന്നു.

പൗർണമി ചിരിച്ചു കൊണ്ടവനെ തോണ്ടി.

'അതേയ് വിനുവേട്ടൻ ഭയങ്കര ഫിലോസോഫിയാ പണ്ടേ. പേടിക്കണ്ട ...അസുഖമൊന്നുമല്ല അല്ലെ വിനുവേട്ടാ ?'

കിഷോറും വിനുവും പൊട്ടിച്ചിരിച്ചു.

'ഈ പെണ്ണ്... അപ്പൊ ഞങ്ങൾ ഇറങ്ങുകയാ കിച്ചു. ഇന്നലെ വന്നതല്ലേ ? ഇവളൊന്നും കഴിച്ചിട്ടുമില്ല... പിന്നെ നിശ്ചയം ചിലപ്പോ മൂന്നാലു ദിവസം മാറ്റി വെയ്ക്കും അത്ര തന്നെ...എന്നാലും ഈ കല്യാണം നടക്കും. ഞങ്ങൾ മാളികപ്പുറത്തുകാർ പ്രണയത്തിനും വാക്കിനും വേണ്ടി ജീവൻ വേണേൽ കൊടുക്കും അതാ ശീലം. അല്ലെ മോളെ ?'

അവൾ ചിരിച്ചതേയുള്ളു.

'ഞാൻ പാർക്കിംഗ് സ്ഥലത്തു നിന്ന് കാർ കൊണ്ട് വരുമ്പോഴേക്കും

മോൾ അങ്ങോട്ട് വന്നേയ്ക്ക്. '

അവൾ തലയാട്ടി.

അപ്പോൾ തന്നെ കിഷോറിന്റെ അച്ഛനും അമ്മയും വന്നു. വിനു അവരോടും യാത്ര പറഞ്ഞു.

അവളുടെ ക്ഷീണിച്ച മുഖത്തേക്ക് കിഷോറിന്റെ അമ്മ ഒന്ന് നോക്കി.

തന്റെ മകന്റെ പുണ്യം.

ഇങ്ങനെ ഒരു മരുമകൾ തന്റെയും പുണ്യം.

അവർ അവളുടെ കൈകൾ പൊതിഞ്ഞു പിടിച്ചു മുഖത്തോടു ചേർത്ത് വെച്ച് നിന്ന് കുറച്ചു നേരം.

'എന്താ അമ്മെ ?''

കൈകളിൽ കണ്ണീരു വീഴുന്നതറിഞ്ഞ് അവൾ അമ്മയുടെ മുഖം പിടിച്ചുയർത്തി.

'എന്നുമുണ്ടാകണം എന്റെ മോന്റെ കൂടെ കേട്ടോ.' അവർ മെല്ലെ പറഞ്ഞു

'അത് പിന്നെ പറയണോ അമ്മേ ...' അവൾ കരുണയോടെ അമ്മയെ ചേർത്ത് കെട്ടിപ്പിടിച്ചു.

'പോട്ടെ ഞാൻ...അച്ഛാ കിച്ചു, അമ്മെ...പോയിട്ട് വരാം ട്ടോ .'

അച്ഛനും അമ്മയും അവളെ കാറിനിരികിൽ വരെ അനുഗമിച്ചു. അവൾ കാറിൽ കയറി പോകുമ്പോൾ അവർ കൈ വീശി യാത്രയാക്കി.

'ഇപ്പോഴത്തത്തെ കാലത്തുമുണ്ടല്ലേ ഇത്തരം കുട്ടികൾ ?' അച്ഛൻ അമ്മയോട് ചോദിച്ചു.

'എല്ലാ കാലത്തുമുണ്ട്... പുതിയ കുട്ടികൾ കാര്യഗൗരവമില്ലാത്തവരാണെന്നു വെറുതെ പറയുന്നതാ. അവർക്ക് നല്ല അറിവുണ്ട്. സ്നേഹമുണ്ട്...കരുതലുമുണ്ട് ...' അമ്മ പുഞ്ചിരിയോടെ പറഞ്ഞു.

'വിനുവേട്ടാ'

'ഉം' കാർ ഓടിക്കുന്നതിനിടക്ക് അവൻ ഒന്ന് മൂളി.

'വിനുവേട്ടനിപ്പോഴും ഒന്നും മറന്നിട്ടില്ല അല്ലെ ?''

ആ ചോദ്യത്തിൽ എല്ലാമുണ്ടായിരുന്നു.

എല്ലാം ....

'മരിക്കണം വിനു എല്ലാം മറക്കണമെങ്കിൽ.'

അവൻ മൂർച്ചയോടെ പറഞ്ഞു.

അവളുടെ മനസ്സിൽ ഒരു വല്ലയ്മ നിറഞ്ഞു

'എത്ര വർഷമായി എല്ലാം കഴിഞ്ഞിട്ട് ...വിനുവേട്ടന് അതൊക്കെ മറന്നൂടെ ?'

അവൾ ആ കൈ പിടിച്ചു.

'പാർവതിയെ മറക്കുന്ന അന്ന് ... വിനുവേട്ടൻ ഇല്ല മോളെ... വിനു മരിച്ചു എന്ന് കരുതിയാ മതി...'

പൗർണമി ഒരു ഞെട്ടലോടെ അവനെ നോക്കിയിരുന്നു.

വിനു കാറിന്റെ വേഗത കൂട്ടി.

അധ്യായം 18

ഇക്കുറി പക്ഷെ ശന്തനു അമ്മാവന്റെ മനസ്സായിരുന്നു തറവാട്ടിൽ പലർക്കും. ഈ കല്യാണം നടത്തേണ്ടതില്ല എന്നൊരു അഭിപ്രായം അവിടെ പൊങ്ങി വന്നു. വേണുവും നകുലനും മനുവും പോലും ആശയക്കുഴപ്പത്തിലായി.

'നീ ഒന്നാലോചിച്ചു നോക്ക്. കല്യാണം നടക്കുമ്പോ ഇ ഫിസിയോ കൊണ്ടൊന്നും ശരിയായില്ലെങ്കിൽ... നമ്മുടെ കുഞ്ഞിന്റെ അവസ്ഥ ഒന്നാലോചിച്ചു നോക്ക്... ഒന്നല്ലേയുള്ളു ഇത് ? വേണു ജാനകിയോട് ചോദിച്ചു.

ജാനകിയും അതാലോചിക്കായ്കയില്ല.

വേണമെങ്കിൽ പറയാം. കല്യാണം കഴിഞ്ഞു വന്നെങ്കിൽ ഉപേക്ഷിക്കില്ലായിരുന്നു. അപ്പൊ വിധി എന്ന് കരുതിയേനെ എന്നൊക്കെ. ഇത് പക്ഷെ അങ്ങനെയല്ലല്ലോ? മുന്നേ കൂട്ടി അറിഞ്ഞിരിക്കുന്നു. ചെക്കന്റെ ഒരു വശത്തിനു തളർച്ചയുണ്ട്. അവർ എന്താ വേണ്ടതെന്നു അറിയാതെ ഉരുകി ഉരുകി അങ്ങനെ ഇരുന്നു.

വീണ്ടും ഒരു സഭ കൂടുമ്പോൾ നന്ദന്റെ അഭിപ്രായത്തിനു പിന്താങ്ങാൻ പ്രത്യക്ഷത്തിൽ ആരുമുണ്ടായിരുന്നില്ല.

'നമുക്ക് കുറച്ചു കൂടി ആലോചിച്ചു ചെയ്യാം നന്ദ.' എന്ന് വേണുവും നകുലനും കൂടി പറഞ്ഞതോടെ അവൻ നിസ്സഹായനായി.

നന്ദൻ മുറിയിലേക്ക് പോരുന്നു.

'ഇനി എന്തെങ്കിലും ചെയ്യാൻ കഴിയുക വിനുവിനും പൗർണമിക്കും ആണ്.' അവൻ പാർവതിയോടു പറഞ്ഞു.

'അവർ പറയുന്നത് കേൾക്കുമോ ഇവർ ?' അവൾ ആശങ്കയോടെ ചോദിച്ചു.

'വിനുവിന്റെ വാക്കിന് കുറച്ചു കൂടി വില കൊടുത്തേക്കും, ' നന്ദൻ പറഞ്ഞു.

'നന്ദന്റെ വാക്കിനില്ലാത്ത എന്ത് വില ? അങ്ങനെയൊന്നുമില്ല നന്ദ... ഇത് ആദ്യത്തെ ഒരു ഷോക്കാ. അവൾ സ്ട്രോങ്ങ് ആയിട്ട് നിന്നാ മതി ആർക്കും ഒന്നും എതിർക്കാൻ കഴിയില്ല. കിച്ചുവിനെ അവൾക്കായി ഇവർ കണ്ടുപിടിച്ചതാണ്. അവൾ ഈ നാളുകളത്രയും മനസ്സിലിട്ടു നട

ന്നിട്ടു ഒരു സുപ്രഭാതത്തിൽ ഇങ്ങനെ പറഞ്ഞാൽ അവൾക്ക് പറ്റുമോ ? നമ്മൾ കടന്നതല്ലേ അവസ്ഥ? അവൾ കൂടിയങ്ങു ഇറങ്ങി പോകും അത്ര തന്നെ അപ്പൊ പഠിച്ചോളും.'

അവൾ അമർഷത്തോടെ പറഞ്ഞു.

'ശേ നീയിതെന്താ പറയുന്നത്? അങ്ങനെ പറയല്ലേ. അവർ അച്ഛനും അമ്മയുമല്ലേ? അവർക്കവരുടെ മോളുടെ ജീവിതമല്ലെ വലുത് ? അവൾക്കു ദോഷം വരാൻ അവർ എന്തെങ്കിലും ചെയ്യുമോ ? ശരിയാകും. '

നന്ദൻ കിടക്കയിലേക്ക് വീണു കണ്ണുകളടച്ചു.

'നല്ല ക്ഷീണം ഞാൻ ഒന്നുറങ്ങട്ടെ... എന്തുണ്ടെങ്കിലും ഒരു രണ്ടു മണിക്കൂർ കഴിഞ്ഞേ എന്നെ വിളിക്കാവൂ. അറിയാമല്ലോ ഉറക്കം ഒട്ടും കിട്ടാതായിട്ടു മൂന്നാല് ദിവസമായി. ഇതിന്റെ പുറകെ കിടന്ന് ഓടുവായിരുന്നു.നല്ല തലവേദനയുണ്ട്.'

പാർവതിയുടെ മുഖത്ത് ഒരു ആധി നിറഞ്ഞു.

'അയ്യോ... ഗുളിക തരട്ടെ നന്ദ? '

'വേണ്ട. ഉറങ്ങിയാൽ മാറും നീ ആ വാതിലടച്ചിട്ട് പൊയ്ക്കോ.'

'ഉം.' അവൾ എഴുന്നേറ്റു പോയി.

ആഗ ലൈബ്രറിയിലായിരുന്നു ഗോവിന്ദ് തൊട്ടടുത്ത് വന്നപ്പോഴേ അവൾ കണ്ടുള്ളൂ.

'ഇതെന്താ ഇപ്പൊ ക്ലാസ് ഇല്ലേ ? ഇന്ന് തിങ്കളാഴ്ച ഈ സമയത്ത് ക്ലാസ് ഉള്ളതാണല്ലോ.'

അവൾ അമ്പരപ്പിൽ ചോദിച്ചു

'എന്റെ ടൈം ടേബിൾ കാണാതെ പഠിച്ചിരിക്കുകയാണോ നീയ്?' അവൻ കുസൃതിയിൽ അവളുടെ മൂക്കിൽ പിടിച്ചു വലിച്ചു.

'പിന്നല്ല ഞാൻ ആരാ മോൾ ?'

അവൾ പുസ്തകം ഷെൽഫിൽ വെച്ച് പറഞ്ഞു.

'നിനക്ക് ഒരു വമ്പൻ സർപ്രൈസ് ഉണ്ട്. വൈകുന്നേരം ഫ്രീ ആവണം.'

അവൾ പുരികം ചുളിച്ചു

'സർപ്രൈസ് ?'

'യെസ്'

'സർപ്രൈസ് ഒക്കെ ആൾക്കാർ മുൻകൂട്ടി പറയുമോ ?'

അവൾ ചിരിച്ചു.

'നീ ഫ്രീ ആവണേ? അല്ലെങ്കിൽ എന്റെ സർപ്രൈസ് പൊളിയും.'

അവൻ പറഞ്ഞു.

'എന്ന് വെച്ചാൽ ?'

അവൾക്കൊരു കുന്തവും മനസ്സിലായില്ല.

'എന്ന് വെച്ചാൽ ഭൂമി ഉരുണ്ടതാണെന്ന്.' അവൻ അവളുടെ മൂക്കിന്റെ തുമ്പിൽ വീണ്ടും ഒന്ന് നുള്ളി.

'ആ ചുമ്മാതല്ല... അല്ല എന്ന അസുഖം തുടങ്ങിയത് ...ഡോക്ടറെ കണ്ടാരുന്നോ?'

'പോടി ചളി അടിക്കാതെ.'

'ചളി ആയി പോയി അല്ലേ ?'

അവൾ ജാള്യതയോടെ ചോദിച്ചു.

'ഡബ്ബിൾ ചളി...'

'പിന്നെ ...ഇത് നന്നായിട്ടുണ്ടോ ?'

ഗോവിന്ദ് ഷർട്ടിന്റെ പോക്കറ്റിൽ നിന്ന് ഒന്നെടുത്തു കാട്ടി.

ഒരു കരിമണിമാല.

'ആഹാ കൊള്ളാലോ...അമ്മയ്ക്കാ?'

'അല്ല നിനക്ക്.'

അവൾക്ക് കണ്ണ് മിഴിഞ്ഞു പോയി.

'എനിക്കോ?'

തെല്ലുച്ചത്തിൽ അവൾ ചോദിച്ചു.

'അയ്യോ പതുക്കെ...' അവൻ കൈ കൊണ്ട് പതിയെ എന്ന് ആംഗ്യം കാണിച്ചു.

ലൈബ്രറിയിൽ കുട്ടികൾ കുറവായിരുന്നു. ഒന്നോ രണ്ടോ പേര് അവർ ഇതൊന്നും ശ്രദ്ധിക്കുന്നു കൂടിയുണ്ടായിരുന്നില്ല. മൊബൈലിൽ നോക്കി ചെവിയിൽ ഹെഡ്ഫോണും വെച്ച് ഇരിക്കുന്നവർ. ഇനി ഭൂകമ്പം ഉണ്ടായാൽ അറിയുമോ ?

'ശരിക്കും എനിക്കാണോ.'

'അല്ല എന്റെ കാമുകിക്ക്.' അവനു ദേഷ്യം വന്നു.

'അത് ഞാനല്ലേ ?'

അവൾ ഒരു ചിരി ചിരിച്ചു.

'ആണോ ?'

'ആ ഉറപ്പാണല്ലോ.'

'പിന്നല്ലാതെ.'

'അപ്പൊ നിനക്ക് തന്നെ. ഹാപ്പി ബർത്ഡേ...'

അവൾ നിറപുഞ്ചിരിയോടെ തലയാട്ടി.

'മറന്നില്ല അല്ലെ? പക്ഷെ ഇത് ഇങ്ങനെ ആണോ തരിക? നമ്മൾ ഒറ്റയ്ക്ക് അങ്ങനെ നല്ല റൊമാന്റിക് മൂഡിലിരിക്കുമ്പോൾ കഴുത്തിലിട്ട് തരണ്ടേ?'

'എനിക്കിപ്പോഴും നല്ല മൂഡാ.'

അവൻ കണ്ണ് ചിമ്മി പറഞ്ഞു. പിന്നെ ചുറ്റും നോക്കി അവളെ ചേർത്ത് പിടിച്ചു ആ മാല കഴുത്തിലിട്ട് ഒരു ഉമ്മ കൊടുത്തു.

'ഐ ലവ് യു ആഗ' അവൻ ദീപ്തമായി പറഞ്ഞു.

ഒറ്റ നിമിഷം കൊണ്ട് അവൾ പൂത്തുലഞ്ഞു പോയി. ചുവന്ന മുഖവുമായി അവളവനെ ഉറ്റു നോക്കി.

'ഈ മാല കുറച്ചു പഴയതാ. എന്റെ അച്ഛൻ എന്റെ അമ്മയ്ക്ക് കല്യാണത്തിന് ഇട്ട് കൊടുത്തതാ. അപ്പൊ ഇപ്പൊ നീ എന്റെ ആരാ എന്ന് പറഞ്ഞെ ?'

'എനിക്ക് വയ്യ...' അവൾ നാണത്തോടെ മെല്ലെ പറഞ്ഞു.

'കേട്ടില്ല.' അവൻ മുഖം താഴ്ത്തി ചെവി വട്ടം പിടിച്ചു.

'വെറുതെ ഇരിക്ക് ഗോവിന്ദ്...'

'ശേ പറ പെണ്ണെ...'

'ഞാൻ ഗോവിന്ദിന്റെ പെണ്ണല്ലേ?'

'യെസ് എന്റെ പെണ്ണ്... എന്റെ മാത്രം... അപ്പൊ വൈകുന്നേരം കാണാം.'

അവൻ യാത്ര പറഞ്ഞു പോയി.

ഗോവിന്ദ് അവളോടിത് വരെ ഇത് പോലെയൊന്നും പെരുമാറിയിട്ടുണ്ടായിരുന്നില്ല. സ്നേഹിക്കുന്നുവെന്ന് പറഞ്ഞിട്ട് കൂടിയില്ല. ചിലപ്പോഴൊക്കെ ആത്മാഭിമാനം വിട്ട് അവൾ പിന്നാലെ നടന്നിട്ടുണ്ട്. തുടക്കത്തിലൊക്കെ. അന്നൊക്കെ പഴയ പ്രണയത്തെ കുറിച്ച്, അവളുടെ ചതിയെക്കുറിച്ച്...അപകടത്തിൽ കാല് നഷ്ടപ്പെട്ടതിനെ കുറിച്ച് ഒക്കെ പറഞ്ഞു അവൻ ഒഴിഞ്ഞു മാറി പോകും.

ഗോവിന്ദിനെ എന്ത് കൊണ്ടാണ് സ്നേഹിച്ചതെന്നവൾക്കിന്നും അറിയുമായിരുന്നില്ല.

ആദ്യകാഴ്ചയിൽ... ഒറ്റ നോട്ടത്തിൽ അയാൾക്ക് അധീനയായി പോയിരുന്നു അവൾ.

അവളാദ്യം കാണുമ്പോൾ ഗോവിന്ദ് ഒരു സ്റ്റേജിൽ നിന്ന് പാടുകയായിരുന്നു. അന്ന് അധ്യാപക ദിനമായിരുന്നു.

കോളേജിൽ എല്ലാ വർഷവും ആ ദിവസം കുട്ടികൾ അധ്യാപകരാവും അധ്യാപകർ കുട്ടികളും. അന്ന് കുട്ടികൾ പറയുന്നതെന്തും അനു

സരിച്ചു കൊള്ളണം...അതാണ് നിയമം. ഗോവിന്ദ് പഠിച്ച കോളേജ് ആണത്. അഞ്ചു വർഷങ്ങൾ ആർട്സ് ക്ലബ് സെക്രട്ടറിയായി ഗോവിന്ദ് വിലസിയ കോളേജ്.

ഗോവിന്ദ് നന്നായി പാടും... പ്രസംഗിക്കും അഭിനയിക്കും... ഡാൻസ് ചെയ്യും...വരയ്ക്കും. ശരിക്കും ഒരു ബഹുമുഖപ്രതിഭ. പിന്നീട് അറിഞ്ഞതാണ്. ആദ്യം കണ്ടത് ആ മുഖമാണ്... ആദ്യം കേട്ട പാട്ടും ഓർമ്മയുണ്ട്.

'പാതിരാ മഴ ഏതോ...' വിഷാദം നിറഞ്ഞ മുഖവും ശബ്ദവും. ഒരു കടലൊളിപ്പിച്ച കണ്ണുകൾ. ചുണ്ടുകൾ മൈക്കൊടടുപ്പിച്ചു സദസ്സിനെ നോക്കി കണ്ണുകൾ കൊണ്ട് ചിരിച്ച്.

ഗോവിന്ദ് സാർ... എന്ന ആർപ്പ് വിളി കേൾക്കാം.

ആരോ പറഞ്ഞു അത് ഗോവിന്ദാണ്. ഇലക്ട്രോണിക്സ് ഡിപ്പാർട്മെന്റ്. അധ്യാപകനാണെന്നു തോന്നില്ല...കോളേജിൽ പഠിക്കുന്ന ഒരു പയ്യൻ.

ഉള്ളിൽ വെള്ള ടി ഷർട്ടും അലസമായി പുറമേയ്ക്ക് ഇട്ടിരിക്കുന്ന നീല ചെക്ക് കോട്ടൺ ഷർട്ടും ജീൻസും...ചെമ്പൻ മുടിയിഴകൾ നെറ്റിയിലേക്ക് ചിതറി വീണുകിടപ്പുണ്ട്... ആ ഒറ്റക്കാഴ്ചയിൽ ഒരു മായയിലകപ്പെട്ട പോലെ താൻ നിന്നുപോയി. കാണും തോറും ഇഷ്ടം കൂടി വന്നു. ഒരു ദിവസം ചെന്ന് പരിചയപ്പെട്ടു.

'എന്റെ പേര് ആഗ. കമ്പ്യൂട്ടർ ടീച്ചർ ആണ്. പുതിയതാണ്.'

ഹലോ എന്നോ മറ്റോ പറഞ്ഞുവെന്നു തോന്നുന്നു.

കോളേജ് മുഴുവൻ ഗോവിന്ദ് സാറിന്റെ ആരാധകരാണ്. പെൺകുട്ടികൽ മാത്രമല്ല അധ്യാപകരിലുമുണ്ട്... ആരാധകർ.

ഒരു ദിവസം മീന ടീച്ചർ ആണ് പറഞ്ഞത്.

'ഗോവിന്ദിന് ഒരു അപകടത്തിൽ കാൽ നഷ്ടപ്പെട്ടതാണ്... എന്നൊക്കെ.

ഒരു ഞെട്ടലായിരുന്നു അത്. പക്ഷെ പിന്മാറാനായുള്ള കാരണമായില്ല അത്.

'ഗോവിന്ദ് എനിക്ക് ഇയാളെ വലിയ ഇഷ്ടമാണ്.' ഒരിക്കൽ കുറച്ചു അടുപ്പം വന്നുവെന്നു തോന്നിയപ്പോൾ പറഞ്ഞു.

'എനിക്കില്ലല്ലോ ആഗ.' പെട്ടെന്ന് റിപ്ലൈ കിട്ടി.

പിന്നെ സംസാരിച്ചിട്ടുമില്ല. താൻ എത്ര ശ്രമിച്ചിട്ടും സംസാരിച്ചില്ല. ഒഴിവാക്കി. കടുത്ത അവഗണനയായിരുന്നു അത്. തന്നെ വല്ലതെ വേദനിപ്പിച്ചു അത്. ഒരു പാട് പിന്നാലെ നടന്നു. കാണുമ്പോൾ തന്നെ മുഖം തിരിച്ചു നടന്നു പോകും ഗോവിന്ദ്.

ജീവിതത്തിൽ ആദ്യമായി താൻ ഒരാളെ സ്നേഹിക്കുകയായിരുന്നു. പഠിക്കുന്ന കാലത്തൊന്നും തനിക്ക് ഒരു പ്രണയമുണ്ടായിരുന്നില്ല അത് കൊണ്ട് തന്നെ അതിന്റെ വേദനകളൊന്നും അറിഞ്ഞിട്ടേയില്ല.

പ്രണയം ഭ്രാന്ത് പോലെ കീഴടക്കുന്ന ഒന്നാണെന്ന് അന്നാണ് ആദ്യമായി അറിഞ്ഞത്. ഉറക്കമില്ല. ഭക്ഷണം വേണ്ട. ഒന്നിനോടും താല്പര്യമില്ല.

സങ്കടം വന്നുമുട്ടും വെറുതെയിരിക്കുമ്പോഴൊക്കെ. കരഞ്ഞു പോകും ഓർക്കുമ്പോ തന്നെ.

ഒരിക്കൽ താൻ ഗോവിന്ദിനോട് പറഞ്ഞു.

'ഗോവിന്ദ് ചിലപ്പോ തന്നെ ഓർത്ത് ഓർത്ത് ഞാൻ മരിച്ചു പോയേക്കാം. അന്നെങ്കിലും സ്നേഹമായിട്ട് എന്നെ ഒന്ന് ഓർക്കണേ.'

അന്ന് ഗോവിന്ദ് ഒരു നോട്ടം നോക്കി. ഒരു അടി അടിക്കും പോലെ ആയിരുന്നു അത്.

പിന്നീട് ഒരു ദിവസം ഇതേ പോലെ ലൈബ്രേറിയുടെ മുകളിലെ നിലയിൽ വെച്ചേ കണ്ടു ഇറങ്ങി പോകുന്ന ഗോവിന്ദിനെ... ഓടി ചെന്നതാണ്. കാലിടറി മുകൾ നിലയിലെ പടിക്കെട്ടിൽ നിന്ന് താഴേക്ക്...

ഹോപ്സിറ്റലിൽ ഗോവിന്ദ് വന്നില്ല.

പക്ഷെ വീട്ടിൽ വന്നു ഒരു ഉച്ചക്ക്. കുറച്ചു നേരം മൗനമായിരുന്നു.

'എന്നെ വിളിച്ചിരുന്നെങ്കിൽ ഞാൻ അവിടെ നിന്നേനെ... നീ എന്തിനാ ശ്രദ്ധിക്കാതെ ഓടി അപകടം വരുത്തി വെച്ചത്?'

കരഞ്ഞു പോയി താൻ.

'എനിക്കറിയില്ല ഗോവിന്ദ്...എനിക്കിപ്പോ ഈ പ്രണയത്തിൽ നിന്ന് രക്ഷപ്പെട്ടു പോകണമെന്നുണ്ട്. ചിലപ്പോൾ തോന്നും മരിച്ചു പോയാ മതിയാരുന്നു. ഒന്നും ഓർക്കണ്ടായിരുന്നു എന്നൊക്കെ... അതും പറ്റുന്നില്ല... ഞാൻ ഒന്ന് തീരുമാനിച്ചു. ഇനി ഗോവിന്ദിനെ ഞാൻ പിന്നാലെ നടന്നു ശല്യം ചെയ്യില്ല... ഞാൻ കോളേജിൽ നിന്ന് റിസൈൻ ചെയ്യാൻ പോവാ.'

ശരിക്കും അന്നത് തീരുമാനിച്ചിരുന്നു. കാണുമ്പോളാണ് സങ്കടങ്ങൾ കൂടുക. കാണുമ്പോഴാണ് മറക്കാൻ ശ്രമിക്കുന്നതൊക്കെ അതിശക്തമായി ഹൃദയത്തിലേക്ക് വരിക.

ഗോവിന്ദ് തന്റെ കണ്ണുകളിലേക്ക് നോക്കി.

'ഇയാൾ ഓക്കേ ആവട്ടെ...എന്നിട്ട് തീരുമാനിക്ക്.'

താൻ വീണ്ടും കോളേജിൽ പോയി തുടങ്ങി... റിസൈൻ ചെയ്തു പോകാൻ കഴിഞ്ഞില്ല. ഗോവിന്ദിനെ കാണാതെയിരിക്കാൻ കഴിയുമാ

യിരുന്നില്ല. പക്ഷെ പഴയ പോലെ ഓടി ഓടി ചെല്ലില്ല. തന്നിലേക്ക് തന്നെ ഒതുങ്ങി കൂടി.

ആ ദിവസം ഇന്നും ഓർമയുണ്ട്.

ഗോവിന്ദ് തന്നോട് പുറത്തു പോകാൻ വരുന്നോ എന്ന് ചോദിച്ച ദിവസം. അന്നാണ് എല്ലാം പറഞ്ഞത്. എന്ത് കൊണ്ട് ഗോവിന്ദ് ഇങ്ങ നെ എന്നതിന്റെ ഉത്തരമായിരുന്നു അത്.

അപ്പൊ താൻ കൂടുതൽ സ്നേഹിച്ചു തുടങ്ങി.

ശ്വാസം മുട്ടിക്കുന്ന പോലെ.

ഗോവിന്ദിന് ചിലപ്പോ അസഹ്യത ഉണ്ടാകും പക്ഷെ പ്രകടിപ്പിക്കാറി ല്ല. ആ കണ്ണിൽ അറിയാം. എന്നാലും ഒരിക്കലും ഐ ലവ് യു ആഗ എന്ന് പറഞ്ഞിട്ടില്ല. ഇന്നാണ് അത് ആദ്യം പറഞ്ഞത്.

ഇന്നലെയാണ് ആദ്യമായി ചുംബിച്ചത്. ഉടലിൽ ചേർത്ത് പിടിച്ചു സ്നേഹിച്ചത്. അവന്റെ ചൂടും ഗന്ധവും ഇന്നും വിട്ടു പോയിട്ടില്ല. അവൾ ക്ക് നാണം വന്നു.

എന്ത് കൊണ്ടാവും ഇന്നീ മാല അണിയിച്ചത്?

അച്ഛനുമമ്മയും തുടക്കത്തിൽ കടുത്ത എതിർപ്പ് കാണിച്ചുവെങ്കിലും ഇപ്പൊ അയഞ്ഞിട്ടുണ്ട്.

താൻ ഗോവിന്ദിന്റെ പെണ്ണാണെന്ന് എത്ര അവകാശത്തോടെയാണ് ഗോവിന്ദ് ചോദിച്ചു കേട്ടത്.

ആദ്യം കണ്ട ഗോവിന്ദേയല്ല ഇപ്പൊ.

സോഫ്റ്റ് അല്ല ഗോവിന്ദ്... അതാദ്യം മുതൽ അറിയാം.

പരുക്കനാണ്. സ്നേഹം പ്രകടിപ്പിക്കാത്തവനാണ്. പക്ഷെ ഇന്നലെ വെണ്ണ പോലെ അലിഞ്ഞവനാണ്.

അതാണോ യഥാർത്ഥ ഗോവിന്ദ് ?

അറിയില്ല.

ഒന്നറിയാം.

ഗോവിന്ദ് തന്നെ സ്നേഹിക്കുന്നു.

തന്നെ മാത്രം സ്നേഹിക്കുന്നു

ജീവനെ പോലെ...

അത് മതി.

അത് മാത്രം മതി.

അധ്യായം 19

വിനുവും പൗർണമിയും എത്തിയപ്പോഴേക്ക് തറവാട്ടിൽ നിന്ന് മിക്കവാറും എല്ലാ ബന്ധുക്കളും സ്വന്തം വീടുകളിലേക്ക് മടങ്ങി പോയിക്കഴിഞ്ഞിരുന്നു. അമേരിക്കയിലുള്ള ശ്രീലക്ഷ്മി ചെറിയമ്മയുടെ കുടുംബവും ദുബായിലുള്ള ശുഭ ചെറിയമ്മയുടെ കുടുംബവും മാത്രം ശേഷിച്ചു. അവരും അവരുടെ ഭർത്താക്കന്മാരുടെ വീടുകളിലേക്ക് പോകാനുള്ള ഒരുക്കത്തിലായിരുന്നു.

അഴിച്ചു മാറ്റുന്ന അലങ്കാരപ്പണികളിലേക്ക് പൗർണമി അമ്പരപ്പോടെ നോക്കി നടന്നു.

വിനു വേണുവിന്റെ അരികിൽ ചെന്ന് മെല്ലെ അയാളുടെ തോളിൽ ഒന്ന് തൊട്ടു.

അയാൾ സർപ്പക്കാവിൽ മുന്നിൽ നിൽക്കുകയായിരുന്നു.

'വേണു മാമേ' അവൻ വിളിച്ചു.

തിരിഞ്ഞ അയാളുടെ കണ്ണുകളിൽ നിന്ന് കണ്ണീരൊഴുകുന്നത് കണ്ട അവൻ പതറി പോയി.

'എത്ര ഭംഗിയായിട്ടാ മോനെ ഞാൻ ഇവരുടെ കാര്യമൊക്കെ നോക്കിയത് ?' അയാൾ കാവിലേക്ക് കൈ ചൂണ്ടി.

'ക്ഷേത്രത്തിലാണെങ്കിലും കാവിലാണെകിലും ഞാൻ ഒന്നിനും ഒരു മുടക്കവും വരുത്തിയിട്ടില്ല. എല്ലാം കൃത്യമായി തന്നെ ചെയ്തിരുന്നു. അവർക്കൊരു അപ്രീതിയുണ്ടാകാതിരിക്കാൻ. എന്റെ മോളുടെ ജീവിതമാ, ഈ തറവാട്ടിലുള്ള ഓരോ കുഞ്ഞുങ്ങളുടെയും ജീവിതം ഒക്കെ നിന്റെ കൈകളിലാണ് ഭഗവാനെ എന്ന് ആവർത്തിച്ച് കരഞ്ഞു പ്രാർഥിച്ചിരുന്നു. ആർക്കും അപകടങ്ങളൊന്നും സംഭവിക്കരുതേ. വന്നു കേറിയവർക്കും ഇവിടെ ജീവിക്കുന്നവർക്കും അപകടമൊന്നും ഉണ്ടാവരുതേ എന്നൊക്കെ... എന്നിട്ടു കണ്ടോ എന്റെ മോളുടെ കാര്യം വന്നപ്പോ ഇങ്ങനെയായത്, ചിലപ്പോ തോന്നും ദൈവങ്ങളൊന്നും നമ്മളെ കാണുന്നില്ലാന്ന് അയാൾ സങ്കടത്തിൽ പറഞ്ഞു കൊണ്ടേയിരുന്നു.'

വിനു അയാളെ മെല്ലെ ചേർത്ത് പിടിച്ചു.

'വേണു മാമ മറ്റൊന്ന് ആലോചിച്ചു നോക്ക്. വെറുതെ ആലോചിക്ക്... നമ്മുടെ കുട്ടിയും അവനും കല്യാണം കഴിഞ്ഞു ഒരു യാത്ര

പോകുന്നു. അപകടം ഉണ്ടാവുന്നു. രണ്ടു പേരും മരിക്കുന്നു.'

'വിനു...' ഉറക്കെ വിളിച്ചു പോയി വേണു.

വിനു പുഞ്ചിരിച്ചു.

'ഞാൻ വെറുതെ ഒന്ന് ചിന്തിച്ചു നോക്കാനാണ് പറഞ്ഞത്... ചിന്തിക്കാൻ കൂടി കഴിയുന്നില്ലല്ലേ വേണുമാമക്ക് ?'

'അപ്പൊ ഇപ്പൊ സംഭവിച്ചത് എത്ര നിസാരമാണ്... മെഡിക്കൽ സയൻസ് ഒരു പാട് പുരോഗമിച്ചിട്ടുണ്ട്. അവൻ ദേ കണ്ണടച്ച് തുറക്കും മുന്നേ പഴയ കിച്ചുവായിട്ട് നമ്മുടെ മുന്നിൽ വരും. ഇനി നമ്മുടെ കുട്ടിക്കാ ഇങ്ങനെയൊന്നു സംഭവിച്ചിരുന്നെകിൽ അവർ ഈ കല്യാണത്തിൽ നിന്ന് പിന്മാറുമോ ? ഇല്ല എന്ന് ഞാൻ നൂറു വട്ടം പറയും. അത്ര ആഭിജാത്യം ഉള്ളവരാ അവർ. വെറുതെ വാക്ക് മാറ്റി തറവാടിന്റെ പേര് കളയാൻ നിൽക്കരുത് മാമ... അവരുടെ രണ്ടു പേരുടെയും ശാപം കൂടി വാങ്ങിച്ചു വെയ്ക്കണ്ട... ഇനി നിങ്ങളുടെയൊക്കെ തീരുമാനം മാറുന്നില്ലെങ്കിൽ ഞാൻ മറ്റൊരു മുന്നറിയിപ്പ് കൂടി തരാം... പൗർണമി പാർവതിയെ പോലെ തന്നെ ചെയ്യും... ഇനിയൊരു നാണക്കേട് കൂടി നമുക്ക് താങ്ങാൻ പറ്റുമോ എന്ന് ആലോചിച്ചു നോക്ക്.'

വേണു നടുക്കത്തോടെ അവനെ നോക്കി.

'നമ്മുടെ തറവാട്ടിലെ ആൾക്കാർക്ക് സ്നേഹം എന്ന് വെച്ചാൽ ഒരു ഭ്രാന്താണ് വേണു മാമ... ജീവൻ പോലും അവരതിന് വേണ്ടി കൊടുത്തു കളയും. പിള്ളേരുടെ സ്നേഹത്തെ പരീക്ഷിക്കാൻ നിൽക്കണ്ട.'

വേണു അവന്റെ കൈകളിൽ മുറുകെ പിടിച്ചു.

'ഞാൻ എന്ത് വേണം വിനു ? ആരും ഇതിനെ അനുകൂലിക്കുന്നില്ല... കുറച്ചു കഴിയട്ടെ എന്നാ എല്ലാരും പറയുന്നത് ?'

'കുറച്ചു കഴിയുമ്പോൾ പിന്നെ ഞങ്ങൾ കുറച്ചു പേര് ഉണ്ടാവില്ല... അവളുടെ കാര്യം ആയത് കൊണ്ട് മാത്രമാ ഞാൻ ഇത്രയും വർഷങ്ങൾക്ക് ശേഷം വന്നതെന്ന് മാമനറിയാമല്ലോ... നമുക്ക് നിശ്ചയിച്ച ദിവസം തന്നെ ജാതകം കൈമാറാം... ഇവിടെ ഉള്ളവരും വരാൻ ആഗ്രഹിക്കുന്നവരും മതി. വലിയ ആർഭാടമൊന്നും വേണ്ട. അതൊക്കെ കല്യാണത്തിന്. ഇപ്പൊ ലളിതമായ ഒരു ചടങ്ങു വേണം. അത് വേണമെന്ന് ഞാൻ പറയാൻ കാരണം ഈ അവസ്ഥയിൽ നമ്മൾ അത് കൂടി വേണ്ട എന്ന് പറഞ്ഞാൽ ആ വീട്ടുകാര് തളർന്നു പോകും. ഇതിപ്പോ നമ്മൾ കൂടെയുണ്ട് എന്ന ഒരു ഉറപ്പിക്കല്. അത് കിച്ചുവിനും ഗുണം ചെയ്യും...'

വേണു തലയാട്ടി.

അയാൾ നേർത്ത പുഞ്ചിരിയോടെ അവന്റെ ശിരസ്സിൽ തലോടി.

മനസ്സിൽ നിന്ന് ഒരു ഭാരം അങ്ങ് ഇറങ്ങി പോയിരിക്കുന്നു.

വിനു മെല്ലെ അയാളെ കെട്ടിപ്പിടിച്ചു.

'സന്തോഷമായിരിക്ക്' അവൻ മന്ത്രിച്ചു.

മുകളിലെ നിലയിൽ നിന്ന് പാർവതി അത് കാണുന്നുണ്ടയിരുന്നു. കേൾക്കുന്നുണ്ടായിരുന്നു. വിനുവിന്റെ മറ്റൊരു മുഖം തങ്ങൾക്ക് മാത്രമേ അറിയുകയുള്ളല്ലോ എന്നവൾ ഓർത്തു.

വിനു ആ നിമിഷം തന്നെ മുകളിലേക്ക് നോക്കി.

ഒരു ചെമ്പകം പൂത്ത പോലെ പാർവതി. അവൻ ഒരു മുഴുവൻ നിമിഷവും അങ്ങനെ നോക്കി നിന്ന് പോയി.

പാർവതി മെല്ലെ തിരിഞ്ഞു മുറിയിലേക്ക് പോയി.

അവനെന്തിനാണ് ഇപ്പോഴും തന്നെ ഇങ്ങനെ ആഗ്രഹിക്കുന്നതെന്നോർത്തു അവൾക്ക് സങ്കടം വന്നു. തന്റെ മനസ്സിൽ ഒരാളേയുള്ളു എന്ന്. മുന്നേ അവനോടു പറഞ്ഞതാണ്. എന്റെ മനസ്സിലും ഈ ഒരാളേയുള്ളു എന്ന് അവൻ അന്ന് പറഞ്ഞു.

അവന്റെ കല്യാണം കഴിഞ്ഞപ്പോൾ ആശ്വാസമായിരുന്നു. എല്ലാം അവസാനിച്ചല്ലോ.

വീണ്ടും കാണാനുള്ള അവസരമൊന്നും കിട്ടാഞ്ഞിട്ടാകും അവൻ പിന്നെ ഒരിക്കലും മനസ്സിലേക്ക് അസ്വസ്ഥത ആയിട്ട് വന്നില്ല. ഇപ്പൊ വീണ്ടും മനസ്സ് കലങ്ങി മറിഞ്ഞു കഴിഞ്ഞു. വിനുവേട്ടനോട് നേരിട്ട് ഒന്ന് സംസാരിച്ചാലോ... പ്രയോജനം ഉണ്ടാവുമോ എന്നവൾ ചിന്തിച്ചു. പിന്നെ വേണ്ടെന്നു വെച്ച് നന്ദന് ചിലപ്പോൾ അത് ഇഷ്ടമാവില്ല... വേണ്ട ഒറ്റയ്ക്ക് സംസാരിക്കുമ്പോ വിനുവേട്ടന്റെ നിയന്ത്രണം പോകും. അത് ജീവിതകാലം മുഴുവൻ തന്നെ വേട്ടയാടിക്കൊണ്ടിരിക്കും.

വിനു മുറിയിലേക്ക് വന്നു കുളിച്ചു വേഷം മാറ്റി.

അഖിലയെ കുറിച്ച് അവൻ ചിന്തിച്ചതേയില്ലായിരുന്നു അതുവരെ. അവളുടെ ഫോൺ കാളുകൾ ഉണ്ടോ എന്ന് അവൻ വെറുതെ നോക്കി.

ഒന്നുമില്ല.

അവൻ ഫോൺ മേശമേൽ ഇട്ടു ഒരു സിഗരറ്റിനു തീ കൊളുത്തി കസേരയിലിരുന്നു.

അഖില ഇതുവരെ അവളുടെ സ്വന്തം വീട്ടിൽ പോയി നിന്നിട്ടില്ല. ആദ്യമായിട്ടാണ്. ഒരു പക്ഷെ മടുത്തിട്ടുണ്ടാകും...പോകട്ടെ... വരാതിരുന്നെങ്കിൽ നന്നായിരുന്നു... തനിക്കവളെ സ്നേഹിക്കാൻ കഴിയുന്നില്ല എന്ന് അവൾക്കു നന്നായറിയാം... ഇനിയൊരിക്കലും കഴിയില്ല എന്നും.

നന്ദനെ ഇല്ലായ്മ ചെയ്യാൻ തോന്നാറുണ്ട് അവന്. ഏതെങ്കിലും രീതി

യിൽ അത് സാധിച്ചിരുന്നെങ്കിൽ അവനതു ചെയ്തേനെ... പറ്റാഞ്ഞിട്ടല്ല... എന്തോ ഇവിടെ വന്നത് മുതൽ മനസ്സിന് മാറ്റം വന്നു തുടങ്ങിയിട്ടുണ്ട്. അമേരിക്കയിൽ ഉള്ള വിനു അല്ല തറവാട്ടിൽ വന്നപ്പോ... മനസ്സ് തണു ത്തിരിക്കുന്നു. ആകുലതകളൊന്നുമില്ല. ശാന്തമായ ജീവിതം... വേണ മെങ്കിൽ അഖിലയെ ഡിവോഴ്സ് ചെയ്തിട്ട് ഇവിടെ സ്വസ്ഥമായി ജീവി ച്ചാലോ എന്ന് പോലും അവനാലോചിച്ചു. ഒന്നിനുമല്ല, ആർക്കും വേ ണ്ടിയല്ല വെറുതെ... കൃഷിയൊക്കെ ചെയ്ത് ഇങ്ങനെ ഇവർക്കൊപ്പം. വല്ലപ്പോഴും അവധിക്ക് പാർവതി വരും. ദൂരെ നിന്ന് ഒരു നോട്ടം... അത് മതി...അവൻ കണ്ണുകളടച്ചു.

'എന്തിനാണ് പാറു നീ എന്നെ ഇത്രയും മോഹിപ്പിച്ചു കളഞ്ഞത്?' അവന്റെ കൺകോണിലൂടെ കണ്ണീർതുള്ളിയൊന്ന് ഇറ്റു.

പാർവതി അടുക്കളയിൽ ചെല്ലുമ്പോൾ ജിഷ മാത്രമേയുണ്ടായിരു ന്നുള്ളൂ അവിടെ. പതിവ് ചിരിയൊന്നുമില്ല അവളുടെ മുഖത്ത്.

'എന്താ മുഖം വല്ലാതെ.?'

'ഹേ ഒന്നുമില്ല ചേച്ചി.ജിഷ പറഞ്ഞു

'അതൊന്നുമല്ല എന്തോ ഉണ്ട്.'

ജിഷ ഉത്സവത്തിന്റെ തലേന്ന് സംഭവിച്ചത് പറഞ്ഞു.

'അടിച്ചത് ശരിയായില്ല ട്ടോ.'

'മുന്നിൽ കേറി തടഞ്ഞപ്പോ അറിയാതെ ചെയ്തു പോയതാ വേണ്ടാ യിരുന്നു എന്ന് എനിക്കും തോന്നി. കുറെ നാളായി ചേച്ചി പുറകെ ഇങ്ങ നെ... എനിക്കിഷ്ടമല്ല. ശല്യമാ ഭയങ്കരം.'

പാർവതി ആ മുഖത്തേക്ക് സൂക്ഷിച്ചു നോക്കി.

എനിക്കിഷ്ടമല്ല എന്ന് പറയുമ്പോഴും മുഖത്ത് ഒരിഷ്ടമുണ്ട്.

'ഏതാ ചെക്കൻ?'

'ദേ ആ വീട്ടിലെയാ. എന്തോ പഠിക്കാൻ വന്നതാ. പരീക്ഷ കഴിഞ്ഞു തിരികെ പോയി കാണും.'

'ആ പോയെങ്കിൽ പോട്ടെ... വിട്ടേക്ക്...പോയില്ലെങ്കിൽ ഇനി വരുവാ ണെങ്കിൽ ജോലിയൊക്കെ കിട്ടിയിട്ട് കല്യാണം ആലോചിച്ചു വരാൻ പറ.'

ജിഷയുടെ കണ്ണുകൾ മിഴിഞ്ഞു.

'ഈ ചേച്ചിയെന്താ ഈ പറയുന്നത് അങ്ങനെ ഒന്നുമില്ല ചേച്ചി. എന്റെ സാഹചര്യമൊക്കെ അറിഞ്ഞു കൂടെ ?'

'മോളെ നമ്മളെ ഭ്രാന്തമായി സ്നേഹിക്കുന്ന ഒരാളുണ്ടങ്കിൽ. നമു ക്ക് അയാളുടെ ഇഷ്ടം അറിയാമെങ്കിൽ... വേറെ ഒരു ബന്ധവും നമുക്ക്

ഇല്ലെങ്കിൽ, നമുക്ക് അയാളെ സ്നേഹിക്കാൻ തോന്നുകയാണെങ്കിൽ എന്തിന്റെ പേരിലാണെങ്കിലും അയാളെ ജീവിതത്തിൽ നിന്ന് ഒഴിവാക്കരുത്... അത് പിന്നെ ഒരു സങ്കടമായി, ശാപമായി ഒക്കെ ചുറ്റും ഉണ്ടാകും. നമുക്ക് സ്വസ്ഥത കിട്ടില്ല. അത് കൊണ്ട് അവൻ സീരിയസ് ആണെങ്കിൽ ആലോചിക്കാൻ പറ. കല്യാണം ചേച്ചി നടത്തി തരും. ഒരു കുറവും വരാതെ.'

ജിഷ നിറഞ്ഞു പോയ കണ്ണുകൾ അവൾ കാണാതെയിരിക്കാൻ മുഖം കുനിച്ചു കളഞ്ഞു.

'രണ്ട് ചായ വേണം ട്ടോ പൂമുഖത്തേക്ക്.' പാർവതി അവളോട് പറഞ്ഞു.

അവൾ തലയാട്ടി.

പാർവതി അവിടെ നിന്ന് പോരുന്നു.

പൗർണമിയുടെ മുറിയുടെ വാതിൽ ചാരി കിടന്നു അവൾ വന്നിട്ട് കണ്ടില്ലല്ലോ എന്ന് പാർവതി ഓർത്തു.

ഇവിടെ നടന്ന കോലാഹലങ്ങളൊക്കെ അവൾ അറിഞ്ഞു കാണുമോ ?

പൗർണമി കുളിച്ച് വേഷമൊക്കെ മാറി ഉല്ലാസവതിയായി കാണപ്പെട്ടു. പ്രണയത്തിന്റെ ഒരു ചുവപ്പ് അവളുടെ മുഖത്ത് ഉണ്ടായിരുന്നു.

'ചേച്ചിയെ കാണാൻ ഇരിക്കുകയായിരുന്നു ഞാൻ...'

'ഞാൻ ഇങ്ങോട്ട് വന്നല്ലോ...' പാർവതി കട്ടിലിന്റെ വശത്തു ഇരുന്നു.

'ഇവിടെ എല്ലവരും കൂടിയെന്തോ വലിയ തീരുമാനം എടുത്തെന്നു ഞാൻ അറിഞ്ഞു. ചേച്ചിക്കു ഇവിടെയുള്ളവരേക്കാൾ കൂടുതൽ കാര്യങ്ങൾ മനസ്സിലാകും. ഇവരിതു നടത്തി തന്നില്ലെങ്കിൽ ഞാൻ കിച്ചുവിന്റെ കൂടെ പോകും ചേച്ചി... എനിക്കിപ്പോ നിശ്ചയം നടത്തണമെന്നില്ല കല്യാണം നടത്തി തന്നാ മതി. കിച്ചുവിന്റെ ഒപ്പം ഇപ്പോഴല്ലേ ചേച്ചി ഞാൻ കൂടുതൽ വേണ്ടത് ?എന്തിനാ നിശ്ചയം എന്ന പ്രഹസനം? ചേച്ചി നന്ദേട്ടനോട് പറയണം. ചെറിയൊരു കല്യാണം. കിച്ചു വീട്ടിൽ വന്നിട്ട്. നമ്മുടെ ഈ തറവാട്ടിൽ വെച്ച് മതി. അല്ലെങ്കിൽ കിച്ചുവിന്റെ വീട്ടിൽ വെച്ച്. രജിസ്റ്റർ ചെയ്യുക താലി കെട്ടുക മതി.'

പാർവതി അതിശയത്തോടെ അവളെ നോക്കിയിരുന്നു. കഷ്ടിച്ച് ഇരുപതു വയസ്സ് മാത്രം പ്രായമുള്ള ഒരു പെൺകുട്ടി. അവളെത്ര പക്വതയോടെ തീരുമാനങ്ങൾ എടുക്കുന്നു.

'നല്ല തീരുമാനമാണ്.'

പുറകിൽ നിന്നൊരു ശബ്ദം.

'വിനുവേട്ടൻ.'

പാർവതി പെട്ടെന്ന് എഴുന്നേറ്റു.

'അല്ലെ പാറു? ഇവൾ നിന്നെ പോലെ തന്നെയാണല്ലേ ?'

വിനു ചിരിച്ചു.

'നിങ്ങൾ പെണ്ണുങ്ങൾ എങ്ങനെയാ ഇങ്ങനെ സ്നേഹിക്കുന്നത് ? എന്തൊരു ധൈര്യമാണ് നിങ്ങൾക്ക് ?'

വിനു ചിരിയോടെ ചോദിച്ചു.

പൗർണമി പാർവതിയുടെ മുഖത്തേക്ക് നോക്കി. അവിടെ ചെറിയ ഒരു വിളർച്ചയുണ്ട്.

'നന്ദൻ എവിടെ ?'

അവൻ ചോദിച്ചു.

'നല്ല ഉറക്കം... രണ്ടു മൂന്നു ദിവസമായി ഇതിനു ഓടി നടന്നു രാത്രി ഉറക്കമുണ്ടായിരുന്നില്ല.'

വിനു മെല്ലെ ഭിത്തിയിലേക്ക് ചാരി നിന്ന് പാർവതിയെ നോക്കി.

മനസ്സിൽ ഇപ്പൊ ആസക്തിയില്ല. അവളുടെ സൗന്ദര്യത്തോടു ഭ്രമമില്ല. അതൊക്കെ എപ്പോഴോ പോയിരിക്കുന്നു.

ഇഷ്ടം മാത്രമേയുള്ളു ഇപ്പൊ... അവൾ കരയാതിരിക്കട്ടെ... ഒരിക്കലും വേദനിക്കാതിരിക്കട്ടെ...

'അഖില ചേച്ചിയെവിടെ വിനുവേട്ടാ കണ്ടില്ലല്ലോ ?' പൗർണമി ചോദിച്ചു.

'ഞാനും ചോദിക്കണമെന്ന് കരുതി അഖില എവിടെ ?' പാർവതിയും ചോദിച്ചു.

'അഖില വീട്ടിൽ പോയി. നാളെ വന്നേക്കും.' അവൻ ഒഴുക്കൻ മട്ടിൽ പറഞ്ഞു.

'വിളിച്ചില്ല ?' പാർവതി ചോദിച്ചു.

'ഇല്ല വിളിച്ചില്ല. ഞാൻ ഈ തിരക്കിൽ പെട്ട് പോയില്ലേ ?'

'ഒന്ന് വിളിച്ചു വിവരങ്ങൾ പറയാമായിരുന്നു വിനുവേട്ടന്. എന്നാൽ അഖില ഇങ്ങു വന്നേനെ ?'

'എന്തിന് ?'

വിനു ഒരു ചിരി ചിരിച്ചു.

'വരുമ്പോ അറിഞ്ഞാ മതി.'

പാർവതിയും പൗർണമിയും പരസ്പരം നോക്കി.

'ഞാൻ ഒന്ന് പുറത്തു പോവാ ആരെങ്കിലും ചോദിച്ചാ ഒന്ന് പറഞ്ഞേക്ക്.'

അവൻ പൗർണമിയോടായി പറഞ്ഞു.

'വിനുവേട്ടാ...'

പടികൾ ഇറങ്ങുമ്പോൾ പാർവതി പിന്നിൽ നിന്ന് വിളിച്ചു.

വിനു നിന്നു.

'നിങ്ങൾ തമ്മിൽ എന്തെങ്കിലും പ്രശ്നമുണ്ടോ വിനുവേട്ടാ ?'

വിനു ഒരു നിമിഷം നിശ്ശബ്ദനായി.

'ഒരു ചെറിയ പ്രശ്നം... എനിക്ക് അവളോട് സ്നേഹമില്ല...' അവൻ പെട്ടെന്ന് പറഞ്ഞു.

അവൾ ഞെട്ടി പോയി.

'വിനുവേട്ടനെന്താ ഈ പറയുന്നത് ? വർഷം എത്രയായി എല്ലാം കഴിഞ്ഞിട്ട്... വിനുവേട്ടനെന്താ ഇങ്ങനെ ?'

അവൾ പൊട്ടിത്തെറിച്ചു.

'എല്ലാരും എല്ലാം മറക്കില്ലേ വിനുവേട്ടാ കാലം കഴിയുമ്പോ ? മറക്കണ്ടേ ? അല്ലെങ്കിലെങ്ങനെയാ ജീവിതം മുന്നോട്ടു പോകുക?'

വിനു അൽപനേരം അവൾക്ക് മുന്നിൽ നിശബ്ദനായി.

'ശ്രമിക്കാം പാറു ഞാൻ...' അവന്റെ കണ്ണ് ഒന്ന് കലങ്ങി.

പാർവതി പുഞ്ചിരിച്ചു.

'ശ്രമിക്കണം. പഴയതൊന്നും ഓർമ്മയിൽ വെച്ചേക്കരുത്. ഞാൻ അറിഞ്ഞിരുന്നില്ലല്ലോ ഒന്നും... എന്നോടും ദേഷ്യം തോന്നരുത്. എന്റെ നന്ദേട്ടനെയും വെറുക്കരുത്.'

അവൾ കൈകൂപ്പി. ആ കണ്ണുകൾ നിറഞ്ഞൊഴുകി.

വിനു പെട്ടെന്ന് അവളുടെ കൈകളിൽ പിടിച്ചു.

'ശേ...നീയെന്താ ഇങ്ങനെ?'

'നീ കരയല്ലേ. പണ്ടും നീ എന്ത് പറഞ്ഞാലും ഞാൻ കേൾക്കും. അനുസരിക്കും. ഇപ്പോഴും വിനു അങ്ങനെ തന്നെ... ഞാൻ അഖിലയെ സ്നേഹിക്കാൻ ശ്രമിക്കാം ...പോരെ ?'

അവൾ മെല്ലെ തലയാട്ടി.

'ഞാൻ പോട്ടെ ?'

'ശരി...'

വിനുവേട്ടനും പാവമാണ് അവൾ മനസ്സിൽ ഓർത്തു...സ്നേഹമേ നീ മനുഷ്യന് എന്തൊക്കെയാണ് തരുന്നത് ദൈവമേ?

ഒരു ടാക്സി വിളിച്ച് അഖില കോഫീ ഷോപ്പിലേക്ക് ചെല്ലുമ്പോൾ ഗോവിന്ദ് എത്തിയിരുന്നില്ല.

അവൾ ടാക്സി പറഞ്ഞു വിട്ടിട്ട് അവനെ കാത്തിരുന്നു.

അധ്യായം 20

'അഖിലാ'

തൊട്ടുമുന്നിൽ ഗോവിന്ദ്. അവൾ അറിയാതെ എഴുന്നേറ്റു പോയി. വർഷങ്ങൾ എത്ര കഴിഞ്ഞു. അവനൊരു മാറ്റവുമില്ല. കുറച്ചു കൂടി ചെറുപ്പമായി. സുന്ദരനായി. അവൾ കാലിൽ നോക്കി. കാല് വെച്ചതാണെന്നു തോന്നില്ല. സാധാരണ പോലെ തന്നെ.

'ഇരിക്ക്'

ഗോവിന്ദ് കാറിന്റെ കീ ടേബിളിൽ ഇട്ടിട്ടു കസേര വലിച്ചിരുന്നു.

'ഇതെന്റെ favourite കോഫീ ഷോപ്പ് ആണ്. പുതിയതായി തുടങ്ങിയതാ. ഒരു മൂന്നു വർഷം മുൻപ്. ഇവിടുത്തെ കോഫീ നല്ല കോഫിയാ.'

മനു...അവൻ ഒന്ന് നീട്ടി വിളിച്ചു.

മനു എന്ന ചെറുപ്പക്കാരൻ അവിടേക്ക് വന്നു.

'ഇത് മനു. ഇതിന്റെ ഓണർ ആണ്. എന്റെ സ്റ്റുഡന്റ് ആണ്. എന്ന് വെച്ച് ഫ്രീയല്ല. ക്യാഷ് കുറച്ചു കൂടുതൽ വാങ്ങുന്നുണ്ട് അല്ലേടാ?'

മനു ഒതുങ്ങി ഒന്ന് ചിരിച്ചു.

'മനു ഇത് അഖില. എന്റെ പഴയ ഒരു ക്ലാസ്മേറ്റ് ആണ്. അഖില ചായ പ്രേമിയാണ്. അതും ഏലയ്ക്ക ചായ. ഒരു സ്പെഷ്യൽ ഏലയ്ക്ക ചായ. ഇഷ്ടമൊന്നും മാറിയിട്ടില്ലല്ലോ അല്ലെ ?'

അവൻ കുസൃതിയിൽ ചോദിച്ചു.

അവൾ പെട്ടെന്ന് ചുവന്നു പോയി.

ഇല്ല എന്ന് തലയാട്ടി.

'പക്ഷെ എന്റെ ഇഷ്ടങ്ങൾ ഒക്കെ മാറി കേട്ടോ. ഞാൻ ചായ നിർത്തി. കോഫീ ആക്കി.'

മനു പോയി.

'അപ്പൊ അഖില പറയ്. എന്തൊക്കെയാ വിശേഷങ്ങൾ ?'

അവൻ കസേരയിലേക്ക് മെല്ലെ ചാരിയിരുന്നു ഒരു സിഗരറ്റ് എടുത്തു ചുണ്ടിൽ വെച്ച് ലൈറ്റർ കൊണ്ട് കത്തിച്ചു.

'ഇതെന്ന് തുടങ്ങി ?'

അവൾ മെല്ലെ ചോദിച്ചു.

'കുറെ വർഷങ്ങളായി.'

അവൻ പുക ഊതി വിട്ടു കൊണ്ട് പറഞ്ഞു.

'ഗോവിന്ദിന് ആക്സിഡന്റ് ഉണ്ടായി എന്നും കാലിനെന്തോ...'

'കാലിന് എന്തോ അല്ല. ഒരു കാൽ മുറിച്ചു കളഞ്ഞു. അത് അങ്ങനെ തന്നെ അല്ലെ അറിഞ്ഞിട്ടുണ്ടാകുക?'

അവൻ ചിരിച്ചു.

'ഒരു കാൽ പോയതൊന്നും അന്നൊക്കെ എനിക്ക് നഷ്ടമായി തോന്നിയിട്ടില്ല അഖില. അതിലും വലിയ നഷ്ടങ്ങളാ എന്റെ ജീവിതത്തിൽ അന്നൊക്കെ സംഭവിച്ചത് എന്നാ ഞാൻ വിശ്വസിച്ചിരുന്നത്. പിന്നെ പിന്നെ അതൊന്നുമല്ല ജീവിതമെന്നും എനിക്ക് മനസ്സിലായി.'

അഖില മുഖം താഴ്ത്തി.

'വിനു എന്ത് പറയുന്നു ?'

പെട്ടെന്നവൻ ചോദിച്ചപ്പോൾ അഖില പതർച്ചയോടെ മുഖം ഉയർത്തി.

'ഗുഡ്'

അവൾ മെല്ലെ പറഞ്ഞു.

'ഇവിടെ അവധിക്ക് വന്നതാവും അല്ലെ ?'

'തറവാട്ടിൽ ഒരു കല്യാണം...'

ഗോവിന്ദ് മെല്ലെ തലയാട്ടി.

'ഗോവിന്ദിന് സുഖമാണോ ?'

'പെർഫെക്റ്റ് ആണ്...' അവൻ പുഞ്ചിരിച്ചു.

'എനിക്ക്... ഞാൻ ഹാപ്പിയല്ല ഗോവിന്ദ്. ഗോവിന്ദിനെ ചതിച്ചതിന് ഞാൻ ഒരു പാട് അനുഭവിച്ചു. ഇപ്പോഴും അനുഭവിച്ചുകൊണ്ടിരിക്കുന്നു.അന്ന് എന്റെ വീട്ടുകാരൊക്കെ കൂടി നിർബന്ധിച്ചപ്പോ. പ്രായവും കുറവായിരുന്നല്ലോ.' അവൾ പറഞ്ഞു.

'കഴിഞ്ഞതൊന്നും ഇനി പറയണ്ട അഖില നോ യൂസ്.' ഗോവിന്ദ് സിഗരറ്റിലെ ചാരം തട്ടി.

'എനിക്ക് ...എനിക്ക്... പഴയ അഖിലയായാൽ കൊള്ളാമെന്നുണ്ട് ... ഗോവിന്ദിന്റെ അഖില.'

അവൻ സൂക്ഷിച്ചൊന്നു നോക്കി പിന്നെ ഉറക്കെ പൊട്ടിച്ചിരിച്ചു.

'തമാശ അല്ല ഗോവിന്ദ്...ഐ ആം സീരിയസ്.'

ഗോവിന്ദ് ചിരി നിർത്താൻ നന്നേ ബുദ്ധിമുട്ടി.

'അഖില ആർ യു മാഡ് ? നിനക്ക് തോന്നുണ്ടോ ഇനിയും ഞാൻ നിന്നിലേക്ക് വരുമെന്ന് ?'

'എനിക്കറിയാം. ഞാൻ ചെയ്തത് തെറ്റായിരുന്നു എന്ന്... ഞാൻ പറ

ഞ്ഞതല്ലോ അതിന്റെ ശിക്ഷയും എനിക്ക് കിട്ടി.'

'ഈ വിനു നിന്നെ സ്നേഹിച്ചിരുന്നെങ്കിൽ... നീ ഈ ജീവിതത്തിൽ ഹാപ്പി ആയിരുന്നെങ്കിൽ നീ എന്നെ തേടി വരുമായിരുന്നോ ?'

അവൻ ഗൗരവത്തിൽ ചോദിച്ചു.

അഖില വിളറി വെളുത്തു.

'പറയ്...ആൻസർ മി ?'

'അത്...അത്...'

'ഇല്ല ...നൂറു വട്ടം ഇല്ല... നീ അതിൽ ഭ്രമിച്ച് അവന്റെ കുഞ്ഞുങ്ങളെയും പ്രസവിച്ചു അങ്ങനെ ജീവിച്ചേനെ... എന്നെ കുറിച്ച് ഓർക്കുക പോലുമില്ല. അപ്പൊ എന്നോടുള്ള ദിവ്യപ്രണയമല്ല നിന്നേ ഇവിടെ എത്തിച്ചത്.'അവൻ കിതച്ചു.

'നീ എന്താ വിചാരിച്ചത് എന്നെ കുറിച്ച് ? ഉം?കാല് പോയത് കൊണ്ട് ഗോവിന്ദ് തളർന്നു പോയിട്ടുണ്ടാകുമെന്നോ ? അതോ ഇന്നും നിന്നെയോർത്തു കരഞ്ഞു കൊണ്ടിരിക്കുന്നുവെന്നോ ? അതോ നീ വീണ്ടും വിളിക്കുമ്പോൾ വീണ്ടും നിന്നിൽ മയങ്ങി നിന്നെ കൂട്ടി പുതിയ ജീവിതം തുടങ്ങുമെന്നോ ? അത്രക്ക് വിഡ്ഢിയാണോ ഗോവിന്ദ് ? വേറെ ഏതു പെണ്ണിനെ സ്നേഹിച്ചാലും ഇനി നിന്നെ സ്നേഹിക്കുമോ ഗോവിന്ദ് ?' അവൻ രോഷത്തോടെ ചോദിച്ചു.

അവൾ നടുക്കത്തോടെ അങ്ങനെ ഇരുന്നു പോയി.

അവന്റെ കണ്ണിലെ പക, ക്രോധം... ചുവപ്പ് ഒക്കെ കണ്ട് പകച്ചു പോയി.

'നിന്നെ പോലെയുള്ള സ്ത്രീകൾ കൂടി വരികയാ ഇപ്പൊ സമൂഹത്തിൽ... സ്നേഹിക്കുക, ജീവിതം ആസ്വദിക്കുക. അതിലും മികച്ചതൊന്നു കിട്ടുമ്പോൾ അങ്ങോട്ട് പോകുക. ഇവനെ കണ്ടില്ലെന്ന് നടിച്ചേക്കുക. പിന്നെയാ അറിയുക ചെന്നിടം നരകം. അപ്പൊ പിന്നെ പഴയവൻ അവിടെയുണ്ടോന്ന് നോക്കും. അവൻ ഒരു പാവമാണല്ലോ. കരഞ്ഞു കാല് പിടിച്ച് വീണ്ടും...ഗോവിന്ദ് പാവമല്ല...സാധുവുമല്ല... നിന്റെ വിവാഹം നടന്ന ദിവസം അന്ന് തീർന്നു നീ എന്റെ മനസ്സിൽ... പിന്നെ ഏതു പെണ്ണിനെ കണ്ടാലും പകയാണ് തോന്നുക. പെണ്ണ് എന്ന് വെച്ചാൽ ചതി എന്ന് എഴുതി വെച്ച് എന്റെ ഹൃദയത്തിൽ ഞാൻ. വാശിയായിരുന്നു എനിക്ക് പഴയ ഞാൻ ആകാതിരിക്കാൻ.'

'ഗോവിന്ദ് എന്ത് പറഞ്ഞാലും ഞാൻ കേൾക്കും.' അവൾ മെല്ലെ പറഞ്ഞു.

'ഞാൻ അതർഹിക്കുന്നുണ്ട്. ഗോവിന്ദിനെ ഉപേക്ഷിച്ചു പോകാതിരിക്കാൻ ഞാൻ ശ്രമിച്ചിരുന്നു. എനിക്ക് സകലയിടത്തു നിന്നും പ്രെഷർ

ഉണ്ടായിരുന്നു. എന്നെ പോലെയൊരു പെണ്ണിന് അതൊന്നും താങ്ങാൻ പറ്റില്ലായിരുന്നു.'

മനു വന്നു. ചായ അവൾക്ക് മുന്നിൽ വെച്ച് കോഫീ അവനു മുന്നിലും വെച്ചു.

'ഒരു കോഫീ കൂടി വേണം അഞ്ചു മിനിറ്റ് കഴിഞ്ഞു മതി.'

അവൻ പറഞ്ഞു.

'ആഗ ടീച്ചർ വരുന്നുണ്ടോ സർ ?'

മനു ചിരിയോടെ ചോദിച്ചു.

ഗോവിന്ദ് മെല്ലെ ചിരിച്ചു കൊണ്ട് തലയാട്ടി.

അഖില ആ പേര് ആദ്യമായി കേൾക്കുകയായിരുന്നു.

'ആഗ ..ആരാണ് ആഗ ?'

'എന്റെ പെണ്ണാണ്. എന്റെ ഭാര്യ.'

അവൻ നിറചിരിയോടെ പറഞ്ഞു.

അഖിലയുടെ പതനം പൂർണമായി.

അവളുടെ വിരലുകൾ വിറച്ചു. അവൾ ചായ കപ്പ് താഴെ വെച്ച് ചുണ്ടു നനച്ചു.

'എന്നായിരുന്നു കല്യാണം ?'

'ഇന്ന് രാവിലെ...'അവൻ ചിരിച്ചു.

അവൾ ഒന്നും മനസ്സിലാകാതെയെന്നോണമവനെ നോക്കി.

'ചുമ്മാ...ആഗ എന്റെ കോളേജിലെ ടീച്ചർ ആണ്...ഇപ്പോ എന്റെ നല്ല പാതിയാണ്.' അവൻ പറഞ്ഞു.

'കല്യാണം കഴിഞ്ഞില്ലേ ?

'അങ്ങനെ ചോദിച്ചാൽ... ഈ നാട്ടുകാരും വീട്ടുകാരും ഒക്കെ പൂവിട്ട് നടത്തുന്ന കല്യാണമില്ലേ ..? തന്റെയും വിനുവിന്റെയും പോലെ. അത് നടന്നില്ല. പക്ഷെ.' അപ്പോഴേക്കും അവർക്കരികിലേക്ക് അതിസുന്ദരിയായ ഒരു പെൺകുട്ടി നടന്നു വന്നു.

'അഖില ഇത് ആഗ...ഇവൾക്ക് അഖിലയെ അറിയാം. ഞാൻ പറഞ്ഞിട്ടുണ്ട്.'

അഖിലയുടെ നാവിൽ ഉമിനീർ വറ്റി. അവൾ ചിരിക്കാൻ ശ്രമിച്ചു.

ആഗ ചിരിച്ചതയേയുള്ളു.

അവൾ ഗോവിന്ദിനരികിൽ കസേര വലിച്ചിട്ടിരുന്നു.

'ദേ ടീച്ചർ കോഫീ. ടീച്ചറിന്റെ സ്പെഷ്യൽ.' മനു അവൾക്കുള്ള കോഫീ കൊണ്ട് കൊടുത്തു.

'താങ്ക്സ് മനു.'

മനു പോയി.

ഇളം നീല കോട്ടൺ സാരി ആയിരുന്നു ആഗ ഉടുത്തിരുന്നത്. കഴുത്തിൽ ഒരു കരിമണിമാല മാത്രം. കാതിൽ ഒരു മൊട്ടു കമ്മൽ. കണ്ണെഴുത്തോ ചമയങ്ങളോ ഇല്ല. കയ്യിൽ ഒരു വാച്ചുണ്ട്. നീളൻ മുടി ഇറുകെ പിന്നിയിട്ടിക്കുന്നു. അതിസുന്ദരിയാണ് ആഗ. പെട്ടെന്നവൾക്കസൂയ തോന്നി. ഇവൾ എന്ത് കണ്ടിട്ടാണ് കാലില്ലാത്ത ഒരുത്തനെ പ്രേമിച്ചിട്ടുണ്ടാകുക ?

കോഫീ കുടിക്കുമ്പോഴും ആഗ ഒരു വാക്കും മിണ്ടിയില്ല.

'ആഗയുടെ പാരന്റ്സ് ഒക്കെ എന്ത് ചെയ്യുന്നു ?'

അവൾ എന്തെങ്കിലും ചോദിക്കണമല്ലോ എന്ന് കരുതി ചോദിച്ചു.

'ഡോക്ടേർസ് ആണ്.' ആഗ പറഞ്ഞു.

'ഇവിടെ തന്നെയോ?'

'അല്ല ചെന്നൈ.'

'ഓക്കേ.' അവൾ പറഞ്ഞു.

ആഗയുടെ കണ്ണിൽ ഒരു അവജ്ഞ തെളിഞ്ഞു നിന്നതു അവൾ കണ്ടു. അവൾക്ക് മതിയായി തുടങ്ങിയിരുന്നു. വന്നതേ അബദ്ധമായി എന്നവൾക്ക് തോന്നി.

'ശരി ഗോവിന്ദ്. ഞാൻ ഇറങ്ങുകയാണ്.'

'ശരി അഖില... കഴിയുമെങ്കിൽ ഇനി കാണാതിരിക്കുക.'

അവൻ മൂർച്ചയോടെ പറഞ്ഞു.

അവൾ കുനിഞ്ഞ ശിരസ്സോടെ നടന്നകന്നു.

ആഗ മെല്ലെ അവന്റെ വിരലുകളിൽ വിരൽ കോർത്ത് ആ മുഖത്തേക്ക് നോക്കി.

'ഹൃദയമിടിപ്പിന്റെ താളം തെറ്റുന്നുണ്ടോന്നു അറിയണമെന്നാണെങ്കിൽ നെഞ്ചിൽ കൈ വെച്ച് നോക്കണം.' അവൻ അടക്കി പറഞ്ഞു പിന്നെ അവളുടെ കയ്കളെടുത്തു നെഞ്ചിൽ വെച്ച് ചിരിച്ചു കൊണ്ട് ആ കണ്ണുകളിലേക്ക് നോക്കി.

'ഐ ലവ് യു ഗോവിന്ദ്'

അവൾ മെല്ലെ പറഞ്ഞു.

ഗോവിന്ദ് മെല്ലെ ചിരിച്ചു.

പിന്നെ പുറത്തേക്ക് നോക്കി.

'നീ എന്താ അവളെക്കുറിച്ചു ചോദിക്കാത്തത് ? അവളെന്തിനാണ് വന്നത്, എന്താ ഞങ്ങൾ സംസാരിച്ചത്, എന്നൊക്കെ ?' ഗോവിന്ദ് തല തിരിച്ചു നോക്കി ചോദിച്ചു.

'അവൾ സംസാരിച്ചത് തീർച്ചയായും പഴയ കാര്യങ്ങളാകും. അവൾക്ക് ഈ ബന്ധം പുതുക്കണമെന്നുണ്ടാകും. അവൾ ഈ വിവാഹജീവിതത്തിൽ സന്തോഷവതിയല്ല എന്നുള്ളത് ആ മുഖത്ത് എഴുതി വെച്ചിട്ടുണ്ട്...'

ഗോവിന്ദ് അതിശയത്തോടെ അവളെ നോക്കി.

'നീ പഠിച്ചത് സൈക്കോളജിയാണോ ?'

അവൾ ചിരിച്ചു പോയി.

'ശരിയല്ലേ ?'

'അതെ. എന്നാൽ പറയൂ ഞാൻ എന്താ പറഞ്ഞിട്ടുണ്ടാകുക ?'

'തീർച്ചയായും ഗോവിന്ദ് അവളെ അധിക്ഷേപിച്ചിട്ടുണ്ടാകും. ഉള്ളിൽ ഉറങ്ങി കിടന്നതൊക്കെ പുറത്തേക്ക് വന്നിട്ടുണ്ടാകും. അവൾ തളർന്നിരിക്കുമ്പോൾ എന്റെ പേര് അവസാനത്തെ അത്താണിയായി അടിച്ചു കയറ്റിയിട്ടുമുണ്ടാകും.'

'എന്റെ പൊന്നോ. സമ്മതിച്ചു... ഇതൊക്കെ എങ്ങനെ സാധിക്കുന്നടാ ഉവ്വേ ?'

അവൻ കളിയാക്കി.

'അതൊന്നും പറയൂല സീക്രട്ട്...' അവൾ കണ്ണ് ചിമ്മി.

അവൻ ചുറ്റുമൊന്നു നോക്കി. ആരുമില്ല... പെട്ടെന്നവൻ കുനിഞ്ഞു. അവളുടെ കഴുത്തിൽ ചുംബിച്ചു.

അവളൊന്നു പിടഞ്ഞകന്നു.

'ദേ... പിള്ളേർ മൊബൈലിൽ പിടിച്ചു കോളേജിൽ ഫ്ളാഷ് ആക്കും കേട്ടോ.'

'പോടീ...' അവനവളുടെ തോളിൽ തലയണച്ചു വെച്ച് കണ്ണുകളടച്ചു... മനസ്സിന് ഒരു സുഖമുണ്ടിപ്പോ... അവളെ ഓർത്തു നീറിയ ദിനങ്ങളുടെ ഓർമ്മ അവനിലേക്ക് വന്നു. ജീവനെ കണക്ക് സ്നേഹിച്ചത് ഉടലും ഉയിരും പങ്കിട്ട് ആഘോഷിച്ച സ്നേഹം. ഒടുവിൽ വിട്ടു പോകുമ്പോൾ ആ കാല് പിടിച്ചു പറഞ്ഞു എനിക്ക് നീയില്ലാതെ ജീവിക്കാൻ വയ്യാ... പോകരുത് പ്ലീസ്... ആ ഓർമ്മയിലായിരുന്നു ബൈക്ക് നിയന്ത്രണം വിട്ടതും അപകടവും. പിന്നെ പിന്നെ മനസ്സ് മരവിച്ചു. ചത്തു ജീവിച്ചു. നന്ദനാണ് മാറ്റിയത്.. ഉപദേശിച്ചു മാറ്റിയത്. നന്ദനെ ഒന്ന് വിളിക്കാൻ തോന്നി അവന്. എവിടെ നിന്നോ വന്ന ദൈവദൂതന്റെ മുഖമാണ് അവനെന്നു ഗോവിന്ദ് ഓർക്കാറുണ്ട്.

'ഇതായിരുന്നു അപ്പൊ സർപ്രൈസ് ?' ആഗ ചോദിച്ചപ്പോൾ അവന്റെ ചിന്തകൾ മുറിഞ്ഞു.

'ഉം.'അവൻ ഒന്ന് മൂളി

'അവരുടെ മനസ്സിലിപ്പോ എന്തായിരിക്കും ?'

അതിനു ഗോവിന്ദ് മറുപടി പറഞ്ഞില്ല.

അഖിലയുടെ മനസ്സിൽ അപ്പോൾ ലോകത്തോട് മുഴുവൻ ദേഷ്യമായിരുന്നു.

നിരാശയായിരുന്നു.

പകയായിരുന്നു.

ഈ കല്യാണം നടത്തിയ മാതാപിതാക്കളെ അവൾ വെറുത്തു.

തന്നെ സ്നേഹിക്കാത്ത വിനുവിനെ അവൾ വെറുത്തു.

ഒടുവിൽ അഭയം തേടി ചെന്നപ്പോ ആക്ഷേപിച്ച ഗോവിന്ദിനെയും അവൾ വെറുത്തു.

ഒടുവിൽ തന്നോട് തന്നെയും അവൾക്ക് വെറുപ്പ് തോന്നി.

ഇനിയും ആ പഴയ ജീവിതത്തിലേക്ക് പോകാൻ അവൾക്ക് ഭയം തോന്നി. അയാൾക്ക് ഇഷ്ടത്തിനുപയോഗിക്കാനുള്ള ശരീരം പേറുന്ന യന്ത്രം ആയി മാത്രം പഴയ പോലെ ജീവിക്കണം. വയ്യ... അതിലും ഭേദം ഒറ്റയ്ക്കുള്ള ജീവിതമാണ്.അല്ലെങ്കിൽ മരണം.

രണ്ടിലൊന്ന്. അവളുടെ മുഖം ഇരുണ്ടു. അവളെ വഹിച്ചു കൊണ്ടിരുന്ന ബസ് ഓടിക്കൊണ്ടിരുന്നു.

അധ്യായം 21

അഖിലയുടെ രീതികളും പെരുമാറ്റവും അവളുടെ മാതാപിതാക്കളിൽ കുറച്ചൊന്നുമല്ല സംശയം ജനിപ്പിച്ചത്. അവൾ എവിടേയ്ക്കോ പോയിരിക്കുന്നു. അതും ആരോടും പറയാതെ. അവളുടെ ഭർത്താവിന്റെ വീട്ടിൽ ഇങ്ങനെ ഒരവസ്ഥ വന്നിട്ടും അവൾ അങ്ങോട്ട് പോയിട്ടില്ല. അവിടെ വിളിക്കുമ്പോൾ അവർ ചോദിക്കുന്ന ചോദ്യങ്ങൾക്ക് ഉത്തരമില്ല. ഇവളെന്നാണ് തിരിച്ചു പോകുന്നത്?

അവൾ വന്നപ്പോൾ രാത്രി ആയി.

'നീ എവിടെ പോയിരുന്നു? അവളുടെ അമ്മ അവളോട് ചോദിച്ചു.

'ഗോവിന്ദിനെ കാണാൻ.' അവൾ വാശിയോടെ പറഞ്ഞു.

ഒറ്റ അടി വീണു അവളുടെ മുഖത്ത്.

'ധിക്കാരം പറയുന്നോടി.' അമ്മ അലറി.

'ധിക്കാരമല്ല. ഞാൻ ഗോവിന്ദിനെ കാണാൻ പോയതാ...എനിക്ക് മടുത്തു എന്റെ ജീവിതം. അവൻ സമ്മതിക്കുകയാണെങ്കിൽ അവന്റെയൊപ്പം ജീവിക്കാമെന്ന് കരുതി പോയതാ.' അവൾ കൂസലില്ലാതെ പറഞ്ഞു.

'എന്റെ ദൈവമേ എന്തൊക്കെയാ ഈ കേൾക്കുന്നത്? നാശം പിടിച്ചവളെ നീ ഞങ്ങളെ മാനം കെടുത്തുമല്ലെടീ.'അമ്മ തലയിൽ കൈ വെച്ചു പിന്നെ അടിക്കാൻ ഓങ്ങി.

'എന്നെ തൊട്ടു പോകരുത്. കുറെ വർഷങ്ങളായി കണ്ടവന്റെ അടിയും ചവിട്ടും കൊണ്ട് ജീവിക്കുന്നു. ഇനി നിങ്ങളുടെ കൂടെ കൊള്ളാൻ വയ്യ. അച്ഛനുമമ്മയും ആണെന്നൊന്നും നോക്കില്ല. അടിച്ചാൽ ഇനി ഞാൻ തിരിച്ചടിക്കും.'

അവൾ വീറോടെ പറഞ്ഞു.

അച്ഛനും അമ്മയും സ്തംഭിച്ചു പോയി.

'ഒരുത്തനെ കണ്ടു പിടിച്ചു തന്നേക്കുന്നു. അയാൾ എങ്ങനെയാ എന്നോട് എന്നറിയാമോ? ഞാൻ അയാൾക്കൊരു സെക്സ് ടോയ് ആണ്. അതിനു മാത്രമുള്ള ഒരു ഉപകരണം. അയാൾക്കൊരു കാമുകി ഉണ്ട്. അയാളുടെ ഉള്ളിൽ ഇന്നും അവളാണ്. അവളെ ഓർത്തു കൊണ്ടാണ് എന്നെ...' അവൾ പാതിയിൽ നിർത്തി.

'സ്വന്തം മകളെ സാമ്പത്തിന്റെയും അന്തസ്സിന്റെയും പേരിൽ കെട്ടി

ച്ചുവിടുന്ന എല്ലാ അച്ഛനുമമ്മയും ഓർക്കണം അവൾക്കവിടെ ഒരു വില യും ഇല്ലാന്ന്. എന്റെ പഠിത്തം പൂർത്തിയാക്കാൻ പോലും നിങ്ങൾ സമ്മ തിച്ചില്ല അവളുടെ ഒച്ച ഇടറി.

'മോളെ ...' അമ്മ അവളുടെ തോളിൽ വന്നു പിടിച്ചു.

'നീ ഇത് വരെ ഇതൊന്നും ഞങ്ങളോട് പറഞ്ഞിട്ടില്ലല്ലോ. എത്ര ത വണ ചോദിച്ചിട്ടുണ്ട്. സുഖം എന്നല്ലേ പറഞ്ഞിട്ടുള്ളത്.'

'പിന്നെയെന്തു പറയണമായിരുന്നു... കണ്ടു പിടിച്ചു തന്നവൻ എന്നെ എന്നും എടുത്തിട്ട് ചവിട്ടുന്നുണ്ടെന്നോ... ഭൂമിയോളം താഴ്ന്നിട്ടും പിന്നെ യും പിന്നെയും...അവൾ കരഞ്ഞു പോയി. രണ്ടു തവണ അബോർഷൻ ചെയ്യിച്ചു എന്നെ കൊണ്ട്. അയാൾക്ക് കുഞ്ഞുങ്ങൾ വേണ്ടത്രേ. നിങ്ങൾ എപ്പോഴും ചോദിക്കുമല്ലോ വിശേഷമില്ലെ ഇല്ലേ എന്ന്... അയാൾക്ക് വേ ണ്ട. പക്ഷെ അവിടെ വെച്ച് ഇതൊന്നും എനിക്ക് പറയാനാവില്ല... അ യാളുടെ കണ്ണുകൾ ഉണ്ടാകും എനിക്ക് ചുറ്റും... ഒന്നും രണ്ടുമല്ല എട്ടു വർഷങ്ങൾ ഞാൻ ഈ വീട്ടിലേക്കു വന്നിട്ടില്ല. നാട്ടിലേക്ക് വന്നിട്ടില്ല. എന്താണെന്നു നിങ്ങൾ അന്വേഷിച്ചോ...വരുന്നോ മോളെ എന്ന് ചോദി ച്ചോ? നിങ്ങൾ ഒരിക്കലെങ്കിലും അങ്ങോട്ട് വന്നോ? മോളെ എന്നെങ്ങാ നും എന്നെ വിളിച്ചാലുണ്ടല്ലോ.'

അവൾ വിരൽ ചൂണ്ടി നിന്ന് വിറച്ചു.

'ഗോവിന്ദിന് ഇപ്പോഴും എന്നെ ഇഷ്ടമാണെങ്കിൽ ഞാൻ അയാൾക്കൊ പ്പം ജീവിച്ചേനെ... പക്ഷെ അയാൾക്കും എന്നെ വേണ്ട... ഞാൻ ജീവി ക്കുന്നില്ല മതിയായി.' അവൾ മുറിയിൽ കയറി വാതിലടച്ചു.

അച്ഛനും അമ്മയും തളർച്ചയോടെ പരസ്പരം നോക്കി.

അവൾ ചോദിച്ചതെല്ലാം ശരിയാണ്.

അവൾക്ക് അവിടെ സുഖമാണെന്നാണ് വിചാരിച്ചിരുന്നത്.

അവൾ ഒന്നും പറഞ്ഞിട്ടുമില്ല.

സ്നേഹിച്ച ചെക്കന്റെ ഒപ്പം ജീവിക്കാൻ സമ്മതിക്കാത്തതിൽ ഉള്ള ദേഷ്യം കൊണ്ടാണ് എന്നേ കരുതിയിട്ടുള്ളു.

ഇങ്ങനെ നരകിക്കുകയായിരുന്നു എന്നറിഞ്ഞില്ല.

അവളുടെ ഓരോ വാക്കും കത്തി പോലെ അവരുടെ നെഞ്ചിൽ ആഴ്ന്നിറങ്ങി. അഖില എന്തെങ്കിലും ചെയ്തു കളയുമോ എന്ന പേടി യിൽ അവർ അവളുടെ വാതിലിൽ ചെന്ന് തട്ടി വിളിച്ചു.

'പേടിക്കണ്ട ഞാൻ ആത്മഹത്യ ചെയ്യില്ല.' അവൾ അകത്തു നിന്ന് ഉറക്കെ വിളിച്ചു പറഞ്ഞു.

'അമ്മ ആശ്വാസത്തോടെ നെഞ്ചിൽ കൈ വെച്ച് അച്ഛനെ നോക്കി.

അയാൾ കൈകളിൽ ശിരസ്സ് താങ്ങി കുനിഞ്ഞിരിക്കുകയായിരുന്നു.

നന്ദൻ ഉണർന്നപ്പോൾ പാർവതി എല്ലാം പറഞ്ഞു.

'നന്നായി അത്. എന്തെങ്കിലും മാറ്റം ഉണ്ടാകുന്നെങ്കിൽ ആവട്ടെ. മനുഷ്യനല്ലേ മാറേണ്ടേ ?'

അവൻ പറഞ്ഞു.

'അത് തന്നെയാ ഞാനും ചോദിച്ചത്.'

'നിനക്കിത്രയ്ക്കൊക്കെ വിവരം വെച്ചോ ?' അവൻ കളിയാക്കി.

'അയ്യടാ... ഒരു ഭൂലോക മിടുക്കൻ വന്നിരിക്കുന്നു.'

'അതെന്താടി നിനക്ക് ഒരു പുച്ഛം ?'

അവൻ മീശ പിരിച്ചു.

പാർവതിക്ക് ചെറുതായി നാണം വന്നു.

'കണ്ടോ കണ്ടോ പതിമൂന്നു വർഷം കഴിഞ്ഞിട്ടും അവളുടെ നാണം മാറിയിട്ടില്ല.'

പാർവതി അവന്റെ മൂക്കിൽ ഒന്ന് നുള്ളി വലിച്ചു.

നന്ദൻ അവളെ അൽപനേരം ഇങ്ങനെ നോക്കിയിരുന്നു.

'എന്താണ് ഉദ്ദേശം ?'

അവൾ അർത്ഥം വെച്ച് ചോദിച്ചു.

'ദുരുദ്ദേശം ..മോളെവിടെ ?'

'അവൾ കുട്ടികളുടെ കൂടെ കളിക്കുന്നു '

'എന്ന...പിന്നെ...' അവൻ പാർവതിയെ നെഞ്ചിലേക്ക് വലിച്ചിട്ടു.

'നന്ദ അയ്യേ ...നന്ദാ വേണ്ടാട്ടോ.'

നന്ദന്റെ അമർത്തിയുള്ള ഒരു ചുംബനത്തിൽ പാർവതിയുടെ എല്ലാ എതിർപ്പുകളും അലിഞ്ഞില്ലാതെയായി. അവളുടെ മിഴികൾ കൂമ്പിയടഞ്ഞു.

'എന്റെ പൊന്നല്ലെടാ.'

അവന്റെ ശബ്ദം അടച്ചു.

മുറിയിൽ അഖില അങ്ങോട്ടുമിങ്ങോട്ടും നടക്കാൻ തുടങ്ങിയിട്ട് ഏറെ നേരമായി.

ഒരു പാട് രാത്രിയായി.

അവൾക്കുറക്കം വരുന്നുണ്ടായിരുന്നില്ല.

എങ്ങനെയാണ് ഇതൊക്കെ ഒന്നവസാനിപ്പിക്കുക എന്നവളോർത്തു

വിനുവിനെ ഡിവോഴ്സ് ചെയ്തു ഒറ്റയ്ക്ക് ജീവിക്കുക എന്നതാണ്

ആദ്യത്തെ പോംവഴി. പക്ഷെ അതിനു കുറെയധികം പ്രശ്നങ്ങളുണ്ട്.

തനിക്കു ഒരു ഡിഗ്രി പോലുമില്ല. എഞ്ചിനീയറിംഗ് താൻ കംപ്ലീറ്റ് ചെയ്തിട്ടില്ല. പിന്നെ ഒന്നും പഠിച്ചിട്ടില്ല.

വീട്ടിൽ അമ്മയ്ക്കും അച്ഛനും ഈ ഒരു വീടും കുറച്ചു സ്ഥലവും കൂടിയേ ഉള്ളൂ. ഇവിടെ വന്നു ജീവിക്കുക അവർക്ക് ബുദ്ധിമുട്ടാണ്. ഒറ്റയ്ക്ക് എത്ര നാൾ ജീവിക്കും ? ആദ്യമൊക്കെ കുഴപ്പമില്ലായിരിക്കും പിന്നെ നാട്ടുകാരും ബന്ധുക്കളും ഓരോന്ന് പറഞ്ഞു തുടങ്ങും.

ഇനി വിനുവിനൊപ്പം ജീവിച്ചാലോ? നരകം. ഒരു തരത്തിൽ അവനാണ് തന്റെ ജീവിതം നരകമാക്കിയത്. അവന്റെ വിവാഹാലോചന വന്നില്ലായിരുന്നെകിൽ തന്റെ ജീവിതം ഇങ്ങനെയാകുമായിരുന്നില്ല. വീട്ടുകാർ എല്ലാവരും കൂടി തന്നെ ഇങ്ങനെ ഒരു നരകത്തിലേക്ക് പറഞ്ഞയക്കുമായിരുന്നില്ല. പ്രണയിച്ച പെണ്ണിനെ ഓർത്തു കൊണ്ട് ഭാര്യയെ പീഡിപ്പിക്കുന്നവനുള്ള ശിക്ഷ എന്താണ്?

കുറഞ്ഞത് മരണം അല്ലെ ?

അവൾ കണ്ണാടിയുടെ മുന്നിൽ ചെന്ന് നിന്ന് ചോദിച്ചു.

അവനു വധശിക്ഷ കൊടുക്കണ്ടേ ?

വേണം വേണം ചുറ്റും ആർപ്പു വിളികൾ.

അതെ അവനെ കൊല്ലണം. അവൻ ഇല്ലതായാൽ ആ സ്വത്തു മുഴുവൻ തനിക്ക്. ആരും അറിയാതെ വേണം.

ഈ നാട്ടിൽ വെച്ച് ഈ തറവാട്ടിൽ വെച്ച് അവൻ സ്നേഹിച്ച എല്ലാരുടെയും മുന്നിൽ അവൻ ചത്ത് മലച്ചങ്ങനെ കിടക്കണം. അവൾക്കത് ഓർത്തപ്പോൾ നല്ല രസം തോന്നി. ആഹാ എന്ത് രസമായിരിക്കും.

ആരെങ്കിലും അവനു വേണ്ടി കരയാനുണ്ടാകുമോ ?

അവൾ ആ പാർവതി, സുന്ദരിക്കോത കരയുമോ ?

നോക്കണം... അവൾ കരയില്ലായിരിക്കും. ഒഴിഞ്ഞു പോയല്ലോ എന്ന് സമാധാനിക്കും തന്നെ പോലെ...

അപ്പൊ അവള് രക്ഷപ്പെടട്ടെ. കൂട്ടത്തിൽ താനും.

അവൻ പോകട്ടെ. മതി. ഭൂമിയിലുള്ള അവന്റെ സമയം.

അവൾ ഒന്ന് തല കുലുക്കി ഉറപ്പിച്ചു. അവൻ ഇനി വേണ്ട.

രാവിലെ അവൾ പോകാനായിറങ്ങുമ്പോൾ അച്ഛനുമമ്മയും അവളെ തടഞ്ഞു.

'ഇനി നീ അങ്ങോട്ട് പോകണ്ട...ഞങ്ങൾ അവരുടെ കൂടെ ഒന്ന് സംസാരിക്കട്ടെ.'

അവൾ ചിരിച്ചു.

തലേന്ന് കണ്ട അഖിലയല്ലായിരുന്നു അത്. അവൾ ശാന്തയായിരുന്നു. എന്നെത്തെയും പോലെ പ്രസരിപ്പുള്ളവളായിരുന്നു.

'എന്ത് സംസാരിക്കാൻ ?'

'അവൻ നിന്നെ ഇത്രയും ഉപദ്രവിച്ചതിനെക്കുറിച്ച്... ഇത്രയും വിഷമിപ്പിച്ചതിനെ കുറിച്ചൊക്കെ ഞങ്ങൾ ചോദിക്കേണ്ടേ?'

'വേണ്ട.' അവൾ തീർത്തു പറഞ്ഞു.

'അതെന്താ നീ അങ്ങനെ പറയുന്നത് മോളെ ? നിനക്ക് നല്ലതു വരണം എന്നല്ലേ ഞങ്ങൾ ചിന്തിച്ചിട്ടുള്ളു ?'

അവൾ ഒന്ന് ചിരിച്ചു.

'നല്ലതു വരാൻ...! ഞാൻ കൂടുതൽ ഒന്നും പറയുന്നില്ല. ഞാൻ അങ്ങോട്ടേക്ക് പോവാ...അവിടെയെന്തോ കുഴപ്പം ഒക്കെയല്ലേ? ഇനി ഞാൻ ഇവിടെ നിന്നു എന്ന ഒരു പരാതി വേണ്ട. ഞാൻ എത്തിയിട്ട് വിളിക്കാം.'

അവൾ യാത്ര പറഞ്ഞിറങ്ങി.

അവർ നിസ്സഹായതയോടെ അത് നോക്കി നിന്നു.

അവൾ നേരെ പോയത് രേണുകയുടെ വീട്ടിലേക്കാണ്. അവളുടെ ഏറ്റവും അടുത്ത കൂട്ടുകാരിയുടെ വീട്ടിലേക്ക്. എല്ലാം അറിയുന്നവളാണ് പലതവണ ഇത് ഉപേക്ഷിച്ചു നാട്ടിൽ വാ എന്ന് കെഞ്ചിയവളാണ്. നീ ഇങ്ങനെ സഹിക്കുന്നതിൽ ഭേദം അയാളെ കൊല്ലുന്നതല്ലേ എന്ന് അവൾ ഒരിക്കൽ ചോദിച്ചത് അവൾ ഓർത്തു.

അവളുടെ ഭർത്താവിന് മെഡിക്കൽ ഷോപ്പ് ഉണ്ട്. അവളോട് പറഞ്ഞാൽ പോംവഴി കിട്ടും. അവളുട ഉള്ളിൽ ഉത്സാഹം തിരയടിച്ചു

അധ്യായം 22

അന്നത്തെ പകൽ ജിഷയ്ക്ക് തറവാട്ടിൽ ജോലിയൊന്നുമുണ്ടായിരുന്നില്ല. ആകെ ശോകമൂകമായ അന്തരീക്ഷമായിരുന്നു അവിടെ. എപ്പോഴും ചായ ചോദിക്കുന്ന വേണു സാറിന് പോലും ഒന്നും വേണ്ട. അടുക്കളയിൽ ഉണ്ടാക്കി വച്ചതൊക്കെ അങ്ങനെ തന്നെ തണുത്തു വിറങ്ങലിച്ചിരുന്നു. ആ തറവാട്ടിലെ ആൾക്കാരുടെ മനസ്സ് പോലെ മരവിച്ച്.

അവസ്ഥകളൊക്കെ എത്ര വേഗമാണ് മാറുന്നത് അവൾ ഓർത്തു. കഴിഞ്ഞ ദിവസം വരെ ചിരിയും കളിയും നിറഞ്ഞു നിന്ന വീട്. എല്ലായിടത്തും, എല്ലാവരിലും സന്തോഷം മാത്രം. ചിരിയൊച്ചകളല്ലാതെ ഒന്നും കേൾക്കാനില്ലായിരുന്നു.

തനിക്കും സന്തോഷമായിരുന്നു. കുറെ നാളുകൾ കൂടിയാണ് ഇങ്ങനെ മനസ്സ് നിറഞ്ഞു സന്തോഷിക്കുന്നതും ചിരിക്കുന്നതും. ഓരോരുത്തരുടെയും സ്നേഹം അനുഭവിച്ച ദിവസങ്ങൾ. ഒരു ജോലിക്കാരിയോടെന്ന പോലെയല്ലാതെ അവിടുത്തെ അംഗത്തെ പോലെ തന്നെ അവരോരോരുത്തരും പരിഗണിച്ചത് കാണുമ്പോൾ അഭിമാനം തോന്നിയിരുന്നു. ആരൊക്കെയോ ആയതു പോലെ. ആരൊക്കെയോ ഉള്ളത് പോലെ. പൗർണമിയെ പിന്നെ കണ്ടിട്ടില്ല. അത് കരഞ്ഞു ഒരു മൂലക്ക് ഇരിപ്പുണ്ടെന്നു ആരോ പറഞ്ഞിരുന്നു. ശ്രീകുട്ടിയുടെയും ഉത്സാഹം ഒക്കെ പോയി. അതും എന്തോ കുത്തി വരച്ചു കൊണ്ട് തറവാടിന്റെ ഒരു കോണിൽ ഇരിപ്പുണ്ട്. മിക്കവാറും എല്ലവരും തിരിച്ചു പോയി. പാർവതി ചേച്ചിയും നന്ദേട്ടനും വിനു സാറും ഭാര്യയും മാത്രമേ വെളിയിൽ നിന്ന് വന്നവരിൽ ഇനി ശേഷിക്കുന്നുള്ളു. അവരും ചിലപ്പോൾ നാളെ തന്നെ പോകുമായിരിക്കും.

അവൾ ഒരു ദീർഘ നിശ്വാസം വിട്ടു.

അടുക്കള വാതിൽ അടച്ച് അവൾ ഇറങ്ങി വീട്ടിലേക്ക് നടന്നു. നിരത്തിലെത്തുമ്പോൾ അല്പം മുന്നിലായി അർജുൻ നടന്നു പോകുന്നത് കണ്ടു.

അന്നത്തെ സംഭവത്തിന് ശേഷം അവനെ അവൾ കണ്ടിട്ടുണ്ടായിരുന്നില്ല.

'അർജുൻ...' അവൾ തെല്ലുറക്കെ വിളിച്ചു.

അവൻ പെട്ടെന്ന് തിരിഞ്ഞു നോക്കി.

ജിഷ

അവനു പെട്ടെന്ന് വല്ലതെ ദേഷ്യം വന്നു. അവളുടെ അടി അവൻ മറന്നിട്ടുണ്ടായിരുന്നില്ല. ഇവളെ എവിടെ വെച്ചെങ്കിലും ഒതുക്കത്തിൽ കിട്ടിയാൽ കിട്ടിയ അടി തിരിച്ചു കൊടുക്കണമെന്ന് വിചാരിച്ചിരിക്കുകയായിരുന്നു അവൻ.

ജിഷ ഓടി മുന്നിൽ വന്നു.

'അർജുൻ ഐ ആം സോറി.' അവൾ മെല്ലെ കൈ കൂപ്പി.

അവന്റെ ദേഷ്യം പെട്ടെന്ന് എവിടെയോ പോയി ഒളിച്ചു.

അവളുടെ മുഖം, ആ കണ്ണുകൾ. ദയനീയമായ ഭാവം. എന്നിട്ടും അവൻ വിട്ടു കൊടുക്കാൻ തയ്യാറായില്ല.

'പിന്നെ സോറി! അടിച്ചു മനുഷ്യന്റെ മുഖം പൊട്ടിച്ചിട്ട് സോറിയെന്ന്. എനിക്ക് വേണ്ടപ്പാ തന്റെ സോറി.'

അവൾ വല്ലാതെയായി.

'അന്ന് ഭയങ്കര ടെൻഷൻ പിടിച്ചു ഓടുവായിരുന്നു ഞാൻ. പെട്ടെന്നു മുന്നിൽ കേറി തടഞ്ഞപ്പോ... എനിക്ക് ലേറ്റ് ആയതിന്റെ ഒരു വെപ്രാളവുമുണ്ടായിരുന്നു... താൻ ആണെങ്കിൽ പോട്ടെ പോട്ടെന്നു ചോദിച്ചിട്ട് സമ്മതിക്കുന്നുമില്ല...അറിയാതെ അടിച്ചു പോയതാ.'

'ഓ പിന്നെ ടെൻഷൻ വന്നാൽ മനുഷ്യന്മാർ കാണുന്നവരെയൊക്കെ അടിക്കുകയല്ലേ? എന്റെ അമ്മ പോലും എന്നെ ഇത് വരെ മുഖത്ത് അടിച്ചിട്ടില്ല.' അവൻ ദേഷ്യത്തിൽ പറഞ്ഞു.

'ആ അതിന്റെ ഒരു ചെറിയ കുഴപ്പം തനിക്കുണ്ട്.'

അവൾ പിറുപിറുത്തു.

'കണ്ടോ കണ്ടോ പറഞ്ഞത് ഞാൻ കേട്ട്....എനിക്ക് തല്ല് കിട്ടാത്തതിന്റെ കുഴപ്പാണെന്നല്ലേ ?'

'ആ അത് തന്നെ. ശെടാ ഇയാൾക്ക് പറഞ്ഞാൽ മനസ്സിലാവില്ലേ?'

അവൻ പിന്നെ ഒന്നും പറഞ്ഞില്ല തിരിഞ്ഞു നടന്നു തുടങ്ങി.

'പോവാണോ?' അവൾ പിന്നിൽ നിന്ന് ഉറക്കെ ചോദിച്ചു.

'എന്താ ഇനിം തല്ലണോ?'

അവൾ ഓടി ഒപ്പം ചെന്നു.

'എന്റെ മാഷെ ഒരു അബദ്ധം പറ്റിയതല്ലേ ക്ഷമിക്ക്..പ്ലീസ്...'

അവനൊന്നു മൂളി.

'എന്നാ എക്സാം ഒക്കെ തീരുക ?' അവൾ ചോദിച്ചു.

'ഇനി ഒരെണ്ണം കൂടിയേ ഉള്ളു...അത് അടുത്ത മാസം. ഞാൻ നാട്ടിൽ

പോവാ.'

അപ്പോഴാണ് ശ്രദ്ധിച്ചത് അവന്റെ ചുമലിൽ തൂക്കിയിരിക്കുന്ന ബാഗ്.

'അപ്പൊ കണ്ടത് നന്നായി. അല്ലെങ്കിൽ ഈ വിഷമം ഇങ്ങനെ ഉള്ളിൽ കിടന്നേനെ.' അവൾ ചിരിച്ചു.

'ഓ വലിയ വിഷമം പോലും...' അവൻ പുച്ഛത്തോടെ പറഞ്ഞു.

'വിഷമം ഉണ്ടെടോ. തന്നെ ബോധിപ്പിക്കണ്ട അത്. അത് പോട്ടെ വേറെ ഒരു കാര്യം ചോദിക്കണമെന്ന് വിചാരിച്ചിരിക്കുകയായിരുന്നു. ഇയാൾ എന്തിനാ ഇത്രയും ദൂരം വന്ന് ഈ കോച്ചിങ് ക്ലാസ്സിൽ ചേർന്ന് പഠിക്കുന്നത്? നാട്ടിലുണ്ടല്ലോ ഇഷ്ടം പോലെ ?'

'ഇവിടെയുള്ള ഈ കോച്ചിങ് സെന്റർ ഭയങ്കര ഫേമസ് അല്ലെ ? ഇവിടെ പഠിക്കുന്ന നൂറു ശതമാനം കുട്ടികൾക്കും ഏതെങ്കിലും ഒരു ജോലിയെങ്കിലും കിട്ടും... സ്വന്തം നാട്ടിലായിട്ടും തനിക്കിതു അറിയില്ലേ?'

'നന്നായി പഠിച്ചാൽ കോച്ചിങ് ക്ലാസ്സൊന്നും ഇല്ലാതെ തന്നെ ജോലി കിട്ടും.'

അവൾ പറഞ്ഞു.

'ഉവ്വേ എന്നിട്ട് ഇയാൾക്കെന്താ ജോലി കിട്ടാഞ്ഞത് ?'

അവൾ പുഞ്ചിരിച്ചു.

'എനിക്ക് മിക്കവാറും ഈയാഴ്ച അഡ്വൈസ് മെമ്മോ വരും. നാല് ലിസ്റ്റിൽ പേരുണ്ട്. ആദ്യത്തെ പത്തു റാങ്കിനുള്ളിൽ തന്നെ.'

അവൻ വിശ്വസിക്കാനാവാതെ അവളെ ഒന്ന് നോക്കി.

'തമാശയല്ല. സത്യമാ. ഞാൻ ഒരു കോച്ചിങ് ക്ലാസ്സിലും പോയില്ല. പ്ലസ് ടു പഠിക്കുന്ന സമയത്തു ചേച്ചി മരിച്ചു പോയി. അതിന്റെ ഷോക്കിൽ അമ്മയ്ക്ക് കുറച്ചു നാൾ സുഖമില്ലാതെയായി, അച്ഛൻ നേരെത്തെ മരിച്ചു പോയിരുന്നു. ആരുമില്ലായിരുന്നു സഹായിക്കാൻ. കുറെ കടമൊക്കെ മേടിച്ച് അമ്മയെ ചികിൽസിച്ചെങ്കിലും അമ്മ പോയി. ഞാനും അനിയനും മാത്രമായി. പ്ലസ്ടു പാസ്സായപ്പോൾ ഞാൻ പഠിത്തം നിർത്തി ജോലിക്കിറങ്ങി. അനിയൻ നന്നായി പഠിക്കും. അവനെ പഠിപ്പിക്കണം. കിടക്കുന്ന വീട് ബാങ്കിൽ പണയം വെച്ചിരിക്കുകയായണെന്നു ആ സമയത്താണ് ഞാൻ അറിഞ്ഞത്. അമ്മയതിന്റെ പലിശ അടച്ചു കൊണ്ടിരിക്കുകയായിരുന്നു. അമ്മ മരിച്ചു കുറച്ചു കഴിഞ്ഞപ്പോൾ ബാങ്കുകാർ വീട്ടിൽ വന്നു പറയുമ്പോളാ ഇതൊക്കെ ഞാൻ അറിയുന്നത്. ഞങ്ങളുടെ അവസ്ഥ ഒക്കെ അറിഞ്ഞപ്പോ അവർ കുറച്ചു സമയം തന്നു. കുറച്ചൊക്കെ അടച്ചു തീർത്തു. ഇനിയുമുണ്ട്. അപ്പൊ ഞാൻ വിചാ

രിച്ചു ഇങ്ങനെ ചെറിയ ജോലിക്ക് ഒന്നും പോയാ ശരിയാവില്ല, ഗവൺമെന്റ് ജോലി തന്നെ വേണമെന്ന്. ആ വാശിക്ക് വീടിനടുത്തുള്ള രജനിച്ചേച്ചിയുടെ കുറച്ചു പുസ്തകങ്ങൾ ഒക്കെ മേടിച്ചു വെച്ച് പഠിക്കാൻ തുടങ്ങി. രാത്രിയും പകലും പഠിച്ചു...അതിനു ഫലമുണ്ടായി.'

അവൾ പുഞ്ചിരിച്ചു.

അവൻ അതിശയം കൂറുന്ന മിഴികളോടെ അവളെ നോക്കി നിന്നു.

'നമുക്ക് എല്ലാ വഴിയും അടഞ്ഞു കഴിയുമ്പോൾ, ഒന്നുമൊന്നും കഴിയാതെ വരുമ്പോൾ എവിടെയെങ്കിലും ഒരു പച്ചത്തുരുത്ത് ദൈവം കാണിച്ചു തരും. പലപ്പോഴും നമ്മൾ അത് കാണാത്തതാ. ഇന്നിപ്പോ ബാങ്കുകാർ ഇറങ്ങി പോകാൻ പറഞ്ഞാലും ആ ക്യാഷ് തിരിച്ചടയ്ക്കാം എന്ന് എനിക്കൊരു വിശ്വാസമുണ്ട്. അച്ഛനുമമ്മയും ജീവിച്ച വീടല്ലേ ?വിട്ടു കൊടുക്കാൻ വയ്യ.' അവളുടെ ഒച്ച ഒന്ന് ഇടറി.

'അത്രമേൽ തീവ്രമായി നമ്മൾ ആഗ്രഹിക്കുന്നത് നമുക്ക് കിട്ടും. പൗലോ കൊയ്‌ലോ പറഞ്ഞിട്ടില്ലേ ?' അവൾ ചിരിച്ചു കൊണ്ട് ചോദിച്ചു.

'ഉവ്വോ... എങ്കിൽ തന്നെ എനിക്ക് കിട്ടുമല്ലോ.' അവൻ പെട്ടെന്ന് കുസൃതിയിൽ പറഞ്ഞു.

ജിഷയ്ക്ക് ചിരി വന്നു.

'നാട്ടിൽ നല്ല പെൺപിള്ളാരെയൊന്നും കിട്ടാഞ്ഞിട്ടാണോ ഈ കുഗ്രാമത്തിലെ ഒരു പാവം പെണ്ണിന്റെ പുറകെ...' അവൾ പാതിയിൽ നിർത്തി.

'പാവം... മിണ്ടരുത്... എന്റെ മുഖം കണ്ടോ? കൂട്ടുകാർ അറിയാതെയിരിക്കാൻ പൗഡർ ഒക്കെ കൂടുതൽ ഇട്ടാ ഇപ്പൊ നടക്കുന്നത്. ഈശ്വരാ അമ്മ കണ്ടു പിടിക്കുമോ എന്തോ.'

അവൾ ആ കവിളിൽ മെല്ലെ ഒന്ന് തൊട്ടു.

'സത്യമായിട്ടും സോറി കേട്ടോ.' ആത്മാർത്ഥമായിട്ടായിരുന്നു അവളത് പറഞ്ഞത്.

അവന്റെ മുഖം ഒരു നിമിഷം കൊണ്ട് ചുവന്നു തുടുത്തു.

'ഒത്തിരി പ്രശ്നങ്ങൾക്കിടയിലൂടെ പോകുന്ന ഒരാളിന്റെ മനസ്സിന്റെ പിടി ഒന്ന് വിട്ടു പോയതാണെന്നു വിചാരിച്ചു പൊറുക്കു.' അവളുടെ കണ്ണ് നിറഞ്ഞു.

'ശേ അയ്യേ...താൻ കരയുവൊന്നും വേണ്ട. സാരമില്ല.' അവൻ പെട്ടെന്ന് അവളുടെ കണ്ണീർ കണ്ടു പറഞ്ഞു.

'പോയി കഴിഞ്ഞു ഈ നാട് ഓർക്കുമ്പോൾ എന്നെ വെറുക്കാതിരുന്നാ മതി.' അവൾ മെല്ലെ ചിരിച്ചു.

'തന്നെ വെറുക്കുകയോ ? കഷ്ടം...തന്നെ. എനിക്ക് ഭയങ്കര ഇഷ്ടമാണെടോ. അത് കൊച്ചിയിലും കോഴിക്കോട്ടുമൊന്നും പെണ്ണില്ലാഞ്ഞിട്ടല്ല. ചിലരെ കാണുമ്പോൾ നമ്മുടെ ഉള്ളിൽ ഒരു പൂത്തിരി അങ്ങ് കത്തും. അത് നിന്റെ പെണ്ണാണ്, നിന്റെ പെണ്ണാണ് എന്ന് ഉള്ളിലൊരു മണിയടിച്ചു ആരോ പറയും. പണ്ടാരം പിന്നെ ഉറങ്ങാനും പറ്റില്ല. ഉണ്ണാനും പറ്റില്ല. അവളൊരു യെസ് പറയുന്ന വരെ. ഞാൻ ഇതിനു മുന്നേയും പ്രേമിച്ചിട്ടൊക്കെയുണ്ട്. ഒരു ടൈം പാസ്സിന്, തമാശക്ക്. അവളുമാർക്കും അത് തമാശയായിരുന്നു. പിന്നെ കുറച്ചു നാൾ കഴിഞ്ഞപ്പോൾ എനിക്ക് അതൊക്കെ മടുത്തു. അതൊക്കെ വെറുമൊരു ഇൻഫാക്ച്ചുവേഷൻ ആയിരുന്നു... പിന്നെ ഈ പെൺപിള്ളേർ ഒക്കെ എന്റെ പുറകെ വരുമെന്ന്. ഞാൻ ഭയങ്കര ഗ്ലാമർ ആണല്ലോ.'

അവൾ പൊട്ടിച്ചിരിച്ചു.

'ഗ്ലാമർ അല്ല കോഴി... ആൾ നല്ല കോഴി ആണല്ലേ ?'

'കോഴി നിന്റെ...പോടീ '

അവൻ കപട ഗൗരവത്തിൽ പറഞ്ഞു.

ജിഷ വീണ്ടും ഉറക്കെ ചിരിച്ചു.

അവനവളുടെ ചിരിയിലേക്ക് മെല്ലെ നോക്കി നിന്നു.

'തന്നെ ആദ്യം കണ്ടപ്പോ മുതൽ മറ്റൊരു പെൺകുട്ടിയെയും കണ്ട പോലെ അല്ലടോ... സത്യം. എന്റെ പെണ്ണാണ് ഇത് എന്ന് എനിക്ക് തോന്നിയിരുന്നു. പോകും മുന്നേ അത് സീരിയസ് ആയിട്ട് പറയാനാ അന്ന് വന്നു നിന്നത് ഞാൻ വീട്ടുകാരെ ഒക്കെ കൂട്ടി വന്നു ആലോചിച്ച താൻ ഒരു യെസ് പറയുമോ? എനിക്ക് ഒരു ജോലി ഒക്കെ കിട്ടിയിട്ട് ?' അവൻ ചിരി നിർത്തി അവളുടെ നേരെ മുന്നിൽ വന്നു ചോദിച്ചു.

എത്ര അന്തസ്സായി അവനതു ചോദിക്കുന്നു എന്നവൾ ഓർത്തു.

പാർവതി ചേച്ചി പറഞ്ഞ വാചകങ്ങളും ഓർത്തു.

'സമ്മതിക്കും.' അവൾ ഉറപ്പോടെ പറഞ്ഞു.

അവന്റ കണ്ണിൽ ഒരു പൂത്തിരി കത്തുന്നതവൾ കണ്ടു.

അത് മെല്ലെ നിറയുന്ന പോലെ... അവൻ മുഖം പൊത്തി ഒന്ന് തിരിഞ്ഞു.

ശ്വാസം ഒന്ന് മുകളിലേക്കെടുത്തു.

വീണ്ടും തിരിഞ്ഞു.

'സത്യം ?'

'സത്യം.' അവൾ ഉറപ്പോടെ പറഞ്ഞു.

'എന്റെ കൂടെ ബസ് സ്റ്റോപ്പ് വരെ ഒന്ന് വരാമോ കുറച്ചു നേരം ഒന്നി

ച്ചു നടക്കാമല്ലോ.'

അവൾ തലയാട്ടി.

'സത്യത്തിൽ എത്ര സമാധാനമായെന്നോ ഇപ്പൊ...ഇല്ലെങ്കിൽ ഇനിയൊരു മാസം ഞാൻ വല്ലതുമൊക്കെ ആലോചിച്ചു കൂട്ടിയേനെ...തന്നോടെനിക്ക് അത്ര ദേഷ്യമായിരുന്നു...'

അവളൊന്നും മിണ്ടിയില്ല.

'ഇപ്പൊ മനസ്സിനകത്തു മഞ്ഞു പെയ്യുന്ന ഒരു ഫീലാ... ഒരു സുഖം തന്റെ നമ്പർ ഒന്ന് തരാമോ?'

അവൾ കൂർത്ത ഒരു നോട്ടം നോക്കി.

'അയ്യോ എപ്പോഴും വിളിച്ചു ശല്യം ചെയ്യുകയൊന്നുമില്ല. വല്ലപ്പോഴും ശബ്ദം ഒന്ന് കേൾക്കാമല്ലോ...ഞാൻ പാവമല്ലേ ?'

അവൾ ചിരിച്ചു കൊണ്ട് അവന്റെ കയ്യിൽ നിന്നു ഫോൺ വാങ്ങി നമ്പർ സേവ് ചെയ്തു കൊടുത്തു.

'ഇതിനു ലോക്ക് ഒന്നുമില്ലേ ? അവൾ ആ ഫോൺ തിരിച്ചു കൊടുക്കുമ്പോൾ ചോദിച്ചു.

'എന്തിന് എനിക്ക് രഹസ്യങ്ങൾ ഒന്നുമില്ലല്ലോ. ആര് നോക്കിയാലും ഒന്നുമില്ല. ഇനി ലോക്ക് വയ്ക്കേണ്ടി വരുമായിരിക്കും.' അവൾ പിന്നെയും ചിരിച്ചു.

'അത് നല്ലതാ. തന്റെ സങ്കടങ്ങളൊക്കെ ഇപ്പൊ എന്നോട് പറഞ്ഞപ്പോ ഞാൻ തന്റെ ആരോ ആണെന്ന് എനിക്ക് തോന്നുവാ. തന്റെ സ്വന്തമായ ആരോ.'

അവൻ നേർത്ത മന്ദഹാസത്തോടെ അവളോട് പറഞ്ഞു.

ജിഷ മറുപടിയൊന്നും പറഞ്ഞില്ല.

'എനിക്ക് അങ്ങനെ വലിയ സങ്കടങ്ങൾ ഒന്നുമില്ല. വീട്ടിൽ അമ്മ അച്ഛൻ അനിയത്തി. അമ്മയും അച്ഛനും ബാങ്കിൽ ആണ് ജോലി ചെയ്യുന്നത്. ഞാൻ പഠിക്കാൻ ഒക്കെ-ഉഴപ്പനായിരുന്നു. ഡിഗ്രി പാസായ ഉടനെ ഒരു വർഷത്തേക്ക് ഇവിടെ കൊണ്ട് ചേർത്തു. ആദ്യമൊക്കെ തമാശക്ക് ടെസ്റ്റ് ഒക്കെ എഴുതി. പറഞ്ഞില്ലേ ഞാൻ ഒരു ഉഴപ്പനാ. പക്ഷെ ഇനി ഞാൻ ശരിക്കും പഠിച്ചു എഴുതും.'

'അനിയത്തി എന്താ ചെയ്യുന്നത് ?'

'അവൾ എട്ടിൽ പഠിക്കുന്നു. ചെറുതാണ്. പക്ഷെ ബോംബിനെന്തിനാ ഒരു പാട് വലിപ്പം. ആറ്റം ബോംബാണ്.'

ജിഷ വീണ്ടുംചിരിച്ചു.

'അവളെ എനിക്ക് മിസ് ചെയ്യുന്നുണ്ട് ഇവിടെ നിൽക്കുമ്പോൾ അതാ

ഇടക്ക് ഓടി പോകുന്നത്.' അവൻ മെല്ലെ പറഞ്ഞു.

'ഫാമിലിയോട് വലിയ അറ്റാച്ച്മെന്റ് ആണല്ലെ ?'

'പിന്നല്ലേ... ഫാമിലിയാണ് എന്റെ എല്ലാം...' അവർ ബസ്സ്റ്റോപ്പിൽ എത്തി.

'ബസ് ഇപ്പൊ വരും... താൻ വേണെങ്കിൽ പൊയ്ക്കോ എനിക്കിങ്ങനെ താൻ നോക്കി നിൽക്കുമ്പോ കയറി പോകാൻ ഒരു വല്ലായ്മ.' അവൻ വിഷാദത്തോടെ പറഞ്ഞു

'ഞാൻ ബസ് വന്നിട്ട് പോകാം.' അവൾ മെല്ലെ പറഞ്ഞു.

അവർക്കടിയിൽ മൗനം നിറഞ്ഞു. ഒരു വിരഹം തുടങ്ങുകയാണ്.

ഇത് വരെ ആരുമല്ലാത്തിരുന്ന ഒരാൾ പൊടുന്നനെ ആത്മാവിന്റെ ഭാഗമായി മാറുകയാണ്. അത് പറഞ്ഞറിയിക്കാനാവാത്ത ഒരു എഴുത്തിലും വിശ്വസാഹിത്യകാരന്മാർക്കു പോലും എഴുതി ഫലിപ്പിക്കാനാവാത്ത ഒരു അവസ്ഥയാണ്. അറിയുന്നവൻ മാത്രം അനുഭവിക്കുന്ന അവസ്ഥ.

ബസ് വന്നു. അവൻ അവളുടെ വിരലുകളിൽ ഒന്നമർത്തി.

'പോയിട്ട് വരാം... താങ്ക്സ് ഫോർ ഗിവിങ് മി ദിസ് ഈവെനിംഗ്.'

അവൾ മെല്ലെ തലയാട്ടി.

ബസിൽ തിരക്ക് കുറവായിരുന്നു. അവൻ വശത്തെ സീറ്റിലിരുന്നു. മനസ്സിനെ ഒരു വേദന പൊതിയുന്നു. കണ്ണ് നിറയുന്നുമുണ്ട്.അത്രമേൽ പ്രിയമുള്ളതിനെ വഴിയിലുപേക്ഷിച്ചു പോകും പോലെ. അവളുടെ മുഖവും വാടിനിരിക്കുന്നതവൻ കണ്ടു.

ബസ് സ്റ്റാർട്ട് ചെയ്തു.

അവൻ കൈ വീശി.

അവളും.

അധ്യായം 23

വിനു മുറിയിലേക്ക് വന്നപ്പോൾ അഖില വസ്ത്രങ്ങൾ അലമാരയിൽ അടുക്കി വെയ്ക്കുന്നത് കണ്ടു.

അവളെപ്പോൾ വന്നു എന്ന് അവനത്ഭുതപ്പെട്ടു. കണ്ടില്ല.

'നീ എപ്പോ വന്നു ?'

'കുറച്ചു മുൻപ്.' അവൾ അവന്റെ മുഖത്ത് നോക്കാതെ പറഞ്ഞു.

'ആരും പറഞ്ഞില്ലല്ലോ?'

'ഞാൻ വരുമ്പോൾ ആരെയും പൂമുഖത്ത് കണ്ടില്ല.'

അവനൊന്നു മൂളി.

അവളെ അവൻ വെറുതെ ഒന്ന് നോക്കി.

അങ്ങനെ ഇത് വരെ നോക്കിയിട്ടുണ്ടായിരുന്നില്ല.

അവളെ അവനൊരിക്കലും സ്നേഹിച്ചിരുന്നില്ല എന്നത് തന്നെയായിരുന്നു അതിന്റെ കാരണം.

സ്നേഹിക്കാൻ ശ്രമിച്ചിരുന്നുവോ? അവനവന്റെ മനസ്സിനോട് ചോദിച്ചു.

തീർച്ചയായും ശ്രമിച്ചിരുന്നു.

അവളെ വിവാഹം കഴിക്കുമ്പോൾ തന്നെ പാർവതിയെ മറക്കണം എന്ന് ആഗ്രഹിച്ചിരുന്നു. മറ്റൊരു പെണ്ണിന്റെ സ്നേഹം, അവളുടെ കരുതൽ ഒക്കെ താൻ വല്ലാതെ ആഗ്രഹിച്ചിരുന്നു.

പക്ഷെ വിവാഹത്തിന്റെ രാത്രിയിൽ തന്നെ അവൾ അവളുടെ കൂട്ടുകാരിയോട് സംസാരിക്കുന്നതറിയാതെ കേട്ട് പോയി.

ഒരു ദുർബല നിമിഷത്തിൽ അവളുടെ ഫോൺ പരിശോധിച്ച് പോയി. ഇന്നാലോചിക്കുമ്പോൾ തോന്നുന്നു. വേണ്ടായിരുന്നു. ഒന്നും അറിയണ്ടായിരുന്നു.

അവളുടെ ഫോണിൽ കണ്ട ഫോട്ടോസ്, വീഡിയോസ്. മറ്റൊരു പുരുഷനുമായി എല്ലാം പങ്കുവെച്ച ഒരു പെണ്ണായിരുന്നു അവളെന്നറിഞ്ഞപ്പോ തകർന്നു പോയി.

അതിപ്പോഴും ഫോണിൽ സൂക്ഷിച്ചു വെച്ചത് കണ്ടപ്പോൾ തളർന്നു പോയി ആദ്യം.

പിന്നെ അത് വെറുപ്പായി. ഇത്തരമൊരു പെണ്ണിനെയായിരുന്നില്ല

താൻ അർഹിച്ചതെന്ന് ഉള്ളു പറഞ്ഞു കൊണ്ടേയിരുന്നു.

താൻ പാർവതിയെ സ്നേഹിക്കുക മാത്രമേ ചെയ്തുള്ളു. അത് പരിശുദ്ധമായിരുന്നു. അവളെ ലഭിക്കാതെ വന്നപ്പോൾ ഭ്രാന്തനെ പോലെ താൻ പെരുമാറിയിരുന്നു.

നന്ദനെ കൊല്ലണമെന്ന് പലതവണ തോന്നിയിരുന്നു. പിന്നെ ചിന്തിച്ചു അതവളെ ദുഖിപ്പിക്കുമല്ലോ. അവൾ കരയും. അത് വേണ്ട എന്നത് കൊണ്ടാണ്.

പാർവതിയെ കുറിച്ച് അഖിലയോട് പറയണമെന്ന് വിചാരിച്ചതല്ല. ആ അധ്യായം അടച്ചത് പോലെ ആയിരുന്നു. പക്ഷെ അവളെ കുറിച്ച് എല്ലാം അറിഞ്ഞപ്പോൾ ഒരു വാശിയായി. താൻ ചതിക്കപ്പെട്ട പോലെ. പിന്നെ മനസ്സ് മുഴുവൻ പാർവതി ആയി. അവളെ കുറിച്ച് പറഞ്ഞ് അഖിലയെ വേദനിപ്പിക്കുന്നതിൽ ഒരു സുഖം തോന്നിയിരുന്നു. അവളും മോശമല്ല. തന്നെ വെറി പിടിപ്പിക്കാൻ ഓരോ തവണയും അവളുടെ പേര് പറഞ്ഞു കൊണ്ടിരുന്നു.

അവളുടെ റിലേഷനെക്കുറിച്ച് മിണ്ടിയതുമില്ല.

തന്നെ പൊട്ടനാക്കും പോലെ.

ഒരു ദിവസം താൻ പൊട്ടിത്തെറിച്ചു. എല്ലാം വിളിച്ചു പറഞ്ഞു.

അവൾ സ്തംഭിച്ചു നിന്നു. അത് കണ്ടപ്പോൾ ക്രൂരമായ ഒരു സന്തോഷം. പിന്നെ അത് ആവർത്തിച്ച് കൊണ്ടേയിരുന്നു.

അവൾ വീണ്ടും അവനെ ബന്ധപ്പെടാൻ പലതവണ ശ്രമിക്കുന്നത് താൻ അറിയുന്നുണ്ടായിരുന്നു. അവളോടുള്ള വെറുപ്പ് കൂടി കൂടി വന്നു.

ഒരിക്കൽ നിലവിട്ടു പറഞ്ഞു നിനക്കിഷ്ടമുള്ളവന്റെ കൂടെ പോ എന്ന്...പോവില്ല...പോയില്ല.

ഒറ്റയ്ക്കായിരുന്നെങ്കിൽ ഇത്രയും ദുഷ്ടത തന്റെ മനസ്സിലും വരില്ലായിരുന്നു. അല്ലെങ്കിൽ കുറച്ചു കൂടി നല്ല ഒരു പെണ്ണായിരുന്നെങ്കിൽ ഈ യാത്രയിൽ നന്ദനെ ഇല്ലാതാക്കണം എന്ന് താൻ ചിന്തിക്കില്ലായിരുന്നു

സത്യത്തിൽ താൻ എന്തൊരു മണ്ടനാണ്. അവനു ചിരി വന്നു. നന്ദനെ കൊന്നിട്ട് തനിക്ക് ഇവിടെ നിൽക്കാനാവുമോ?

പാർവതി എന്തെങ്കിലും അവിവേകം കാണിച്ചാൽ പിന്നെ താൻ എന്തിനാ ജീവിക്കുന്നത്?

വിഡ്ഢി.

ഇപ്പൊ ഇവിടെ വന്നപ്പോൾ എല്ലാവരോടും സംസാരിച്ചപ്പോൾ, എല്ലാവരുടെ സ്നേഹമൊക്കെയറിഞ്ഞപ്പോ... പൗർണമിയുടെയും കിച്ചുവിന്റെയുമൊക്കെ പ്രണയം കാണുമ്പോൾ ഓർക്കുന്നു എന്ത് രസമാണ് ജീവി

തം. എത്ര ഭംഗിയുള്ളതാണ്. അഖിലയോട് ക്ഷമിക്കാമായിരുന്നു.

പക്ഷെ ഇന്നും തന്റെ മനസ്സ് പറയുന്നു അവളെ തനിക്ക് സ്നേഹിക്കാനാവില്ല. ഭൂമിയിൽ മറ്റേതു പെണ്ണിനേയും സ്നേഹിക്കാം. അവളെ വയ്യ.

അഖില ഒന്ന് തിരിഞ്ഞു നോക്കി. വിനു എന്തൊ ആലോചിച്ചു ബാൽക്കണിയിൽ നിൽക്കുന്നതവൾ കണ്ടു.

'അഖില...?'

വിനു ശാന്തനായി വിളിച്ചു.

അവൾ ഒന്ന് മൂളി.

'നമുക്ക് പിരിയാം.'

പെട്ടെന്ന് വിനു പറഞ്ഞു.

അഖില നടുക്കത്തോടെ അവനെ നോക്കി.

വിനു അവൾക്കരികിലേക്ക് വന്നു.

അപ്പൊ ആ കണ്ണിൽ വാശിയോ, ദേഷ്യമോ, വെറുപ്പോ ഒന്നുമുണ്ടായിരുന്നില്ല.

'നമ്മൾ...നമ്മൾ ശരിയാവില്ല... ഇപ്പൊ നിന്നോട് എനിക്ക് വെറുപ്പൊന്നുമില്ല. ചിലപ്പോ നീ എന്നെ വെറുക്കുന്നുണ്ടാകും. കൊല്ലാൻ പോലുമുള്ള പക ഉണ്ടാകും. പക്ഷെ എന്റെ മനസ്സിപ്പോ ശാന്തമാണ്.'

'ഓ പാർവതി ഓക്കേ പറഞ്ഞുവോ ?' അവൾ പരിഹാസത്തിൽ ചോദിച്ചു.

'ഇഷ്ടം പോലെ കാശുള്ള ഒരുത്തനും കൂടി കസ്റ്റഡിയിൽ ഇരിക്കട്ടെ എന്നവൾ ചിന്തിക്കുന്നുണ്ടാകും. ഒരാളെ മാത്രം ചുമന്നു അവൾ മടുത്തിട്ടുണ്ടാകും... പ്രേമമൊക്കെ എളുപ്പം അങ്ങ് തീരുമല്ലോ .'

വിനുവിന്റയുള്ളിലൊരു ജ്വാല ആളി.പക്ഷെ അവൻ സംയമനം പാലിച്ചു.

'നീ എന്താണ് അഖില ഇങ്ങനെ ചിന്തിക്കുന്നത് ? പാറു ആരാണ് എന്നാണ് നിന്റെ വിചാരം ? നോക്ക്, നിന്നെ പോലെയൊരു പെണ്ണല്ല അവൾ. നീ ഇപ്പോഴും അവസരം കിട്ടിയാൽ പഴയ കാമുകനെ തേടി പോയേക്കും. അവൾക്ക് പ്രണയം ഒന്നേയുള്ളു അവളുടെ മരണം വരെ. അത് നന്ദനാണ്. ഞാനല്ല.'

'അതെ ഞാൻ അവസരം കിട്ടിയാൽ പഴയ കാമുകനെ തേടി പോകും. ഭർത്താവിനെ കൊണ്ട് പൊറുതി മുട്ടുന്ന പല ഭാര്യമാരും അത് തന്നെ ചെയ്യും. അതാണ് നമ്മുടെ ഈ നാട്ടിൽ അവിഹിതങ്ങളും ഒളിച്ചോട്ടങ്ങളും കൂടുന്നത്... എനിക്ക് ഇപ്പോഴും എന്റെ ഉള്ളിൽ ഗോവിന്ദ് തന്നെ

യാ. ഞാൻ അവനെ തേടി പോയതുമാണ്. ഇന്നലെ അവന്റെ അരികിലേക്കാണ് ഞാൻ പോയത്.'

വിനു ചിരിച്ചു.

'എന്നിട്ട് അവനെന്തു പറഞ്ഞു.നോ പറഞ്ഞില്ലേ ?'

അവൾ അമർഷം കടിച്ചമർത്തി.

'നാട്ടിൽ വന്നിട്ട് ഒറ്റയ്ക്ക് വീട്ടിൽ പോകണം എന്ന് നീ പറഞ്ഞപ്പോൾ തന്നെ ഞാൻ അത് ഊഹിച്ചിരുന്നു. നിന്നെ ഞാൻ വിളിക്കാതിരുന്നത് അത് കൊണ്ടാണ്. ഞാൻ ഒരു വിഡ്ഢിയല്ല അഖില. പക്ഷെ എന്നെ അത് ബാധിക്കില്ല. പക്ഷെ നിന്റെ മുഖത്ത് എന്തൊ ഒരു കള്ളത്തരം ഉണ്ടല്ലോ.'

അവളുടെ കയ്യിൽ മറച്ചു പിടിച്ച ഒരു ഹാൻഡ് ബാഗ് ശ്രദ്ധയിൽ പെട്ടപ്പോൾ അവൻ ചോദിച്ചു.

അവനവളുടെ ഹാൻഡ് ബാഗ് ബലമായി കൈക്കലാക്കി.

'അതിങ്ങ് താ വിനു.'

അവളതു പിടിച്ചു മേടിക്കാൻ ശ്രമിച്ചു.

'നീ എന്തിനാ പേടിക്കുന്നത് ? ഗോവിന്ദ് തന്ന ഗിഫ്റ്റ് വല്ലതുമുണ്ടോ ഇതിൽ ?'

അവൻ അവളിൽ നിന്നു അത് ഉയർത്തി പിടിച്ചു പിന്നെ അവളെ തള്ളി മാറ്റി അത് തുറന്നു നോക്കി.

കുറച്ചു മെഡിസിൻസ്

'നിനക്ക് എന്താ അസുഖം ? പ്രെഗ്നന്റ് ആണോ ?'

അവൻ ഗുളികകൾ മെല്ലെ വായിച്ചു നോക്കി.

'ക്ളോനോസിപം.'

'എനിക്ക് വയ്യ.നല്ല സുഖമില്ല.'

അവൾ വിളർച്ചയോടെ പറഞ്ഞു.

'നോക്കട്ടെ ധൃതി വെയ്ക്കാതെ.'

അവൻ അതിന്റെ പേര് ഗൂഗിളിൽ തിരഞ്ഞു

'ആഹാ കൊള്ളാമല്ലോ... സ്ലീപ്പിങ് പിൽസ്. നിനക്ക് ഉറക്കമൊന്നുമില്ലേ?'

അടുത്തത് ഒരു ബോട്ടിൽ അടങ്ങുന്ന കിറ്റ്. അവൻ കയ്യിൽ എടുത്തതു നോക്കി.

'താലിയം.'

'ഹെവി ആണല്ലോ? ടെൻ മില്ലിഗ്രാമിൽ ആള് തീരുമല്ലോ? ഓഷോയെ വായിച്ചിട്ടുണ്ടല്ലേ? പുള്ളിക്ക് പണി കിട്ടിയത് ഇതിലായിരുന്നു. അപ്പൊ

ഇതെങ്ങനെ എനിക്ക് തരാനായിരുന്നു പ്ലാൻ?'

അഖിലയുടെ മുഖത്തെ ചോര വാർന്നു. അവൾ ഒരക്ഷരവും പറയാതെ നിന്നു. അവളുടെ ശരീരം വിയർത്തു തളർന്നു.

'ഇതെനിക്ക് എങ്ങനെ നീ തരുമായിരുന്നു? എന്ത് ഫൂൾ ആണ് നീ? അവൻ പൊട്ടിച്ചിരിച്ചു.

'ആരാണ് ഈ പൊട്ട ബുദ്ധി ഒക്കെ പറഞ്ഞു തന്നത്? എനിക്ക് എന്തെങ്കിലും സംഭവിച്ചാൽ പോസ്റ്റ് മാർട്ടം ചെയ്യില്ലേ? താലിയം ഒക്കെ കണ്ടു പിടിക്കും. നിന്നെ അപ്പൊ അറസ്റ്റ് ചെയ്യില്ലേ?'

അവളുടെ തല കറങ്ങുന്നത് പോലെ തോന്നി.

'എന്നെ കൊല്ലാൻ മാത്രം വൈരാഗ്യം ഉണ്ടായിരുന്നോ അഖില?'

ഏതോ ഗുഹാമുഖത്തു നിന്നു വിനു ചോദിക്കുന്നു.

അവൾ ബോധമറ്റ് ബെഡിലേക്ക് വീണു.

വിനു അൽപനേരം അവളെ നോക്കി നിന്നു. പിന്നെ സാധനങ്ങൾ എടുത്തു കൊണ്ട് മുറി വിട്ടു പോയി

'നന്ദൻ എവിടെ പാറു?'

പാർവതി തിരിച്ചു പോകാനുള്ള ഒരുക്കത്തിലായിരുന്നു. അവൾ തുണികൾ മടക്കി ബാഗിലേക്ക് വെച്ച് കൊണ്ടിരുന്നു.

വിനുവിനെ കണ്ടതും അവളൊന്നു പുഞ്ചിരിച്ചു.

'നന്ദൻ തൊടിയിലുണ്ടല്ലോ. കുറച്ചു മാങ്ങാ പറിക്കുകയാണ് ശ്രീക്കുട്ടിക്ക് വലിയ ഇഷ്ടമാണ് മാങ്ങ.

'ആഹാ... നിനക്കും ഇഷ്ടമാണല്ലോ ആ ശർക്കര മാങ്ങ.' അവൻ സ്നേഹത്തോടെ പറഞ്ഞു.

അവൾ തലയാട്ടി.

'ഞങ്ങൾ ഇന്നുച്ചയ്ക്ക് പോകും. ശ്രീക്കുട്ടിയുടെ ക്ലാസ് ഇപ്പൊ തന്നെ കുറച്ചു പോയി. ഇനി ഒരു തീരുമാനം ഉണ്ടാകുമ്പോൾ വന്നാൽ മതിയല്ലോ. നന്ദനും എനിക്കും ഓഫീസിൽ പോകണം.'

'ശരിയാണ്. എനിക്ക് പക്ഷെ വലിയ തിരക്കൊന്നുമില്ല. പോകണമെന്ന് തന്നെയില്ല. ഇവിടെ വല്ല കൃഷിയും മറ്റും ചെയ്തു ജീവിച്ചാലോ എന്നാ. അമേരിക്കയൊക്കെ മടുത്തെടോ.'

'അപ്പൊ പിന്നെ ഇവിടെ താമസിക്കാമല്ലോ. പൗർണമി കൂടി പോയിക്കഴിഞ്ഞാൽ പാവം ഇവിടെ ചിറ്റപ്പനും ജാനകി ചിറ്റയും എന്റെ അച്ഛനുമമ്മയും മാത്രമേ ഉണ്ടാവൂ.'

'ആലോചിക്കണം.' അവൻ പറഞ്ഞു.

'നന്ദനെ എന്തിനാ തിരക്കിയത് ?'

അവൾ പെട്ടെന്ന് ചോദിച്ചു.

'ഒരു കാര്യം സംസാരിക്കാനുണ്ടായിരുന്നു. പൗർണമിയുടെ കല്യാണത്തിന്റെ.' അവൻ എന്തോ ഒളിപ്പിക്കാൻ ശ്രമിക്കുന്നതായി അവൾക്ക് തോന്നി.

'സത്യം പറ വിനുവേട്ടാ എന്താ കാര്യം ?'

'ഒന്നുല്ലാടി...നിനക്ക് പേടിയുണ്ടോ ?'

'എന്തിനു ?'

'ഞാൻ വില്ലനോ മറ്റോ ആണെന്ന് ?'

പാർവതി ചിരിച്ചു.

'പിന്നെ എനിക്കറിയില്ലേ വിനുവേട്ടനെ... ഒരു കൊച്ചു നീർക്കോലിയെ കണ്ടാൽ ബോധം കെടുന്ന കക്ഷിയാ... വില്ലൻ പോലും. വിനുവേട്ടൻ പാവാ എനിക്ക് അറിയാം.'

വിനുവിന്റെ കണ്ണ് നിറഞ്ഞു.

'നീ എന്നെ വെറുക്കരുത് കേട്ടോ.' അവൻ മെല്ലെ പറഞ്ഞു. പിന്നെ വാതിൽ കടന്നു തിരിച്ചു പോയി.

പാർവതി കുറച്ചു നേരം കൂടി അങ്ങനെ നിന്നു.

'നന്ദാ ഞാൻ കൂടി സഹായിക്കാം.'

ഉയരത്തിൽ നില്ക്കുന്ന ഒരു കുല മാങ്ങ എത്തി പറിക്കുവാൻ ശ്രമിക്കുന്ന നന്ദനോടവൻ വിളിച്ചു പറഞ്ഞു.

നന്ദൻ ഒന്ന് തിരഞ്ഞു നോക്കി.

വിനു.

അവനൊന്നു ചിരിച്ചു.

'ഞങ്ങളിന്നു പോവാ.'

'പാറു പറഞ്ഞു. ഞാൻ നന്ദനെ അന്വേഷിച്ചു മുറിയിൽ പോയിരുന്നു.' അവൻ മാങ്ങാ കുലകൾ പറിച്ചെടുത്തു നന്ദന് നീട്ടി.

'എന്താ കാര്യം ?' നന്ദൻ അത് വാങ്ങി കയ്യിൽ ഇരുന്ന സഞ്ചിയിൽ നിക്ഷേപിച്ചു.

'കാര്യം...' വിനു നന്ദന്റെ തോളിൽ പിടിച്ചു.

'നന്ദനോട് എനിക്ക് കുറച്ചു സംസാരിക്കണം...'

നന്ദൻ അവനെ കുറച്ചു നേരം നോക്കി നിന്നു.

'വെറുതെ ക്ളീഷേ കുറേ പറയുന്നതിൽ അർത്ഥമൊന്നുമില്ല. ഞാൻ ചിലപ്പോ ഉടനെയെങ്ങാൻ മരിച്ചു പോയെങ്കിലോ. അത് പറയാൻ എനിക്ക് പിന്നീട് കഴിഞ്ഞില്ലെങ്കിലോ...'

നന്ദന് ഒന്നും മനസ്സിലായില്ല

അവന്റെ നിൽപ് കണ്ടു വിനു പൊട്ടിച്ചിരിച്ചു.

'എനിക്ക് വട്ടായോ എന്ന് ചിന്തിക്കുകയല്ലേ ?'

'ഏയ്' നന്ദൻ തല വെട്ടിച്ചു.

'ചിലപ്പോ ഞാൻ ഉടനെ മരിച്ചു പോയേക്കാം... ചിലപ്പോൾ എന്നെ ആരെങ്കിലും കൊന്നേക്കാം...'

'എന്താ വിനു ?' അവൻ ശാസിച്ചു.

'വെറുതെ ഒരു ഇന്റ്യൂഷൻ... എനിക്കിനി അധികകാലമൊന്നുമില്ല എന്നൊരു തോന്നല്...' അവൻ മെല്ലെ ചിരിച്ചു.

'നമുക്ക് അങ്ങോട്ട് ഇരുന്നാലോ.'

നന്ദൻ പുഴക്കരയിലേക്ക് കൈ ചൂണ്ടി.

അവർ തണൽ നോക്കി ഒരിടത്തിരുന്നു.

'ഞാൻ പാർവതിയെ സ്നേഹിച്ചിരുന്നു... അവളെ മറക്കാനാ ഞാൻ അഖിലയെ വിവാഹം ചെയ്തത്... അതും പരാജയമാണ്...പാർവതിയുടെ ഭർത്താവ് എന്ന നിലയിൽ നന്ദനോട് ഇതൊന്നും പറയാൻ പാടില്ല എന്ന് എനിക്കറിയാം. പക്ഷെ നന്ദനെങ്കിലും എന്നെ മനസ്സിലാക്കണം. എന്നെ അറിയണം. ഞാൻ ഇല്ലാതായാൽ ഈ ഭൂമിയിൽ എന്നെ അറിയുന്ന ഒരാളെങ്കിലും വേണം. നന്ദന് കുറച്ചു സമയമുണ്ടാകുമോ എനിക്ക് തരാൻ ?'

നന്ദൻ അവനെ ഒന്ന് ചേർത്ത് പിടിച്ചു.അത്രമേൽ അവനതു ഉള്ളിൽ തട്ടിയാണ് പറഞ്ഞത്.

മയക്കം വിട്ടുണർന്ന അഖില കട്ടിലിൽ മെല്ലെ എഴുന്നേറ്റിരുന്നു.

ഈശ്വര ഇനി എന്തൊക്കെയാണ് തന്നെ തേടി വരിക.

രേണുകയുടെ വീട്ടിൽ പോയ നിമിഷത്തെ അവൾ ശപിച്ചു. അവളാണ് ബുദ്ധി ഉപദേശിച്ചു തന്നത്. അവളുടെ ഭർത്താവ് പറഞ്ഞതാണ് അപകടമാണെന്ന്. പക ആയിരുന്നു ഉള്ളിൽ.

മരുന്ന് മദ്യത്തിൽ കലർത്തി വെയ്ക്കാനാണ് തീരുമാനിച്ചത്. അത് കുടിക്കുന്ന ആള് തീരുകയും ചെയ്യും. ബാക്കി ആലോചിച്ചില്ല.

വിനു എങ്ങോട്ട് പോയി? എല്ലാം അറിഞ്ഞ സ്ഥിതിക്ക് ഇനി എന്തും സംഭവിക്കാം. ഈ നിമിഷം വരെ വിനു മാത്രമേ തന്നെ കണ്ടിട്ടുള്ളൂ.

വീട്ടിലേക്ക് തിരിച്ചു പോകാൻ അവൾ തീരുമാനിച്ചു. എന്തുണ്ടെങ്കിലും ഇനി ഒറ്റയ്ക്ക് അഭിമുഖീകരിക്കാൻ വയ്യ.

വിനുവിന്റെ സ്വഭാവം വെച്ചു പ്രതികരണം ഊഹിക്കാൻ പോലും വയ്യ.

ബോധം കേട്ട് കിടന്നപ്പോൾ ഇറങ്ങി പോയതാണ്. അവൾ ബാഗിൽ വസ്ത്രങ്ങൾ നിറച്ചു മുറി അടച്ചു ഇറങ്ങി.

'അഖിലെയെവിടേക്കാ ?'

പാർവതി.

അഖില ഒന്നും മിണ്ടിയില്ല.

'ബാഗ് ഒക്കെ എടുത്തെങ്ങോട്ടാ ?ഇതെപ്പോ വന്നു?'

അഖിലയുടെ ഉള്ളിലുണ്ടായിരുന്ന സകല പകയും അപ്പൊ പാർവതിയോടായി.

ഒക്കെറ്റിനും കാരണം ഇവളാണ്.

അവളോടുള്ള വിനുവിന്റെ പ്രേമം.

അവളോടുള്ള വിനുവിന്റെ ഭ്രാന്ത്.

ഇവൾ ഉള്ള കാലം വരെ ആ ഭ്രാന്ത് തുടർന്ന് കൊണ്ടേയിരിക്കും.

അഖിലയ്ക്ക് തലക്കുള്ളിൽ അപ്പൊ ഒരു ഭ്രാന്ത് നിറഞ്ഞു. വിനുവിനെയല്ലായിരുന്നു ഇവളെയായിരുന്നു കൊല്ലേണ്ടത്. ഇവൾ ചത്താൽ അവൻ നീറി നീറി ജീവിക്കും. അവളില്ലായ്മയിൽ അവൻ ഭ്രാന്തനെ പോലെ അലറും കരയും. തന്നെ കരയിച്ചതിന്റെ ആയിരം മടങ്ങവൻ കരയും.'

അവൾ പാർവതി നിൽക്കുന്നിടത്തേക്ക് നോക്കി. മുകളിൽ ബാൽക്കണിയിൽ പിടിച്ചു താഴേക്ക് തന്നെ നോക്കി നിൽപ്പാണ്.

'ഒരു അത്യവശ്യം...ഞാൻ അങ്ങോട്ട് വന്നുപറയാം.' അഖില ബാഗ് അവിടെ വെച്ചു അവൾക്കരിഗിലേക്ക് നടന്നു.

പാർവതി നേർത്ത ഒരു ചിരിയോടെ അവൾ കയറി വരുന്നത് നോക്കി നിന്നു.

'ഞാൻ വീട്ടിലൊന്നു പോയിരുന്നു.'

'ഉവ്വ് അറിഞ്ഞു.' പാർവതി മറുപടി പറഞ്ഞു.

അവൾ തൊട്ടടുത്തെത്തി.

'വിനു പറഞ്ഞിട്ടുണ്ടാകും?' അവൾ പൈശാചികമായ ഒരു ചിരിയോടെ ചോദിച്ചു.

'വിനുവേട്ടനാണെന്നു തോന്നുന്നു പറഞ്ഞു.' അവൾക്കാഭാവമാറ്റം മനസിലായില്ല.

'വിനുവേട്ടൻ... നിനക്ക് നാണമില്ലേ ഇപ്പോഴും അയാളുടെ പിന്നാലെ അങ്ങനെ നടക്കാൻ ?'

പാർവതി സ്തംഭിച്ചു പോയി.

'നീ കാരണമാണ് എന്റെ ജീവിതം തകർന്നത്. സദാ സമയവും

പാറു പാറു പാറു... മടുത്തു കേട്ട് കേട്ട്. വെറുത്തു നിന്നെ...'

'ഞാൻ അതിന് ഒരു തെറ്റും ചെയ്തില്ലല്ലോ അഖില.' പാർവതി വേദനയോടെ പറഞ്ഞു.

'നിനക്കവനെ അങ്ങ് കല്യാണം കഴിച്ചൂടായിരുന്നോ? ഞാൻ എങ്കിലും രക്ഷപ്പെട്ടു പോകില്ലായിരുന്നോ ?...'

പാർവതിയുടെ കണ്ണുകൾ നിറഞ്ഞു അവളുടെ ദേഹം തളർന്നു. ആ നിമിഷം തന്നെ അഖില അവളുടെ പുറകിൽ നിന്ന് അവളെ ആഞ്ഞു തള്ളി.

മുകൾ നിലയിൽ നിന്ന് താഴേക്ക്...താഴേക്ക്...താഴേക്ക്...

അധ്യായം 24

ക്ഷേത്രത്തിൽ പോയിരിക്കുകയായിരുന്നു ശ്രീക്കുട്ടിയും ജാനകിയും പൗർണമിയും. തിരിച്ചു വന്നപ്പോ അമ്മയെ മുറിയിൽ കാണാനില്ല. കുറെ വിളിച്ചു. അന്വേഷണത്തിലൊടുവിൽ ശ്രീക്കുട്ടിയാണത് ആദ്യം കണ്ടത്.

നിലത്തു രക്തത്തിൽ കുളിച്ച്...

അമ്മേ എന്നൊരു വിളി അവളുടെ തൊണ്ടയിൽ തടഞ്ഞ് നിന്ന് പോയി. അവളുടെ ഉടൽ വിറച്ചു. കണ്ണുകൾ മങ്ങുന്നത് പോലെ.

അവളുടെ നിലവിളികേട്ട് വേണുവും ജാനകിയും മനുവും ഓടി വന്നു.

'മോളെ .....അയ്യോ ഇതെന്താ പറ്റിയത്...നന്ദാ നന്ദാ.' ജാനകി ഉറക്കെ നിലവിളിച്ചു.

നന്ദനും വിനുവും പുഴക്കരയിലായിരുന്നു. എല്ലാം പറഞ്ഞു തീർക്കുമ്പോൾ വിനുവിന്റെ മുഖം താഴ്ന്നിരുന്നു.

'കഴിയുമെങ്കിൽ ഇനി സമാധാനമായി ജീവിക്കണമെന്നുണ്ട്. അഖില രക്ഷപ്പെടട്ടേ. അവളോടും ഇപ്പൊ എനിക്ക് ദേഷ്യമൊന്നുമില്ല നന്ദ. പഴയ ഞാൻ ആയിരുന്നെങ്കിൽ ഇന്നങ്ങനെ കണ്ടപ്പോൾ ഇങ്ങനെ ആവില്ല പ്രതികരിക്കുക. ഇപ്പൊ മനസ്സ് ശാന്തമാണ്.'

അവൻ നന്ദനോട് പറഞ്ഞു.

നന്ദൻ അവന്റ തോളിൽ ഒന്ന് തട്ടി.

'നിങ്ങൾ ഇതിവിടെ വന്നിരിക്കുകയാണോ ? എവിടെയൊക്കെ അന്വേഷിച്ചു ..? പാർവതി വീണു ഒന്ന് ഓടി വാ...' ജനാർദനൻ ചേട്ടൻ ഓടിക്കിതച്ചു വന്നു പറഞ്ഞപ്പോൾ രണ്ടു പേരും ചാടിയെഴുന്നേറ്റു.

കാറിലേക്ക് പാർവതിയെ കയറ്റി വേണു ഡ്രൈവിംഗ് സീറ്റിലേക്ക് കയറുമ്പോഴാണ് അവർ വന്നത്.

നന്ദനെ കണ്ടു ശ്രീക്കുട്ടി ഓടി വന്നവനെ കെട്ടിപ്പിടിച്ചു.

'അച്ഛാ, അമ്മ അവിടെ വീണു കിടക്കുവാരുന്നു.' അവൾ ആ സ്ഥലത്തേക്ക് കൈ ചൂണ്ടി. അവിടെ രക്തം ഒഴുകി പരന്നു കിടക്കുന്നുണ്ടായിരുന്നു.

നന്ദന് ഭൂമി പെട്ടെന്ന് നിശ്ചലമായതു പോലെ തോന്നി. അവൻ പാർ

വതിയെ നോക്കി. രക്തം ഒഴുകി കൊണ്ടിരിക്കുന്നു. വിനുവും സ്തബ്ദ നായി നിൽക്കുകയായിരുന്നു.

നന്ദൻ കാറിൽ കയറി.

വിനു ശ്രീക്കുട്ടിയോടും കയറാൻ പറഞ്ഞു.

'ഞാൻ പുറകെ വന്നേയ്ക്കാം.' അവൻ പറഞ്ഞു.

പാർവതിയെ അവൻ നോക്കിയില്ല. പക്ഷെ അവൾ വീണിടം അവൻ ചെന്ന് നോക്കി. എത്ര ഉയരത്തിൽ നിന്നാവും അവൾ വീണതെന്ന് അവനു ശരിക്കു മനസ്സിലായില്ല.

അവളുടെ മുറിയുടെ മുന്നിൽ ഒരു ബാൽക്കണിയുണ്ട്. അത് പക്ഷെ ഒന്നാം നിലയിലാണ്. അവിടെ നിന്ന് അവൾ വീഴാൻ ഒരു സാധ്യതയുമില്ല.

പിന്നെ രണ്ടാം നില അവിടെ തന്റെ മുറിയാണ്. തന്റെ മുറിക്ക് ബാൽക്കണിയില്ല.

പിന്നെ മൂന്നാം നില. അവിടെ ബാൽക്കണിയുണ്ട്. അവിടെ പാർവതി ഇറങ്ങി നിൽക്കുന്നത് പലപ്പോഴും അവൻ കണ്ടിട്ടുണ്ട്. അവിടെ താമസിച്ചിരുന്നത് സുഭദ്ര ചിറ്റയും കുടുംബവുമായിരുന്നു. അവർ ഇന്നലെ തന്നെ തിരിച്ചു പോയി.

അവൾ അവിടെ നിന്ന് എങ്ങനെയാണ് വീഴുക ? അതും ഗ്രില്ലുകളൊക്കെ കടന്ന്...

അവനു പെട്ടെന്ന് ഒരു സംശയം തോന്നി മുറിയിൽ ചെന്നു. ബെഡിൽ കിടന്ന അഖില അവിടെയില്ല. അവളുടെ ബാഗും സാധനങ്ങളും ഇല്ല.

'വിനു.'

ഒരു വിളിയൊച്ച.

ജാനകി.

'നീ വണ്ടിയെടുക്ക്' അവർ കരയുന്നുണ്ടായിരുന്നു.

'ആ ഞാൻ കീ എടുക്കാൻ ...'

അവൻ വേഗം കാറിന്റെ കീ എടുത്തവർക്കൊപ്പം നടന്നു.

'എന്റെ ഈശ്വര! എന്തൊക്കെ കഷ്ടകാലങ്ങളാ ദൈവമേ ഈ തറവാടിനെ കാത്ത് ഇരിക്കുന്നത്...? ഒന്നിന് പുറകെ ഒന്നായി. പാറു എന്തിനാ അവിടെ പോയി നിന്നത്? എന്നാലും അത്രയും ഉയരത്തിൽ നിന്ന്... ഒന്നും വരല്ലേ ഭഗവാനെ...' അവർ കരഞ്ഞു കൊണ്ട് നെഞ്ചിൽ കൈ വെച്ചു പ്രാർത്ഥിച്ചു.

വിനു കാർ ഓടിക്കുന്നുണ്ടായിരുന്നെങ്കിലും അവന്റെ മനസ്സ് അവന്റ നിയന്ത്രണത്തിലായിരുന്നില്ല. കൺമുന്നിൽ പാർവതിയുടെ മുഖമാണ്.

രക്തം കൊണ്ട് നനഞ്ഞ അവളുടെ മുഖം. അവൻ കണ്ണീർ തുടച്ച് കാഴ്ചകൾ വ്യക്തമാക്കി.

ഹോസ്പിറ്റൽ.

അനന്യ ഹോസ്പിറ്റലിലേക്കാണ് അവർ കൊണ്ട് പോയത്. അവിടെ അവരുടെ ബന്ധുക്കൾ ധാരാളമുണ്ട് ചീഫ് അഡ്മിനിസ്ട്രേറ്റർ ഡോക്ടർ മനോജ് മേനോൻ ജാനകിയുടെ അനിയത്തിയുടെ മകനാണ്.

'എന്താ പറ്റിയത് ?' പാർവതിയെ അകത്തേക്ക് കൊണ്ട് പോകുമ്പോൾ ഒപ്പമുണ്ടായിരുന്ന വേണുവിനോടയാൾ ചോദിച്ചു

'അറിയില്ല. കാണുമ്പോൾ നിലത്ത് കിടക്കുകയാ.' അയാൾ പറഞ്ഞു.

പാർവതിയെ വഹിച്ച സ്ടെക്ച്ചർ അവരെ കടന്നു പോയി.

'അച്ഛാ അമ്മ ...' ശ്രീക്കുട്ടി വിങ്ങിക്കരഞ്ഞു.

നന്ദൻ യാന്ത്രികമായി അവളെ ചേർത്ത് പിടിച്ചു. അവനൊന്നും അറിയുന്നില്ല എന്ന് തോന്നി. ഹൃദയം പറിഞ്ഞു പോകും പോലെ ഒരു വേദന. കടുത്ത വേദന.

ഏതു നശിച്ച നിമിഷത്തിലാണ് തനിക്ക് തൊടിയിലേക്ക് പോകാൻ തോന്നിയത് ദൈവമേ അവൻ തന്നെത്താൻ ശപിച്ചു കൊണ്ടിരുന്നു.

അവൻ കണ്ണുകളടച്ചു.

ഇത് വരെ പ്രാർഥിച്ചിട്ടില്ല.

ഒരു ദൈവത്തെയും വിളിച്ചിട്ടില്ല.

ഒക്കെയും അവളാണ് ചെയ്യുക.

തനിക്ക് വേണ്ടി പ്രാർത്ഥിക്കുന്നതും വഴിപാട് കഴിക്കുന്നതും ഒക്കെയവളാണ്.

'ഇങ്ങനെ ദൈവനിന്ദ പാടില്ല നന്ദ.'

അവൾ പറയും.

'ദൈവം ഇല്ല എന്ന് ഞാൻ പറഞ്ഞിട്ടില്ലല്ലോ... ഉണ്ടെങ്കിൽ നന്നായേനെ. ഭൂമിയും ആൾക്കാരും കുറച്ചു കൂടി നന്നായേനെ. അത്രേ പറഞ്ഞിട്ടുള്ളൂ.'

താൻ പറയും.

അപ്പൊ ആ മുഖത്ത് ശുണ്ഠി വരും.

'നോക്കിക്കോ ഒരു ദിവസം നന്ദൻ പ്രാർത്ഥിക്കും. കണ്ണീരോടെ... ദൈവം ഉണ്ടെന്ന് നന്ദന് തെളിയുന്ന ഒരു ദിവസം വരും.' അവളന്ന് വാശിയോടെ പറഞ്ഞു.

അവൻ എഴുന്നേറ്റു ആശുപത്രിയുടെ ഇടനാഴിയുടെ അറ്റത്തു പോയി നിന്നു.

കുറച്ചു സമയം കഴിഞ്ഞു പോയി.

'നന്ദാ ഡോക്ടർ വിളിക്കുന്നു.'

അവൻ അങ്ങോട്ടേയ്ക്ക് ചെന്നു. അവിടെ വിനുവും ജാനകിയും പാർവതിയുടെ അച്ഛനും അമ്മയും ഉണ്ട്.

'നല്ല ഉയരത്തിൽ നിന്നുള്ള വീഴ്ചയാണ്... പിന്നെ ഫോർമാലിറ്റി പോലീസിൽ അറിയിക്കുക എന്നതാണ്. അറിയിച്ചിട്ടുണ്ട്. പിന്നെ ഇന്റേർണൽ ബ്ലീഡിങ് ഉണ്ട്. സ്കൾ പൊട്ടിയിട്ടുണ്ട്. സർജറി വേണം. ബ്ലഡ് ഒരു പാട് പോയിട്ടുണ്ട്. ഇവിടെ അറേഞ്ച് ചെയ്യും. പക്ഷെ നിങ്ങൾ കൂടി കരുതണം. റെയർ ഗ്രൂപ്പ് ആയതു കൊണ്ട്.'

മനോജ് പറഞ്ഞു നിർത്തി.

അവന്റെ കണ്ണിലും ആധി പ്രകടമായിരുന്നു.

'ഇവിടെ ഒന്ന് സൈൻ ചെയ്യണം.'

ആരോ നീട്ടിയ പേപ്പറിൽ അവൻ ഒപ്പിട്ടു കൊടുത്തു.

'അല്ല നന്ദേട്ടാ. ചേച്ചി വീഴുമ്പോൾ നിങ്ങളാരും അടുത്തുണ്ടായിരുന്നില്ലേ ?' മനോജ് വീണ്ടും സംശയത്തോടെ ചോദിച്ചു

'ഇല്ല മനു... ഞങ്ങൾ പുഴക്കരയിലായിരുന്നു. ഇവർ പുറത്ത് പോയിരുന്നു.' വിനു പറഞ്ഞു.

'അതാണ് ഞാൻ ആലോചിച്ചത്. ബ്ലഡ് ഇത്രയും പോയിട്ടും ആരുമറിഞ്ഞില്ലേ എന്നാ ഞാൻ ചിന്തിച്ചത്. പ്രാർത്ഥിക്ക്. നമുക്ക് ശ്രമിക്കാം. ബാക്കി ദൈവം തീരുമാനിക്കും.' അവന്റെ കണ്ണ് ഒന്ന് നിറഞ്ഞു. അവനെ ആത്മവിശ്വാസം ഇല്ലാതെ കാണപ്പെട്ടു.

നന്ദന്റെ ദേഹം ബലമില്ലാത്തതു പോലെ ഒന്ന് വേച്ചു.

'നന്ദാ' വിനു അവനെ താങ്ങി.

'എനിക്ക് എന്തോ പോലെ ഒന്ന് കിടക്കണം.' നന്ദൻ മെല്ലെ പറഞ്ഞു.

രണ്ടു മുറിയെടുത്തു അവർ. ഒന്ന് നന്ദനും വിനുവിനും മറ്റേതു ബാക്കിയുള്ളവർക്ക്.

നന്ദൻ കണ്ണടച്ച് കിടക്കുകയായിരുന്നു.

അവന്റെ കൺ കോണിലൂടെ കണ്ണീരു ഒഴുകുന്നത് വിനു കണ്ടു.

അവന്റെ ഉള്ളിലിതൊന്നുമായിരുന്നില്ല. പാർവതിയുടെ അവസ്ഥ ഓർത്തുള്ള വേദനയെക്കാളേറെ അത് ചെയ്തത് അഖിലയാണോ എന്നവൻ ചിന്തിച്ചുകൊണ്ടിരുന്നു. അത് ചെയ്തത് അഖിലയാണെങ്കിൽ... അവൻ മുറിയിലൂടെ നടന്നുകൊണ്ടിരുന്നു. എത്ര നടന്നിട്ടും ഉള്ളിലെ പരവേശം അടങ്ങുന്നില്ല.

അവൻ മുറി ചാരി വെളിയിലിറങ്ങി.

'വിനുവേട്ടാ എന്നൊരു വിളിയൊച്ച ഉയരുന്ന പോലെ.

പാറു...

ഓർമ വെച്ച നാൾ മുതൽ... ഈ നിമിഷം വരെയും ആ ഒറ്റ വിളിയൊച്ചക്ക് മുന്നിലെ വിനു ദുർബലനായിട്ടുള്ളു. ആ ഒറ്റയാളിന്റെ മുന്നിലാണ് വിനു തോറ്റുപോയതും. പാടില്ലായിരുന്നു... ആരുടെയും മുന്നിൽ ആ പേര് പറയാൻ പാടില്ലായിരുന്നു. ഉള്ളിൽ ഉണ്ടായാൽ മതിയായിരുന്നു. അഖിലയാണ് ഇത് ചെയ്തതെങ്കിൽ അതിന്റെ കാരണക്കാരിലൊരാൾ താനാണ്. അവൻ ഓർത്തു. പക്ഷെ എന്ത് കാരണത്തിന്റെ പേരിലും അവളുടെ ഒരു തുള്ളി ചോര ഭൂമിയിൽ വീണിട്ടുണ്ടെങ്കിൽ... അവൾ വേദനിച്ചിട്ടുണ്ടെങ്കിൽ...നീ ഇല്ല അഖില പിന്നെ...അവൻ പിറുപിറുത്തു. നിന്നെ വിനു തീർത്തു കളയും ഉറപ്പാണ്.

അവൾ വേദനിക്കാതിരിക്കാനാണ് എന്നും തോറ്റത്. അതിനാണ് എന്നും മാറി നിന്നിട്ടുള്ളത്. ഇതിനായിരുന്നെങ്കിൽ ഈ വരവ് വേണ്ടായിരുന്നു. എവിടെയെങ്കിലും അവൾ സന്തോഷമായിട്ട് ഇരുന്നൊണ്ടെനെ.

അവൻ നെഞ്ചു കഴച്ചിട്ട് അവിടെ കണ്ട ഒരു കസേരയിൽ ഇരുന്നു. മണിക്കൂറുകൾക്ക് ദിവസങ്ങളുടെ ദൈർഘ്യം. ഒടുവിൽ ഡോക്ടർ പുറത്തേക്ക് വന്നു.

വിനുവും വേണുവും അടുത്തേക്ക് ചെന്നു.

'സർജറി കഴിഞ്ഞു. പക്ഷെ... കുറച്ചു കോംപ്ലിക്കേഷൻസ്... നാൽപ്പത്തിയെട്ടു മണിക്കൂറെങ്കിലും കഴിയാതെ ഒന്നും പറയാൻ വയ്യ വിനുവേട്ടാ.'

മനോജവന്റെ കൈയിൽ മുറുകെ പിടിച്ചു.

'നീ എന്താ മനു ഈ പറയുന്നേ...അവളൊന്നു വീണതല്ലേ... ഇത്രക്കൊക്കെ ഉണ്ടാകുമോ ?'

വേണു കരഞ്ഞു.

'വിനുവേട്ടനെന്റെ മുറിയിലോട്ട് വന്നേ.' മനോജ് അവനോട് പറഞ്ഞു.

വിനു അവനൊപ്പം മുറിയിലേക്ക് ചെന്നു.

'വിനുവേട്ടാ ഇത് വെറും ഒരു വീഴ്ചയല്ലാ. ഐ മീൻ സാധാരണ ഒരു വീഴ്ചയും ഒരാൾ തള്ളിയിടുമ്പോൾ ഉള്ള വീഴ്ചയും രണ്ടാണ്. അതിന്റെ ആഘാതവും വ്യത്യസ്തമാണ്... ചേച്ചിയെ ആരോ തള്ളിയിട്ടതാണ്. ആരാ വിനുവേട്ടാ ചേച്ചിക്ക് അവിടെ ശത്രു ?'

വിനു നടുക്കത്തോടെ അത് കേട്ടിരുന്നു.

അവനതു ഊഹിച്ചിരുന്നു. പക്ഷെ അത് സത്യമെന്ന് കേട്ടപ്പോ അവൻ നടുങ്ങിപ്പോയി.

'അറിയില്ല.' അവൻ ഇടറിയ ഉച്ചയോടെ പറഞ്ഞു.

'ആ സമയം അവിടെ വേറാരുമില്ലായിരുന്നോ ?'

വിനു ഇല്ല എന്ന് തലയാട്ടി. അവന്റെ കണ്ണുകൾ നിറഞ്ഞൊഴുകി.

'ചേച്ചി ഒരു പാട് വേദന സഹിച്ചു കാണും വിനുവേട്ടാ.' മനോജിന്റെ ശബ്ദം അടച്ചു.

'വീഴ്ചയിൽ ഇടുപ്പെല്ല് പൊട്ടിയിട്ടുണ്ട്... റിബ്സ്...'

'മതി... കേൾക്കണ്ട എനിക്ക്...' അവൻ ചെവി പൊത്തി.

'എനിക്ക് ഒന്നും കേൾക്കാൻ വയ്യട.' അവൻ പൊട്ടിക്കരഞ്ഞു കൊണ്ട് മനോജിന്റെ കൈ വെള്ളയിൽ മുഖമമർത്തി.

മനോജും കരയുകയായിരുന്നു.

മനുകുട്ടാ എന്നാണ് പാറു വിളിക്കുക. പാറുവിനെല്ലാവരോടും സ്നേഹമാണ്. അവളോടാർക്കാണ് ഇത്രയും ദേഷ്യം? അവൻ മുഖം കൈകളിൽ താങ്ങി.

ഒരു രാത്രി കടന്നു പോയി.

പകല് വന്നു.

മണിക്കൂറുകൾ കഴിഞ്ഞിട്ടും പാർവതിക്ക് ബോധം തെളിഞ്ഞില്ല.

നന്ദൻ എപ്പോഴോ എഴുന്നേറ്റു. കിടക്കാൻ കഴിയുന്നില്ല.

അവൾക്ക് എന്തെങ്കിലും സംഭവിച്ചു പോകുമോ എന്നൊരു ആധി അവനെ ചൂഴ്ന്നു നിന്നു. അവളില്ലാത്ത തന്റെ ജീവിതം എന്തായി തീരുമെന്ന് ഊഹിക്കാൻ പോലുമവന് കഴിയുന്നുണ്ടായിരുന്നില്ല.

അവളുടെ വിളിയൊച്ചകളില്ലാതെ, സ്നേഹചുംബനങ്ങളില്ലാതെ... ആമുഖം കാണാതെ, ഒരു നിമിഷം വയ്യ.

അവളില്ലാതെ ഒരു ദിവസം പോലും ജീവിച്ചിട്ടില്ല.

നന്ദാ... എന്ന വിളി കേൾക്കാതെ ഒരു ദിവസവും കടന്നു പോയിട്ടുമില്ല.

ആദ്യമായിട്ടാണ്.

അവൻ ഐസിയുവിന്റെ കണ്ണാടിജാലകത്തിലൂടെ നോക്കി. ട്യൂബുകൾ ഘടിപ്പിച്ച് അവൾ.

കണ്ണീരിന്റെ കനത്ത മറയിൽ ആ കാഴ്ച മങ്ങി. 'വേഗം തിരിച്ചു വന്നേക്കണേ മോളെ' എന്നൊരു കരച്ചിൽ അവന്റെ തൊണ്ടയിൽ തടഞ്ഞു. നന്ദനാരുമില്ല മോളെ... ആരൂല്ല. അവൻ ഗ്ലാസിൽ മുഖം അമർത്തി.

അവൻ അവളെ നോക്കി പിന്നെയും കുറെ നേരം ആ നിൽപ് തുടർന്നു. പിന്നീട് അവൻ നടന്നു ആശുപത്രിയുടെ വെളിയിൽ എത്തി. അവനെ

ന്തിനോ വേണ്ടി നടന്നു കൊണ്ടിരുന്നു. ഒടുവിൽ തളർന്നു. അടുത്തൊരു ക്ഷേത്രം കണ്ടു. എവിടെയെങ്കിലും ഒന്നിരിക്കണം. പ്രധാന വാതിൽ അടച്ചിട്ടില്ല. നട അടച്ചിരിക്കുന്നു. അവനതിനു മുന്നിൽ ചെന്നു് നിന്ന് കൈ കൂപ്പി. എന്നെ ഒരിക്കൽ കൂടി അനാഥനാക്കി കളയല്ലേ. അവനാദ്യമായി ദൈവത്തോട് പ്രാർഥിക്കുകയായിരുന്നു.

'എന്റെ പെണ്ണിനെ എനിക്ക് തന്നേക്കണേ... പകരം എന്റെ ജീവൻ വേണെങ്കിൽ എടുത്തോളൂ. എന്നെയല്ലേ ഇഷ്ടമല്ലാത്തത് ? ഞാൻ അല്ലെ നിങ്ങളെ വണങ്ങാത്തത് ? ശിക്ഷ എനിക്കല്ലേ വേണ്ടത് ? എന്റെ പെണ്ണിനെയെന്തിനാ ?'

അവൻ പൊട്ടിപ്പൊട്ടി കരഞ്ഞു.

ഒടുവിൽ ആ നടയിൽ മുട്ട് കുത്തി കുമ്പിട്ട് കിടന്നു.

എത്ര നേരമെന്നറിയില്ല.

'മോനെ...' ആരോ വിളിക്കുന്നത് പോലെ.

മുഷിഞ്ഞ വസ്ത്രങ്ങൾ ധരിച്ച ഒരു വൃദ്ധ.

'വിശക്കുന്നു എന്തെങ്കിലും തിന്നാൻ മേടിച്ചു തരാമോ ?'

അവൻ പെട്ടെന്ന് എഴുന്നേറ്റു പോക്കറ്റിലുണ്ടായിരുന്ന കുറച്ചു പൈസ എടുത്തു കൊടുത്തു.

'അയ്യോ അമ്മയ്ക്ക് പൈസയൊന്നും വേണ്ട മോനെ. എന്നെ കടക്കാര് പറ്റിക്കും. മോൻ എനിക്ക് രണ്ടു ഇഡലി മേടിച്ചു തന്നാ മതി. രണ്ടു ദിവസമായി വല്ലോം കഴിച്ചിട്ട്.'

അവർ വയറിൽ തൊട്ടു കൊണ്ട് പറഞ്ഞു.

തൊണ്ണൂറു വയസ്സ് എങ്കിലുമുണ്ടാകും അവർക്കെന്നവൻ ഓർത്തു. പാവം... അവൻ അവരെ കൂട്ടി മെല്ലെ നടന്നു.

അടുത്തുള്ള കടയിൽ നിന്ന് ഭക്ഷണം വാങ്ങി കൊടുത്തു.

'മോനെന്താ വലിയ സങ്കടം ?'

അവന്റെ കണ്ണുകൾ പെട്ടെന്ന് നിറഞ്ഞു.

'അമ്മയോട് പറ... ആരോടെങ്കിലും പറഞ്ഞാൽ കുറച്ചു മാറിക്കിട്ടും.' അവർ പല്ലില്ലാത്ത മോണ കാട്ടി ചിരിച്ചു.

'എന്റെ ഭാര്യക്ക് വയ്യ ആശുപതിയിലാ.' അവൻ ഇടറി പറഞ്ഞു

'മോൻ നിന്ന് പ്രാർഥിച്ചില്ലിയോ ഇപ്പൊ... അത് ഒരു ദേവി ക്ഷേത്രമാ. വിളിച്ച വിളി കേൾക്കുന്ന ദേവിയാ. മോൻ കിടന്നു കരഞ്ഞതൊക്കെ ഞാൻ കണ്ടു. ദേവിയും കണ്ടു കാണും. മോൻ തിരിച്ചു ചെല്ലുമ്പോ ഭാര്യ സംസാരിക്കും. പോരെ ?'

അവർ വെറുതെ സമാധാനിപ്പിക്കാൻ ശ്രമിക്കുകയാണെന്ന് അവ

നറിയാം. അവൾക്ക് ബോധം വീഴാൻ പോലും ഇനിയെത്ര മണിക്കൂറുകൾ കഴിയണം. അവൾക്കെന്താ സംഭവിച്ചതെന്ന് ഇവർക്കറിയില്ലല്ലോ.

'അമ്മയുടെ മക്കൾ ഒക്കെ എവിട്യ ?' അമ്മ എവിടെയാ താമസിക്കുന്നത് ?' അവൻ എന്തെങ്കിലും ചോദിക്കണമല്ലോ എന്നോർത്ത് ചോദിച്ചു.

'എനിക്ക് അങ്ങനെ കുടുംബമൊന്നുമില്ല മോനെ. എല്ലാവരും മക്കളാ. ഇത് പോലെ വിശക്കുമ്പോൾ ഏതെങ്കിലും മക്കളോട് ചോദിക്കും. അവർ ആഹാരം മേടിച്ചു തരും. ദേ ആ ആൽത്തറയിൽ കിടക്കും.' അവർ ക്ഷേത്രത്തിനകത്തുള്ള ആൽ ചുവട് ചൂണ്ടി പറഞ്ഞു.

അവൻ മെല്ലെ തലയാട്ടി.

'എന്നാ മോൻ പൊയ്ക്കോ...ഞാൻ പോയി കിടക്കട്ടെ ..?'

'അപ്പൊ ഉച്ചക്ക് എങ്ങനെയാ ഭക്ഷണം ?' അവൻ ചോദിച്ചു.

അവന്റെ കരുതലും സ്നേഹവും ആ സ്ത്രീയുടെ കണ്ണ് നിറച്ചു.

'ഉച്ചക്ക് അമ്പലത്തിൽ അന്നദാനം ഉണ്ട് മോനെ...മോൻ പൊയ്ക്കോ. ഞാനും പ്രാർത്ഥിക്കാം കേട്ടോ.' അവർ ആ ശിരസ്സിൽ കൈ വെച്ചു.

അവൻ ഒന്ന് തലയാട്ടി.

മനസ്സ് ഒന്ന് തണുത്ത് പോലെ.

അവൻ തിരിച്ചു ആശുപത്രിയിലേക്ക് നടന്നു. അവൾ ആശുപത്രിയിൽ ആയിട്ട് ഒരു ദിവസം കടന്നു പോയിരിക്കുന്നു. കൃത്യം ഇരുപത്തിനാലു മണിക്കൂർ...

ആ ശബ്ദം കേൾക്കാത്ത ഇരുപത്തിനാലു മണിക്കൂർ.

അവൻ കാഴ്ചകളെ മറയ്ക്കുന്ന കണ്ണീരിനെ തൂത്തു ആശുപത്രിയിലേക്ക് നടന്നു കൊണ്ടിരുന്നു.

അദ്ധ്യായം 25

നന്ദൻ ആശുപത്രിയിലേക്ക് ചെല്ലുമ്പോൾ വാതിൽക്കൽ തന്നെ ഉണ്ടായിരുന്നു ശ്രീക്കുട്ടി.

'അച്ഛൻ എവിടെ പോയിരുന്നു. ഞാൻ പേടിച്ചു പോയി.'

'അച്ഛനൊന്നു വെറുതെ...' അവൻ മെല്ലെ പറഞ്ഞു.

'അമ്മയ്ക്ക് ബോധം വന്നു. അച്ഛനെ അന്വേഷിച്ചു.

അവൾ സമാധാനത്തോടെ പറഞ്ഞു.

നന്ദന്റെ കണ്ണ് നിറഞ്ഞു. അവൻ അതിവേഗതയിൽ ഐസിയുവിന്റെ മുന്നിലേക്ക് ചെന്നു.

'മനോജേ... എനിക്കൊന്നു കാണണം.' അവൻ ഡോക്ടർ മനോജിന്റെ കൈകളിൽ പിടിച്ചു.

'വരൂ' അവൻ അയാളെ കൂട്ടികൊണ്ടു പോയി.

പാർവതിയുടെ കണ്ണുകൾ അടഞ്ഞിരുന്നു.

'ഇടയ്ക്കിടെ ബോധം വീഴുന്നുണ്ട് അപ്പൊ നന്ദേട്ടനെ തിരക്കുന്നുണ്ടായിരുന്നു. ഏട്ടനെവിടെ പോയിരുന്നു.'

'പ്രാർത്ഥിക്കാൻ' അവന്റെ തൊണ്ടയടച്ചു.

'എനിക്ക് ഇവളല്ലേ ഉള്ളു ? ഞാൻ ആരോട് പറയും മനോജേ...' മനോജ് അവനെ ചേർത്ത് പിടിച്ചു.

പാർവതി മെല്ലെ കണ്ണ് തുറന്നു.

'നന്ദൻ...'

'ഇവിടെയുണ്ട്.' മനോജ് അവനെ നീക്കി നിർത്തി.

അവൾ ആ കഠിനമായ വേദനയ്ക്കിടയിലും ചിരിക്കാൻ ശ്രമിക്കുന്നത് നന്ദൻ കണ്ടു.

മനോജ് പുറത്തേക്ക് പോയി. നന്ദൻ അവൾക്കരികിൽ ഇരുന്നു.

'ഞാൻ മരിച്ചു പോകും മോളെ. '

നന്ദൻ കരഞ്ഞു പോയി.

'ഒന്നൂല്യ എനിക്ക്. വേഗം മാറും ഇതൊക്കെ. ശ്രീക്കുട്ടിക്കും അച്ഛനുമമ്മയ്ക്കും ധൈര്യം കൊടുക്കണം. ' അവൾ വിക്കി വിക്കി പറഞ്ഞു.

'എനിക്കറിയില്ല ഒന്നും. എനിക്ക് ഒന്നിനും വയ്യ. ഭ്രാന്ത് പിടിക്കുകയാ.' അവൻ വേദനയോടെ പറഞ്ഞു.

'എന്റെ പൊന്നല്ലെ ?'

അവൾ ഈറൻ ശബ്ദത്തിൽ ചോദിച്ചു.

നന്ദൻ ആ സ്നേഹാധിക്യത്തിലേക്ക് നോക്കിയിരുന്നു പോയി. അവളുടെ വേദനയുടെ ആഴം തനിക്ക് ഊഹിക്കാൻ കഴിയുന്നതിലും അപ്പുറമാണെന്നു അവനറിയാമായിരുന്നു.

ഈ കടുത്ത വേദനയിലും അവൾ തന്നെ കരുതുന്നു. സ്നേഹിക്കുന്നു അവളെ ഒന്ന് തൊഴണമെന്നവനു തോന്നി.

എന്റെ ആകാശവും ഭൂമിയും നീ മാത്രമാണ് പ്രാണനെ. എന്ന് പറയണമെന്ന് തോന്നി.

നീ ഇല്ലെങ്കിൽ ജീവിച്ചിരിക്കെ തന്നെ മരിച്ചു പോകുന്ന ഒരുവനായി പോകുമെന്നും.

പാർവതി വീണ്ടും ഒരു മയക്കത്തിലേക്ക് വഴുതി വീണപ്പോൾ അവനവിടെ നിന്നിറങ്ങി.

അവൻ മനോജിന്റെ മുറിയിലേക്ക് ചെന്നു.

അവിടെ വിനുവുണ്ട്.

അവനോടു മനോജ് ഇരിക്കാൻ പറഞ്ഞു.

'നന്ദേട്ടനാണ് രോഗി എന്നെ തോന്നുവുള്ളു അല്ലെ വിനുവേട്ടാ?' മനോജ് വെറുതെ എന്തെങ്കിലും പറയാൻ ശ്രമിച്ചു.

'എങ്ങനെയാണ് വീണതെന്ന് ഞാൻ അവളോട് ചോദിച്ചില്ല.' നന്ദൻ എന്തോ ഓർത്തത് പോലെ പറഞ്ഞു.

'ഞാൻ ചോദിച്ചു.' മനോജ് പറഞ്ഞു.

'എങ്ങനെയാണ് ?' നന്ദന്റെ ശബ്ദം തെല്ല് ഉച്ചത്തിലായി.

'തലകറങ്ങിയതാണെന്നാ പറഞ്ഞത്...'

നന്ദൻ മെല്ലെ തലയാട്ടി.

'അവൾക്ക് ഹീമോഗ്ലോബിൻ കുറച്ചു കുറവാണ്. ഇടക്ക് തലകറക്കം വരാറുണ്ട്. എന്റെ തെറ്റാണു ഞാൻ അവളെ ഒറ്റയ്ക്ക് വിട്ടു വരാൻ പാടില്ലായിരുന്നു.' അവൻ സങ്കടത്തോടെ പറഞ്ഞു.

'സാരമില്ല ഏട്ടാ ഇത്രയല്ലേ ഉള്ളൂ എന്ന് സമാധാനിക്കാം. ശരിക്കും ഇഞ്ചുറി കണ്ടപ്പോ ചീഫ് ഡോക്ടർ പറഞ്ഞത് ഇതൊന്നുമല്ല. മെഡിക്കൽ മിറക്കിൾ ആണെന്ന അദ്ദേഹം പറഞ്ഞത്. ഇത്ര പെട്ടെന്ന് ബോധം വീണുവല്ലോ. ശരീരം മരുന്നുകളോട് പ്രതികരിക്കുന്നുമുണ്ട്. പിന്നെ അരക്കെട്ടിനു ചെറിയ ഒരു പൊട്ടൽ ഉണ്ട്. വീണതല്ലേ ? ഒരു മൂന്നു മാസം കൊണ്ട് ശരിയാകും...'

നന്ദൻ ആശ്വാസത്തോടെ എഴുന്നേറ്റു.

'ഞാൻ മോളുടെ അടുത്തേക്ക് പോട്ടെ. ഇത് വരെ അവളെ കുറിച്ച് ഞാൻ ചിന്തിച്ചിട്ടില്ല... ഇത് പോലെ ഒരു അവസ്ഥ ഞാൻ വർഷങ്ങൾക്ക് മുൻപ് അഭിമുഖീകരിച്ചിട്ടുണ്ടെങ്കിലും ഇത്ര ഭയങ്കരമല്ലായിരുന്നു. ഇത്... ഞാൻ...' അവൻ കൂടുതലൊന്നും പറയാതെ മുറി വിട്ടു പോയി.

'പാറുചേച്ചി ഭാഗ്യവതിയാ അല്ലെ വിനുവേട്ടാ. നന്ദേട്ടനെ പോലെ യൊരാളെ കിട്ടാൻ പുണ്യം ചെയ്യണം. നമ്മുടെ തറവാട്ടിലുണ്ടോ ഇത്ര യും സ്നേഹമുള്ള ഒരാൾ. എനിക്ക് തോന്നുന്നില്ല. ചേച്ചിക്കും അതെ. ബോധം വന്നപ്പോ ആദ്യം ചോദിച്ചത് നന്ദൻ എവിടെ മനു എന്നാ... അവർ തമ്മിലുള്ള സ്നേഹം ദൈവങ്ങൾക്ക് പോലും കണ്ടില്ലന്നു നടിക്കാൻ കഴിയില്ല. അല്ലെങ്കിൽ ചേച്ചി...'

അവൻ പാതിയിൽ നിർത്തി.

വിനു അപ്പോഴും എന്തോ ആലോചിക്കുകയായിരുന്നു.

'വിനുവേട്ടനെന്താ ആലോചിക്കുന്നേ ?'

'എനിക്ക് ഒന്ന് കാണണം...ഞാൻ കണ്ടില്ലല്ലോ അവളെ.'

'അതിനെന്താ...വരൂ. 'മനോജ് അവനെ അങ്ങോട്ട് ആക്കിയിട്ട് വാർ ഡിലേക്ക് പോയി.

കണ്ണടച്ചു കിടക്കുകയാണവൾ. തല പൊതിഞ്ഞിട്ടുണ്ട്. മുഖത്ത് ഒരു പോറൽ പോലുമില്ല. പൂർണചന്ദ്രനെ പോലെ.

പാറൂ ...

അവൻ മെല്ലെ വിളിച്ചു.

പാർവതി മെല്ലെ കണ്ണ് തുറന്നു.

വിനുവിനെ കണ്ടു അവളൊന്നു ചിരിക്കാൻ ശ്രമിച്ചു.

'ഭയങ്കര വേദന വിനുവേട്ടാ... എനിക്ക് സഹിക്കാൻ വയ്യ...എന്തെങ്കി ലും മരുന്ന് കൂടി തരാൻ പറയാമോ ?' അവൾ സങ്കടത്തിൽ പറയുന്നത് കേട്ട് വിനു കീഴ്ച്ചുണ്ടു കടിച്ചു പൊട്ടി വന്ന ഒരു കരച്ചിൽ അടക്കി പിടിച്ചു.

'പറയാം.' അവൻ പറഞ്ഞു.

'നന്ദനെ നോക്കിക്കോണേ... പാവാ... പുറമേയ്ക്ക് ധൈര്യം കാണി ക്കുമെന്നേയുള്ളൂ... പഞ്ചപാവമാ...' അവൾ സാവധാനം പറഞ്ഞു.

'നോക്കിക്കൊള്ളാം.' അവന്റെ കണ്ണിൽ നിന്ന് അവളുടെ മുഖത്തേക്ക് ഒരു തുള്ളി കണ്ണീരിറ്റു വീണു.

അവൾ ഒരു കൈ ഉയർത്തി അവന്റെ കൈയിൽ പിടിച്ചു.

'വിനുവേട്ടൻ വിഷമിക്കരുത്.' വിനു വിങ്ങിപ്പൊട്ടിക്കരഞ്ഞു പോയി. അവൻ കൈകൾ നെറ്റിയിൽ ചേർത്ത് വെച്ചു. പിന്നെ അത് മെല്ലെ ബെഡിൽ വെച്ചിട്ട് ഇറങ്ങി നടന്നു. അവളപ്പോഴേക്കും അടുത്ത മയക്ക

ത്തിലേക്ക് ഊർന്നു പോയിരുന്നു.

ആശുപത്രിയിലേക്ക് അറിഞ്ഞു കേട്ടവരുടെ കുത്തൊഴുക്കായിരുന്നു. ബന്ധുക്കൾ സുഹൃത്തുക്കൾ അങ്ങനെ... പാർവതിക്ക് ഇത്രയും സുഹൃത്തുക്കൾ ഉണ്ടെന്നു നന്ദന് പോലും മനസ്സിലായത് അന്നായിരുന്നു.

പാർവതിയെ മുറിയിലേക്ക് മാറ്റി കഴിഞ്ഞു ഒരു ദിവസം നന്ദൻ വീണ്ടും അവൻ അന്ന് പോയ ക്ഷേത്രത്തിൽ പോയി.

അന്ന് നട തുറന്നിരുന്നു. ദേവി പ്രസന്നവതിയായി അവനെ നോക്കി ചിരിക്കുന്നത് പോലെ അവനു തോന്നി.

അന്നത്തെ ആ വൃദ്ധ അവിടെ ഉണ്ടോന്നു അവൻ ചുറ്റുപാടും തിരഞ്ഞു.

പലരോടും ചോദിച്ചു. ആർക്കുമറിയില്ല. അങ്ങനെയൊരു വൃദ്ധയെ അവരാരും കണ്ടിട്ടില്ല. അവന്റെ ഉള്ളിൽ ഒരു വിറ പടർന്നു. അത് ദേവിയായിരുന്നോ ? അവന്റെ കണ്ണ് നിറഞ്ഞു. അത്രമേൽ തകർന്നു പോയത് കണ്ടു സമാധാനിപ്പിക്കാൻ വന്നതാകുമോ ? ശരിക്കും ദൈവങ്ങൾ ഭൂമിയിലേക്ക് വരാറുണ്ടോ ? അവൻ ഏറെ നേരം ആൽത്തറ ചുവട്ടിലിരുന്നു. ആരുമില്ലത്തവന് ദൈവം ഉണ്ടാകുമെന്നു പണ്ട് അച്ഛൻ പറഞ്ഞു തന്നത് അവൻ ഓർത്തു.

ശരിയാണ്.

ദൈവം ഉണ്ട്.

അവൻ ഇലച്ചീന്തിൽ കിട്ടിയ പ്രസാദം പോക്കറ്റിൽ വെച്ച് ആശുപത്രീയിലേക്ക് നടന്നു.

പാർവ്വതിയുടെ നെറ്റിയിൽ ചന്ദനം തൊടുവിക്കുമ്പോൾ അവൾ കൗതുകത്തോടെ നോക്കി.

'ഇതെന്താ പുതുമ ? ഇതെനിക്കിഷ്ടായി.' അവൾ മെല്ലെ പറഞ്ഞു.

പൗർണമിയും ശ്രീക്കുട്ടിയും അത് കേട്ട് ചിരിച്ചു.

'നീ എപ്പോ വന്നു?' അവൻ പൗർണമിയോട് ചോദിച്ചു.

'കുറച്ചു നേരമായി.' അവൾ പറഞ്ഞു.

'നിങ്ങൾ വേണെങ്കി വീട്ടിലേക്ക് പൊയ്ക്കോ. ഇവിടിപ്പോ ഞാനും വിനുവും ഒക്കെ ഉണ്ടല്ലോ.' അവനവരോടായി പറഞ്ഞു.

'വേണ്ടച്ഛാ...' ശ്രീക്കുട്ടിയുടെ മുഖം മാറി.

'അതെന്താ ..?'

'എനിക്ക് പേടിയാ അച്ഛാ. അന്ന് തന്നെ ഞാൻ ഉണ്ടായിരുന്നെകിൽ അമ്മ വീഴുന്നത് കണ്ടേനെ... ഞാൻ ഒപ്പം ഉണ്ടായിരുന്നെങ്കിൽ ചിലപ്പോ അമ്മ വീഴില്ലായിരുന്നു. ഞാൻ എങ്ങും പോകുന്നില്ല ഞാൻ അച്ഛ

ന്റെ കൂടെ നിന്നോളം. ' ശ്രീക്കുട്ടി പറഞ്ഞു.

'അവൾ ഇവിടെ നിന്നോട്ടെ.' പാർവതി വാത്സല്യത്തോടെ അവളെ ചേർത്ത് പിടിച്ചു.

'എങ്കിൽ നിന്നോളൂ. കിച്ചുവിനെ ഡിസ്ചാർജ് ചെയ്തോ ?'

അവൻ പൗർണമിയോട് ചോദിച്ചു.

'ഉവ്വ് ഫിസിയോ തുടങ്ങി. നല്ല മാറ്റമുണ്ട് എന്നാ പറയുന്നത്. അവൾ പറഞ്ഞു.

'ഇനിയിപ്പോ മൂന്നു മാസത്തേക്ക് ഞങ്ങൾക്ക് പറ്റില്ല അല്ലെ പാറു ?'

'മൂന്ന് മാസമല്ല നന്ദേട്ടാ എത്ര മാസം കഴിഞ്ഞാലും എന്റെ ചേച്ചി ഓടിച്ചാടി നടക്കുന്ന അന്ന് മതി എനിക്ക് കല്യാണം...കിച്ചുവിനെ നോക്കാൻ അവിടെ അച്ഛനുമമ്മയും ഒക്കെയുണ്ടല്ലോ.ചേച്ചി ഓക്കേ ആവട്ടെ കിച്ചുവും അതാ പറഞ്ഞത്.'

നന്ദൻ സ്നേഹത്തോടെ ഒന്ന് ചിരിച്ചു

'വിനുവേട്ടന്റെ വൈഫ് അന്ന് പോയതാ... പിന്നിതുവരെ വന്നിട്ടുമില്ല. ഇതൊക്കെ അറിഞ്ഞിട്ടും ആരെയും ഒന്ന് വിളിച്ചിട്ടുമില്ല. എന്ത് സാധനമാണപ്പാ... വിനുവേട്ടൻ എങ്ങനെ സഹിക്കുന്നു ഇതിനെ ?'

പൗർണമി ഇഷ്ടക്കേടോടെ പറഞ്ഞു.

'നീ പരദൂഷണം പറച്ചിൽ നിർത്തിക്കെ... ശെടാ അവർക്ക് വീട്ടിൽ എന്തെങ്കിലും തിരക്കുണ്ടാകും..വരുമായിരിക്കും.' പാർവതി പറഞ്ഞു. അവൾ ആ വിഷയം പറയാൻ ആഗ്രഹിക്കുന്നില്ല എന്ന് കണ്ടു നന്ദൻ പൗർണ്ണമിയെ കണ്ണടച്ച് കാണിച്ചു.

പാർവതിയുടെ ഓർമ്മയിൽ ഒരു പിശാചിന്റെ മുഖഭാവങ്ങളോടെ തന്നെ ഉയരത്തിൽ നിന്ന് തള്ളിയിട്ട അഖിലയുടെ മുഖം തെളിഞ്ഞു. അവൾക്ക് തല വേദനിക്കുന്നത് പോലെ തോന്നി.

ആരോടും പക്ഷെ അവൾ അത് പറയാൻ ആഗ്രഹിച്ചില്ല.

ആരും അറിയണ്ട അത്.

അവൾ ചിന്തിച്ചു.

അഖിലയുടെ വാതിലിൽ ഏറെ നേരം അമ്മ തട്ടി നോക്കി.

'ഒന്നു പോയി തരുമോ.' അകത്തു നിന്ന് ഉറക്കെ ചോദിക്കുന്നത് കേട്ട് അവർ അച്ഛനെ വിളിച്ചു.

'ഇതിപ്പോ എത്ര ദിവസമായി അതിനകത്തു കയറി ഇരിക്കുന്നു ?നീയും അവനുമായി പിന്നെയും പ്രശ്നങ്ങൾ ഉണ്ടായോ ? 'നീ ഒന്ന് തുറന്നു പറഞ്ഞാലല്ലേ അറിയുകയുള്ളൂ.'

അച്ഛൻ പുറത്തു നിന്ന് ശാന്തനായി ചോദിച്ചു

'എന്നെ ഒന്ന് വെറുതെ വിടാമോ ?' അവൾ വീണ്ടും അലറി.

'ഒരാഴ്ചയായയല്ലോ നീ ഇതിനകത്തു കയറി കുത്തിയിരിക്കാൻ തുടങ്ങിയിട്ട്. നീ എന്ത് പ്രശ്നമാണ് ഉണ്ടാക്കിവെച്ചിരിക്കുന്നതെന്നു അറിയാതെ അങ്ങോട്ട് വിളിക്കാനും വയ്യല്ലോ... അതോ ഞങ്ങൾ അവിടെ വരെ പോകണോ ? നീ ഇനിയും ഇങ്ങനെ തന്നെ ഇരിക്കാൻ ആണ് ഭാവമെങ്കിൽ ഞങ്ങൾ അവിടെ വരെ പോകാൻ തന്നെ തീരുമാനിച്ചു.'

അച്ഛൻ കോപത്തിൽ പറഞ്ഞു.

അഖില പെട്ടെന്ന് ഭയന്ന് കട്ടിലിൽ നിന്ന് എഴുന്നേറ്റു.

ഇവർ പോയാൽ...

ഒരു പക്ഷെ പാർവതി ആരോടെങ്കിലും പറഞ്ഞിട്ടുണ്ടായിരുന്നെങ്കിൽ ഈ ദിവസങ്ങൾക്കകം പോലീസ് വന്നേനെ. അല്ലെങ്കിൽ വിനു എങ്കിലും വന്നേനെ. എങ്കിൽ വിനു അറിഞ്ഞിട്ടുണ്ടെങ്കിൽ... വിനു തന്നെ കൊന്നേനെ. ഉറപ്പാ അത്.

ഒന്നുകിൽ വീഴ്ചയിൽ അവളുടെ അവസ്ഥ മോശമായി കാണും. മരിക്കാൻ സാധ്യതയില്ല. മരിച്ചിരുന്നെങ്കിൽ എങ്ങനെയെങ്കിലും അറിയും. ചിലപ്പോൾ ബോധം നഷ്ടപ്പെട്ടു കിടക്കുകയാണെങ്കിലോ? ആരോടും മിണ്ടാനും അനങ്ങാനും വയ്യാതെ. അത് ആയിരിക്കും. സത്യം.

അവൾ വന്നു വാതിൽ തുറന്നു.

'ആരും എങ്ങോട്ടും പോകണ്ട. ഞാൻ ഇനി അങ്ങോട്ട് പോണില്ല. എനിക്ക് മതിയായി..' അവൾ മെല്ലെ പറഞ്ഞു.

'അത് അങ്ങനെ എങ്കിൽ അങ്ങനെ. പക്ഷെ എന്തിനും ഒരു ചർച്ച ആവാം. നീ അനുഭവിച്ചതൊക്കെ അവർ കൂടി അറിയട്ടെ.' ഞങ്ങൾ അങ്ങോട്ടേക്ക് പോകാൻ തീരുമാനിച്ചു. അച്ഛൻ തീർത്തു പറഞ്ഞു.

അവൾ പെട്ടെന്ന് അച്ഛനെ തടഞ്ഞു.

'ഇപ്പൊ വേണ്ട ഞാൻ പറയാം.'

'ശരി പക്ഷെ നീ മുറിയിൽ നിന്ന് പുറത്തു വാ. അമ്മയ്ക്കൊപ്പം അടുക്കളയിലേക്ക് ചെല്ല്.'

അവൾ തലയാട്ടി.

മൊബൈൽ ബെൽ അടിക്കുന്നത് കേട്ട് അവൾ ചെന്ന്് നോക്കി.

വിനു കാളിംഗ്.

അവളുടെ ശരീരം വിറച്ചു. ഉള്ളം കൈ പൊടുന്നനെ വിയർത്തു. വിളറി വെളുത്ത അവളുടെ മുഖം കണ്ടു അച്ഛൻ ഫോൺ വാങ്ങി നോക്കി.

'വിനു'

'ഞാൻ സംസാരിക്കാം.' അയാൾ കാൾ എടുക്കുവാൻ തുനിഞ്ഞു.

'വേണ്ട... ഞാൻ എടുക്കാം. അച്ഛൻ പൊയ്ക്കോളൂ.'

അവൾ വേഗം മുറിയിൽ കടന്നു വാതിൽ അടച്ചു.

'ഹലോ.'

'ഞാൻ നാളെ വരും. നീ എന്റെ ഒപ്പം വരണം. ഇല്ലെങ്കിൽ നിനക്ക് അറിയാമല്ലോ എന്നെ... എന്നെ കൊല്ലാൻ ശ്രമിച്ചത് ഉൾപ്പെടെ എല്ലാരും എല്ലാം അറിയും.'

ഫോൺ കട്ട് ആയി.

അവൾ തളർന്നു വിറച്ചു കിടക്കയിലേക്ക് വീണു.

അധ്യായം 26

വർഷങ്ങൾക്ക് ശേഷം വിനു അഖിലയുടെ വീട്ടിലേക്ക് വരികയായിരുന്നു. കാളിംഗ് ബെൽ അടിച്ച് അവൻ കാത്തു നിന്നു. വാതിൽ തുറന്നതു അഖിലയുടെ അച്ഛൻ ആയിരുന്നു

മുന്നിൽ വിനുവിനെ കണ്ട അയാൾ ഒന്ന് പതറി.

'അഖില ?'

'നീ എന്തിനാ ഇപ്പൊ അവളെ കാണുന്നെ ? അവളെല്ലാം ഞങ്ങളോട് പറഞ്ഞു. നീ അവളെ ഇഞ്ചിച്ചായി ദ്രോഹിച്ചു കൊണ്ടിരുന്നതൊക്കെ മോൾ ഞങ്ങളോട് പറഞ്ഞു. ഇനിയവളെ നിനക്ക് തരില്ലടാ.'

അയാൾ അക്ഷരാർത്ഥത്തിൽ അലറുകയായിരുന്നു.

വിനു ഒന്നും മിണ്ടാതെ അകത്തു കയറി സെറ്റിയിൽ ഇരുന്നു

'അച്ഛൻ ഇരിക്ക് നമുക്ക് സംസാരിക്കാം.'

അയാൾ മനസ്സില്ലാമനസ്സോടെ വിനുവിന്റെ മുന്നിൽ ഇരുന്നു.

'എന്റെ കയ്യിൽ ഒരു പാട് തെറ്റുണ്ട് അച്ഛാ. ഞാൻ സമ്മതിക്കുന്നു. അവളുടെ കയ്യിലും ഉണ്ട് അത് പോലെ. ഒരു കുടുംബ ജീവിതം അല്ലെ?'

വെളിയിൽ വിനുവിന്റെ സ്വരം കേട്ട അഖില പേടിച്ചു വിറച്ചു കൊണ്ട് വാതിലടച്ചു.

അമ്മ അവന്റെ ശബ്ദം കേട്ട് അടുക്കളയിൽ നിന്നങ്ങോട്ടേക്ക് വന്നു.

'ഞാൻ ചെയ്ത തെറ്റുകൾക്കെല്ലാം ക്ഷമ ചോദിക്കാനാണ് ഞാൻ വന്നത്. എനിക്ക് എല്ലാം ബോധ്യമായി. നിങ്ങൾ എന്നോട് ക്ഷമിക്കണം.' അവൻ കൈ കൂപ്പി.

'അഖില മാറി നിന്നപ്പോഴാണ് സത്യത്തിൽ അവളാരാണ് എന്ന് എനിക്ക് മനസ്സിലായത്. ഭാര്യയും ഭർത്താവുമാകുമ്പോൾ കുറച്ചു പ്രശ്നങ്ങൾ ഉണ്ടാവില്ലേ? ഇത്രയും വലിയ വിഷമം അവൾക്കുണ്ടായിരുന്നു എങ്കില് ഈ വർഷങ്ങളിൽ അത്രയും അവൾ പരാതി പറയാഞ്ഞതെന്താ എന്ന് നിങ്ങൾ ചോദിച്ചോ ?'

അത് ശരിയാണല്ലോ എന്ന മട്ടിൽ അച്ഛനും അമ്മയും പരസ്പരം നോക്കി.

'ഇത്തവണ ശരിക്കും കുറച്ചു പ്രശ്നങ്ങൾ ഉണ്ടായി.നാട്ടിൽ വരാൻ അവൾക്കിഷ്ടമായിരുന്നില്ല... എനിക്ക് ഈ ഫങ്ക്ഷന് വന്നേ കഴിയു. അവൾ

ക്കിഷ്ടമില്ലതെ വന്നതിന്റെ ദേഷ്യവും സങ്കടവുമാണ് ഇങ്ങനെ തീർത്തത്. അവളെന്തൊക്കെയാണ് നിങ്ങളോടു പറഞ്ഞത് എന്ന് എനിക്കറിയില്ല. തീർച്ചയായും അത് വളരെ മോശപ്പെട്ട എന്തോ ആവും. അറിയില്ല ചില്ലറ സൗന്ദര്യ പിണക്കങ്ങൾ അല്ലതെ ഞങ്ങൾക്കിടയിൽ ഒന്നുമുണ്ടായിട്ടില്ല.'

അവൻ നിഷ്കളങ്കതയോടെ പറഞ്ഞു.

'പക്ഷെ അവൾ പറഞ്ഞത് നീ അവളെ തല്ലാറുണ്ടായിരുന്നു എന്നാണല്ലോ.അവളെ അബോർഷൻ ചെയ്യിച്ചോ നീയ്?'

'ഈശ്വര... എന്തൊക്കെയാ ഈ കുട്ടി പറയുന്നത്? അമ്മേ എന്നെ വിശ്വാസിക്ക്. അവൾക്ക് കുറച്ചു ശാരീരിക ബുദ്ധിമുട്ടുകൾ ഉണ്ടായപ്പോൾ ഡോക്ടർ പറഞ്ഞതനുസരിച്ചാണ് ഞങ്ങൾ അബോർഡ് ചെയ്തത്. അന്ന് ഇത് വീട്ടിൽ വിളിച്ചു പറയാൻ നിർബന്ധിച്ചതാ ഞാൻ. വേണ്ടന്നു പറഞ്ഞതവൾ തന്നെയാ. അത് ഒരു അഞ്ചു വർഷം മുന്നെയാ.'

അവർക്ക് വീണ്ടും സംശയമായി.

'ഒന്നാലോചിച്ചു നോക്ക്. ഈ അഞ്ചു വർഷത്തിനിടയിൽ നിങ്ങൾ എത്ര തവണ ഫോണിൽ സംസാരിച്ചിരിക്കുന്നു. അവൾ എപ്പോഴെങ്കിലും ആരോപണങ്ങൾ പറഞ്ഞിട്ടുണ്ടോ ?'

'ഇല്ല.' അമ്മയുടെ സ്വരം നേർത്തു.

'എന്നെ കുറിച്ച് എന്തെങ്കിലും മോശമായി പറഞ്ഞിട്ടുണ്ടോ ?'

അവർ ഇല്ല എന്ന് തലയാട്ടി.

'ഇനി നിങ്ങൾക്ക് വിഷമമാകില്ല എങ്കിൽ ഞാൻ ഒരു കാര്യം പറയാം. അവൾക്കൊരു അഫയർ ഉണ്ടായിരുന്നു ഗോവിന്ദ്. നിങ്ങൾക്ക് അറിയാമല്ലോ.'

അവരുടെ മുഖം വിളറി.

'എനിക്കും അറിയാം.' അവൻ ഗൗരവത്തിൽ പറഞ്ഞു.

'അമേരിക്കയിൽ ആയിരുന്നപ്പോൾ അവർ തമ്മിൽ ഫോൺ വിളികൾ ഉണ്ടായിരുന്നു. അതിന്റെ പേരിൽ ഞങ്ങൾ വഴക്കുകൂടാറുണ്ടായിരുന്നു. ഇവിടെ വന്നപ്പോ നിങ്ങളുടെ വീട്ടിലേക്ക് വന്ന ദിവസം അവൾ അവനെ കാണാൻ പോയിരുന്നു.ഒന്നിച്ചു ജീവിക്കാൻ.'

അവർ മുഖം താഴ്ത്തി.

അപമാനത്തിന്റെ നിമിഷങ്ങൾ.

'എന്നിട്ടും ഞാൻ ക്ഷമിച്ചു. അവളെന്നോട് പറഞ്ഞു അവന്റ കൂടെ ജീവിക്കാൻ പോവാണെന്ന്... സങ്കടം സഹിക്കാൻ വയ്യാതെ ഞാൻ ഒന്ന് അടിച്ചു പോയി. അതിനാണ് പിണങ്ങി പോന്നത്.' അവന്റെ ശബ്ദം ഇടറി.

അഖിലയുടെ അച്ഛന്റെ മുഖം കോപത്തിൽ ചുവന്നു.

അയാൾ അഖിലയുടെ മുറിക്ക് നേരെ പാഞ്ഞു ചെന്ന് കതകിൽ ആഞ്ഞു ഇടിച്ചു.

'വാതിൽ തുറക്കെടി' അയാൾ അലറി.

അഖില വാതിൽ തുറന്നിറങ്ങി വന്നതും മുഖം അടച്ചൊന്നു കൊടുത്തു അയാൾ.

'തറവാടിന്റെ പേര് കളയാനുണ്ടായ ജന്മം. ഇറങ്ങി പൊക്കോ ഇപ്പൊ ഈ വീട്ടിൽ നിന്ന്.'

അയാൾ അവളെ പിടിച്ചു വലിച്ചു വിനുവിന്റെ മുന്നിൽ കൊണ്ട് വന്നു നിർത്തി.

അവനെ കണ്ടതും അവൾ പിന്തിരിഞ്ഞോടാൻ ഭാവിച്ചു.

'അച്ഛനറിയാമോ അവളെന്നെ കൊല്ലാൻ കൊണ്ട് വന്ന ഉറക്ക ഗുളികകളും പോയ്സണും ആണ് ഇത്.'

അവൻ കയ്യിലിരുന്ന മരുന്നുകൾ ടീപ്പോയിൽ ഇട്ടു.

'അല്ലെങ്കിൽ നുണയാണെന്ന് അവൾ പറയട്ടെ.'

'അതെ ഞാൻ നിന്നെ കൊല്ലാൻ തന്നെ കൊണ്ട് വന്നതാ. നീ എന്ത് ചെയ്യും ?'

ഒരു ഭ്രാന്തിയെ പോലെ അവൾ അലറി. അവന്റെ ഷർട്ടിൽ കുത്തിപിടിച്ചുലച്ചു.

'കണ്ടോ. ഇപ്പൊ പറ ഞാൻ പറഞ്ഞതൊ ഇവൾ പറഞ്ഞതോ തെറ്റ്?'

അച്ഛനുമമ്മയും നടുക്കത്തോടെ നിന്ന് പോയി.

'എനിക്കിതു പോലീസിൽ പരാതി കൊടുക്കാം. ഈസി ആയിട്ട് ഡിവോഴ്സ് കിട്ടും. മാത്രവുമല്ല ഇവൾ ജീവിതകാലം മുഴുവൻ ജയിലിൽ കിടക്കുകയും ചെയ്യും. പക്ഷെ എനിക്കിവളോട് സ്നേഹം മാത്രമേയുള്ളു അച്ഛാ. ഇപ്പോഴും ഇവൾ എന്റെ കൂടെ വരുമെങ്കിൽ ഞാൻ കൊണ്ട് പൊയ്ക്കോളാം.'

ആ ഒരു വാചകത്തിൽ വിനു അവർക്കു മുന്നിൽ ദൈവത്തോളം വലിയവനായി.

'അഖില നീ മര്യാദയ്ക്ക് പോകാൻ നോക്കിക്കേ. നീ ഇത്ര ക്രൂര ആയിരുന്നോ ? നിന്നെ എങ്ങനെ വിശ്വസിക്കും ? ഞങ്ങൾക്കും നീ വിഷം തരില്ലെന്ന് ആര് കണ്ടു. ഇറങ്ങിക്കോണം വീട്ടിൽ നിന്ന്.'

അഖിലയ്ക്ക് മനസ്സിലായി.

വിനുവിന്റെ അഭിനയം ഫലിച്ചിരിക്കുന്നു.

താൻ ട്രാപ്പിലാണ്.

അവൾ പെട്ടെന്ന് പുറത്തേക്ക് ഓടാൻ ശ്രമിച്ചു. വിനു അവളെ പെട്ടെന്ന് കടന്നു പിടിച്ചു നെഞ്ചോട് ചേർത്ത് നിർത്തി.

'പാറുവിനെ തള്ളിയിട്ട കാര്യം കൂടി പറയട്ടെ ?'

അവൻ അടക്കി ചോദിച്ചു.

അവൾ പെട്ടെന്ന് തളർന്നു.

ദുർബലമായ ശരീരം അവന്റെ കൈക്കുള്ളിൽ നിന്ന് വിറച്ചു.

'പാർവതി ഒന്ന് വീണു. ഒരാഴ്ചയായി ഹോസ്പിറ്റലിൽ ആണ്. എന്റെ വൈഫ് ഒഴിച്ചെല്ലാവരും വന്നു. എല്ലാരും തിരക്കുന്നു.ഞാൻ എത്ര നാൾ ഇങ്ങനെ ഒഴിവു കഴിവുകൾ പറഞ്ഞു പിടിച്ചു നിൽക്കും. എന്റെ കൂടെ വരാൻ പറ അച്ഛാ.'

അവൻ ദയനീയമായി അപേക്ഷിച്ചു.

'അയ്യോ പാർവതിക്ക് എന്ത് സംഭവിച്ചു ?' അമ്മയാണ് ചോദിച്ചത്.

'ഒന്ന് വീണു. മൂന്നാം നിലയിൽ നിന്ന്.' അവൻ അഖിലയെ നോക്കി പറഞ്ഞു.

'എന്നിട്ട് ?'

'സീരിയസ് ആയിരുന്നു. ഇപ്പൊ അപകടനില തരണം ചെയ്തു.'

'ഈശ്വര ഞങ്ങൾ കൂടി വരട്ടെ മോനെ.'

വിനു ഉള്ളിൽ ഒന്ന് ചിരിച്ചു.

'നിങ്ങൾ ഉടനെ വരണമെന്നില്ല അമ്മെ... ഇവൾ പക്ഷെ വന്നാൽ നന്നായിരുന്നു.'

'ഇവൾ വരും. പിന്നെ വരാതെ...'

അഖിലയുടെ മുന്നിൽ മറ്റു മാർഗങ്ങളൊന്നുമില്ലായിരുന്നു.

അവൾ കാറിൽ കയറി.

കാർ വളരെ സാവധാനമാണ് പൊയ്ക്കൊണ്ടിരുന്നത്.

'അഖില നീ എന്ത് ചെയ്താലും ഞാൻ ക്ഷമിച്ചേനെ. എന്നെ കൊല്ലാമായിരുന്നു നിനക്ക്. ഞാൻ ആണ് നിന്നെ ദ്രോഹിച്ചിട്ടുള്ളത്. എന്നും ഞാൻ തന്നെയായിരുന്നു നിന്റെ ശത്രുവും. നിനക്ക് അറിയുമോ നന്ദനെ കൊന്നു കളഞ്ഞാലോ എന്ന് ഞാൻ പലവട്ടം ചിന്തിച്ചിട്ടുണ്ട്. വിനുവിന് അത് വളരെ ഈസി ആണ് താനും. പക്ഷെ എന്റെ പാറു അയാളെ ജീവനെ പോലെ സ്നേഹിക്കുന്നുണ്ട്. അവൾ വേദനിക്കുന്നത് എനിക്ക് സഹിക്കാൻ വയ്യ, ഞാൻ വേദനിച്ചാലും സാരമില്ല. അവൾ സന്തോഷമായി ഇരിക്കണം.' അവന്റെ ശബ്ദം ഒന്നിടറി.

'പ്രണയം എന്നത് ഒരു നോവാണ് അഖില ...' അവൻ അവളെ നോക്കി വരണ്ട ഒരു ചിരി ചിരിച്ചു.

'ഓരോ നിമിഷവും നമ്മെ കൊന്നു കളയുന്ന നോവ്... അവളെ വേദ നിപ്പിക്കാതിരിക്കാൻ ഞാൻ ഏതറ്റം വരെയും പോകും. ലോകത്തിന്റെ ഏതറ്റം വരെയും. ഒരു പക്ഷെ നിന്നെ ഞാൻ സ്നേഹിച്ചു പോയേനേ അഖില. ആദ്യരാത്രിയിൽ ഞാൻ നിന്റെ ഫോണിലെ വീഡിയോ കണ്ടി ല്ലായിരുന്നുവെങ്കിൽ... നിന്റെ കൂട്ടുകാരിയോട് ഗോവിന്ദിനെ കുറിച്ച് പറ ഞ്ഞു കരയുന്നതു കേട്ടില്ലായിരുന്നുവെങ്കിൽ...പിന്നെ ഓരോ ദിവസവും പലപ്പോഴും ഫോണിൽ ഗോവിന്ദിന്റെ ഫോട്ടോകൾ നോക്കുന്നത് ശ്രദ്ധ യിൽ പെട്ടില്ലായിരുന്നുവെങ്കിൽ... ഞാൻ ഒരു പക്ഷെ നിന്നെ സ്നേഹി ച്ചു പോയേനെ... നീ എന്നെ ചതിച്ചതു പോലെ ഞാൻ നിന്നെ ചതിച്ചിട്ടു ണ്ടോ അഖില ?'

അഖില നിശബ്ദയായി ഇരുന്നു.

അവനിപ്പോൾ പറഞ്ഞത് ഒക്കെ അവൾക്കു പുതിയ കേൾവികളായി രുന്നു.

അവൻ പറഞ്ഞതൊക്കെ സത്യവുമായിരുന്നു.

'അപ്പോഴൊക്കെ പാറു എന്റെ ഉള്ളിൽ ഒരു നിലവിളക്കിന്റെ ശോഭ യോടെ തെളിഞ്ഞു വന്നു. ഞാൻ മറക്കാൻ ആഗ്രഹിച്ചപ്പോഴൊ ക്കെ...പിന്നെ പിന്നെ ഒരിക്കലും ചേരാതെ നമ്മൾ രണ്ടു ധ്രുവങ്ങളിലാ യി... കല്യാണത്തനു മുൻപ് നീ അബോർഷൻ ചെയ്തത് ഞാൻ അറി ഞ്ഞില്ല എന്ന് കരുതിയോ ?'

അഖില ഞെട്ടി പോയി.

'നീ ഗർഭിണി ആയി ചെക്കപ്പിന് പോയത് ഓർമ്മയുണ്ടോ അന്ന് ഡോക്ടർ എന്നോട് പറഞ്ഞു. ആദ്യത്തെ തവണ അബോർഷൻ ചെയ്ത പ്പോ നിന്റെ ഗർഭപാത്രത്തില് കേടു സംഭവിച്ചു എന്ന്. ഒരു പക്ഷേ ഈ പ്രെഗ്നൻസി നിന്നെ മരണത്തിലേക്ക് എത്തിച്ചേക്കാം എന്നും. നീ എന്റെ അവസ്ഥ ഒന്നാലോചിച്ചു നോക്ക്.'

അഖില കുനിഞ്ഞിരുന്നു. കുറ്റബോധം കൊണ്ട് അവളുടെ കണ്ണു കൾ നിറഞ്ഞു.

'പറയൂ നിന്നെ അപകടത്തിലാക്കാതിരിക്കാൻ ഞാൻ ചെയ്തത് ശരി യോ തെറ്റോ ?'

അവൾ ഒന്നും മിണ്ടിയില്ല

'പറയെടീ.' അവൻ അലറി

'ശരി...' അവൾ വിക്കി.

'ഇതൊക്കെയറിഞ്ഞിട്ടും ഞാൻ നിന്നോട് ചോദിച്ചോ ?'

'ഇല്ല.'

'എന്താ ചോദിക്കാതിരുന്നത് ?'

അവൾ ദയനീയമായി നോക്കി.

'പറ എന്താ ?'

'വിനു എന്നെ സ്നേഹിച്ചിരുന്നോ?'

അവൾ അറിയാതെ ചോദിച്ചു പോയി.

'ഇല്ല.' അവൻ ശാന്തമായി ഉത്തരം പറഞ്ഞു.

'ഞാൻ നിന്നെ ഒരിക്കലും സ്നേഹിച്ചിരുന്നില്ല അഖില. പക്ഷെ സ്നേഹിക്കാൻ ആഗ്രഹിച്ചിരുന്നു. മറ്റേതു പുരുഷനെയും പോലെ... പക്ഷെ നീ...'

അവൾ കണ്ണീരോടെ അവനെ നോക്കി.

'നിന്നെ പോലെയുള്ള പെൺകുട്ടികൾ ചതിക്കുന്നതു എത്ര പേരെയാണെന്നു അറിയുമോ നിനക്ക് ? നീ മൂലം ഞാൻ നശിച്ചു. ഇന്നും മറ്റൊരുവന്റെ ഭാര്യയെ ഓർക്കുന്നുണ്ട് ഞാൻ. എനിക്ക് എന്നോട് തന്നെ പുച്ഛമാണ്.'

അവൻ കാറിനു വേഗത കൂട്ടി.

'നമ്മൾ രണ്ടു പേരും ഈ ഭൂമിയിൽ ജീവിക്കാൻ അർഹതയില്ലാത്തവരാണ് അഖില...'

അഖില ഭയത്തോടെ വിനുവിനെ നോക്കി.

'നിനക്ക് നീന്താൻ അറിയാമോ? '

അവൾ 'ഇല്ല' എന്ന് തലയാട്ടി.

'എനിക്ക് വെള്ളം പേടിയാണ്...' അവൻ ഒന്ന് ചിരിച്ചു.

'ഞാൻ നീന്തൽ പഠിച്ചിട്ടില്ല.'

കാർ ഒരു പാലത്തിലേക്ക് പ്രവേശിച്ചു.

'അപ്പൊ ഗുഡ് ബൈ... അടുത്ത ജന്മം ഉണ്ടെങ്കിൽ കുറച്ചു കൂടി നന്നായി ജീവിക്കാം. ഒന്നിച്ചല്ല. രണ്ടിടങ്ങളിൽ.'

കാറിന്റെ വേഗത കാറ്റിന്റെ വേഗതയ്ക്കൊപ്പമായി. പാലം തകർത്ത് അത് പുഴയുടെ മാറിലേക്ക് അലറി കുതിച്ചു.

തറവാട്ടിൽ വിനുവിന്റെ ശരീരം തണുത്ത് നിശ്ചലമായി കിടന്നു. പാർവതി ഒഴികെ എല്ലാവരും അവിടയുണ്ടായിരുന്നു.

'കാർ ഓവർ സ്പീഡ് ആയിരുന്നത്രേ...'ആരോ പറഞ്ഞു.

'വൈഫിന്റെ ബോഡി സ്വന്തം വീട്ടിലാണോ ?' ആരോ ചോദിക്കുന്നു.

'അത് പിന്നെ അങ്ങനെയല്ലേ വേണ്ടത് ?' കേട്ടു നിന്ന ആരോ അതിനു മറുപടി കൊടുത്തു.

ഉയർന്ന നിലവിളികൾക്കിടയിൽ അവന്റെ ശരീരം ചിതയിലേക്ക് വെച്ചു. അവനിഷ്ടമുള്ള ശർക്കര മാവിന്റെ ശിഖരങ്ങൾ കൊണ്ട് അന്ത്യനിദ്ര.

നന്ദൻ അപ്പോഴും അത് വിശ്വസിക്കാനാവാതെ അവിടെ തന്നെ നിന്നു. ആൾക്കാരൊക്കെ പിരിഞ്ഞു പോയിട്ടും അവനങ്ങനെ തന്നെ നിന്നു.

'നന്ദാ...ചോദിക്കുന്നത് അവിവേകമാണെങ്കിൽ എന്നോട് ക്ഷമിക്കണം കേട്ടോ... അടുത്ത ജന്മം പാറുവിനെ എനിക്ക് തന്നേക്കാമോ ?'

പുഴക്കരയിൽ വെച്ചായിരുന്നു ആ ചോദ്യം.

വിനുവിന്റെ ജീവിതം മുഴുവൻ ഒരു തുറന്ന പുസ്തകമായി മുന്നിൽ വെച്ചു കഴിഞ്ഞവസാനം ചോദിച്ചതാണ്. സാധാരണ ഗതിയിൽ തനിക്ക് ദേഷ്യം വരേണ്ടതാണ്. വന്നില്ല അവനോടു അപ്പൊ സഹതാപമാണ് തോന്നിയത് വേദനയാണ് തോന്നിയത്.

പക്ഷെ ഇനി എത്ര ജന്മം ഉണ്ടെങ്കിലും അവളെ ആർക്കും ഞാൻ കൊടുക്കില്ല എന്ന സത്യം അവനോടു പറഞ്ഞില്ല. പകരം ഒന്ന് ചേർത്ത് പിടിക്കുക മാത്രം ചെയ്തു.

'വിനു ...നീ സ്നേഹിച്ചത് എന്റെ പ്രാണൻ തന്നെയായി പോയി. മറ്റെന്താണെങ്കിലും ഞാൻ ഈ കൈവെള്ളയിൽ വെച്ചു തന്നേനെ.' അവൻ കണ്ണീരോടെ പറഞ്ഞു.

പിന്നെ മെല്ലെ തിരഞ്ഞു നടന്നു.

'നന്ദാ' എന്നൊരു വിളിയൊച്ച കേട്ട പോലെ

അവൻ തിരിഞ്ഞു നോക്കി.

അവിടെയെവിടെയോ അവനുണ്ട്... അല്ല ഉള്ളിലിപ്പോഴും അവനുണ്ട്.

നന്ദൻ ഹോസ്പിറ്റലിൽ എത്തിയപ്പോൾ പാർവതി കണ്ണടച്ച് കിടക്കുകയായിരുന്നു അവളുടെ കൺകോണിൽ കൂടി അപ്പോഴും കണ്ണീരൊഴുക്കുന്നുണ്ടായിരുന്നു.

'പാറു...' നന്ദൻ അവളെ തൊട്ടു.

അവൾ പെട്ടെന്ന് കണ്ണ് തുറന്നു.

'നീ എന്തെങ്കിലും കഴിച്ചോ ?'

'ഉം നേഴ്സ് കൊണ്ട് തന്ന കഞ്ഞി കുടിച്ചു.' അവൾ സ്വാഭാവികമായി പറഞ്ഞു.

'വിനു...'

'നന്ദേട്ടാ നല്ല തലവേദന ഞാൻ ഒന്നുറങ്ങട്ടെ.'അവൾ മെല്ലെ പറഞ്ഞു.

നന്ദൻ തല കുലുക്കി.

'ലൈറ്റ് ഓഫ് ചെയ്തേക്ക്.' അവൻ ലൈറ്റ് ഓഫ് ചെയ്തു മുറിയിൽ നിന്നിറങ്ങി പോയി.

'പാറു... ഇത് അവൾ ചെയ്തതല്ലേ ?' വിനു ചോദിച്ചത് അവളുടെ ചെവിയിൽ മുഴങ്ങി.

'അയ്യോ എന്താ പറയുന്നേ വിനുവേട്ടാ...ഞാൻ...'

'പാറു ...' ഒരു ശാസന 'നീ എന്നോട് ഒരിക്കലും കള്ളം പറഞ്ഞിട്ടില്ല. ഇന്നും പറയണ്ട.'

താൻ നിശബ്ദയായി.

'മോൾ എന്നോട് ക്ഷമിക്കണേ...' വിനുവേട്ടൻ തന്റെ ശിരസ്സിൽ തൊട്ടു വിങ്ങി കരഞ്ഞു.

'എല്ലാം ഞാൻ കാരണമാ... നീ ഇന്നനുഭവിക്കുന്ന വേദനകൾക്കെല്ലാം കാരണം ഞാനാ... നീ സങ്കടപ്പെടാതിരിക്കാനാ ഞാൻ ഈ നാട്ടിൽ പോലും വരാതെ ഇത്രയും നാൾ...' വിനുവേട്ടൻ വേദനയോടെ പറഞ്ഞു.

കുറച്ചു നേരം കൂടി അങ്ങനെ ഇരുന്നു.

പിന്നെ മെല്ലെ പുഞ്ചിരിച്ചു.

'ഇനിയൊരു വിഷമവും ഉണ്ടാവില്ലട്ടോ. എന്റെ വാക്കാ...'

കുറച്ചു നേരം തന്റെ മുഖം നോക്കിയിരുന്നിട്ട് എഴുന്നേറ്റു പോയി.

പിന്നെ കേൾക്കുന്നത്...

ഉള്ളിൽ ഇരുന്നു ആരോ പറയുന്നുണ്ട്. അപകടമല്ല. ആത്മഹത്യയാണ്. കൂടെ അഖിലയെയും...

ദൈവമേ...

ഒരു നിലവിളി തൊണ്ടയിൽ കുടുങ്ങി കിടന്നു.

സ്നേഹിച്ചു പോയത് കൊണ്ട് മാത്രം ജീവിതം ഇല്ലാതായ ഒരാൾ...

അതും തന്നെ സ്നേഹിച്ചു പോയത് കൊണ്ട് മാത്രം...

ക്ഷമിക്കണേ വിനുവേട്ടാ... അവൾ കണ്ണീരോടെ അറിയാതെ ഉറക്കെ പറഞ്ഞുപോയി.

അധ്യായം 27

വീണ്ടും ഒരു യാത്ര.

ഒരു വർഷത്തിന് ശേഷം.

ഈ ഒരു വർഷം അനുഭവിച്ച വേദനകൾ ഒരു ജന്മത്തിന്റെതായിരുന്നു. ശരീരത്തിനും മനസിനുമേറ്റ ആഘാതം അത്രമേൽ വലുതായിരുന്നു.

പാർവതി ബസിൽ ഓടി മറയുന്ന കാഴ്ചകളിൽ കണ്ണ് നട്ടു കൊണ്ട് ആലോചിച്ചു.

ഇനിയൊരു യാത്ര ആഗ്രഹിച്ചിട്ടില്ല.

എങ്ങോട്ടും പോകാൻ തോന്നിയിട്ടില്ല.

പൗർണമിയുടെ കല്യാണം ആയതു കൊണ്ട് മാത്രമാണ് ഇറങ്ങി തിരിച്ചത്.

ഒന്നും മറക്കാൻ സാധിക്കുന്നില്ല.

കഴിഞ്ഞ വർഷം അങ്ങോട്ട് പോയ പാർവതി അല്ല ഇപ്പൊ.

അവൾ സങ്കടത്തോടെ ഓർത്തു.

വിനുവേട്ടനും അഖിലയും അപകടത്തിൽ മരിച്ചു എന്നാണ് എല്ലാവരും വിശ്വസിക്കുന്നത്.

പക്ഷെ അത് ആത്മഹത്യ ആയിരുന്നു എന്ന് തനിക്ക് അറിയാം. കൂടെ അഖിലയെയും കൊണ്ട് പോയി. തന്നെ അപകടപ്പെടുത്തിയത് അഖിലയാണ് എന്ന് വിനുവേട്ടന് അറിയാമായിരുന്നിരിക്കണം.

അത് വിനുവേട്ടന്റ പെരുമാറ്റത്തിൽ നിന്നും വാക്കുകളിൽ നിന്നും ഊഹിച്ചതാണ്.

ആ കണ്ണിൽ ജീവിതത്തോടുള്ള ഒരു മടുപ്പ് ഉണ്ടായിരുന്നു. ഒരു നിരാശ ഉണ്ടായിരുന്നു. തന്നെ അഭിമുഖീകരിക്കാതിരിക്കാൻ കഴിയുന്നതും ശ്രദ്ധിക്കുന്നുണ്ടായിരുന്നു.

അഖിലയെ കൂട്ടിക്കൊണ്ടു വരാൻ പോയ ദിവസം മാത്രമാണ് മുന്നിൽ വന്നത്. അതും യാത്ര ചോദിക്കാൻ.അപ്പോഴാണ് സർവ നിയന്ത്രണം വിട്ടു പൊട്ടിക്കരഞ്ഞു മാപ്പ് ചോദിച്ചതും.

വിനുവേട്ടൻ എന്നും തനിക്ക് ഏട്ടന്റെ സ്ഥാനത്തായിരുന്നു. കൂടപ്പിറപ്പുകൾ ഇല്ലാത്ത തനിക്ക് ആകെയുള്ള ഒരു കൂടപ്പിറപ്പ്. കളിയ്ക്കാൻ

ചിരിക്കാൻ...ഒക്കെ...ഒരിക്കലും വേറെ ഒരു സ്ഥനത്ത് കണ്ടിട്ടില്ല.

വിനുവേട്ടന്റെ മനസ്സിൽ അങ്ങനെയാണെന്ന് അറിഞ്ഞപ്പോഴേക്ക് ഞെട്ടിപ്പോയി. ഒരു സൂചന പോലും ഉണ്ടായിരുന്നില്ല.

അപ്പോഴേക്കും താൻ മനസ്സ് കൊണ്ട് നന്ദന്റെയായിക്കഴിഞ്ഞിരുന്നു. താൻ എന്ത് തെറ്റാണു ചെയ്തത് എന്നവൾ ആലോചിച്ചു നോക്കി.

ഇഷ്ടപ്പെട്ട പുരുഷനെ വിവാഹം കഴിച്ചു എന്നല്ലാതെ ഒന്നും ചെയ്തിട്ടില്ല. ആർക്കും ആശ കൊടുത്തിട്ടില്ല. ആരെയും മോഹിപ്പിച്ചു ചതിച്ചിട്ടില്ല. എന്നിട്ടും...

നന്ദൻ അവളെ ഒന്ന് നോക്കി.

ഏതോ ചിന്തകളിൽ മുഴുകിയിരിക്കുകയാണ്. കഴിഞ്ഞ വർഷം ഉത്സാഹത്തോടെ അങ്ങോട്ട് പോയ പാർവ്വതിയല്ല ഇത്.

ഈ ഒരു വർഷം അവൾ സ്വയം മറന്നൊന്നു ചിരിക്കുന്നത് പോലും കണ്ടിട്ടില്ല.

ശരീരത്തിന്റെ മുറിവുകളൊക്കെ പൊറുത്തു വരുന്നതേയുള്ളു. മനസ്സിന്റെ മുറിവുകളൊക്കെ... അവൻ അവളെ ഒന്ന് ചേർത്ത് പിടിച്ചു.

പാർവതി അവന്റെ മുഖത്തേക്ക് നോക്കി പുഞ്ചിരിച്ചു.

'ഒന്നും ആലോചിക്കേണ്ട.' അവൻ മെല്ലെ പറഞ്ഞു.

അവൾ ആ തോളിലേക്ക് ശിരസ്സ് ചായ്ച്ചു കണ്ണുകളടച്ചു.

തറവാട്ടിൽ ബന്ധുക്കളെല്ലാവരും എത്തിയിരുന്നു. ആഘോഷങ്ങൾക്ക് കുറവൊന്നുമില്ല.

എല്ലാവരും ഓടിപ്പാഞ്ഞൊക്കെ നടക്കുന്നുണ്ട്.

'നിങ്ങൾ എന്താ ഇത്ര വൈകിയത് ? നാളെയാണ് കല്യാണം എന്ന് മറന്നോ ?' വേണു തെല്ല് ശാസനയോടു ചോദിച്ചു.

'നിങ്ങൾ ഒരാഴ്ച മുന്നേ വരേണ്ടതല്ലേ നന്ദ ?' ജാനകിയും പരിഭവം മറച്ചു വെച്ചില്ല

'ശ്രീക്കുട്ടിക്ക് എക്സാം ആയിരുന്നു.' അവൻ മെല്ലെ പറഞ്ഞു.

പാർവതിയൊന്നും പറയാതെ അകത്തേക്ക് കയറി പോയി.

എല്ലാവരും എല്ലാം മറന്നത് പോലെ.

അവളോട് എല്ലാവരും വന്നു കുശലം ചോദിക്കുകയും വിശേഷങ്ങൾ പറയുകയും ചെയ്തു.

ആൾക്കാർ എത്ര പെട്ടെന്നാണ് ഓരോ മരണങ്ങളും മറക്കുന്നത്? അവൾ ചിന്തിച്ചു.

ജീവിച്ചിരിക്കുമ്പോൾ അത്ര മേൽ പ്രിയമുള്ളത് ഓർമ്മകളായി കഴിയുമ്പോൾ ഇടക്ക് വല്ലപ്പോഴും ഓർക്കുന്ന ഒന്നായി മാറുന്നു.

അവൾ പടികൾ കയറി മൂന്നാമത്തെ നിലയിലെ ബാൽക്കണിയിലെത്തി നിന്നു.

ഇവിടെ നിന്നപ്പോഴായിരുന്നു പൈശാചിക മുഖവുമായി അഖില ആക്രോശിച്ചു കൊണ്ട് തള്ളിയിട്ടത്.

താൻ ഇത്ര ഉയരത്തിൽ നിന്നാണ് താഴേക്ക് വീണത്. അവൾ താഴേക്ക് നോക്കി. മരിച്ചു പോകേണ്ടതായിരുന്നു.

പ്രാർത്ഥന കൊണ്ട് മാത്രം രക്ഷപെട്ടു വന്നതാണ്.

നന്ദന്റെ,

ശ്രീക്കുട്ടിയുടെ,

അച്ഛന്റെയും അമ്മയുടെയും,

വിനുവേട്ടന്റെ...

അവളുടെ കണ്ണുകൾ പെട്ടെന്ന് നിറഞ്ഞു.

'പാറു' എന്നൊരു വിളിയൊച്ച മുഴുങ്ങുന്ന പോലെ

'നീ എന്തിനാ പാറു അവിടെ നിൽക്കുന്നത് മാറി നിൽക്ക്.' എന്ന് ശാസിക്കുന്നത് പോലെ.

പണ്ടൊക്കെ മാവിൻ തുഞ്ചത്തു കയറുമ്പോൾ വിനുവേട്ടൻ വിളക്കും.

'നിനക്ക് എത്ര മാങ്ങാ വേണം. ഞാൻ പറിച്ചു തരാം. നീ വീഴും മോളെ.' എന്ന് പറയും.

ഒരു മുറിവേൽക്കാതെ പൊന്നു പോലെ കൊണ്ട് നടക്കുമായിരുന്നു തന്നെ... പ്രണയമായിരുന്നു എന്നത് താൻ അറിഞ്ഞില്ലെന്ന് മാത്രം. അവനവിടെ എവിടെയോ നിന്ന് തന്നെ നോക്കുന്നത് പോലെ അവൾക്ക് തോന്നി. അല്ലെങ്കിലും അവനെങ്ങനെ ഇവിടെ വിട്ടു പോകാനാകും?

ഇവിടെ നിന്ന് പോകാൻ എനിക്കിഷ്ടമല്ല എന്ന് ഒരായിരം വട്ടം പറഞ്ഞിട്ടുണ്ട്. ഒടുവിലും പറഞ്ഞു ഇവിടെ വല്ല കൃഷിയും ചെയ്തു കൂടിയാൽ മതി എന്ന്.

'ചേച്ചി എന്തിനാ ഒറ്റയ്ക്ക് ഇവിടെ വന്നു നിൽക്കുന്നത് ?'

പൗർണമി.

അവളുടെ കണ്ണിൽ വലിയ സന്തോഷങ്ങളൊന്നുമില്ല.

പാർവതി അവളുട ശിരസ്സിൽ തലോടി

'വിനുവേട്ടനെ ഓർക്കാത്ത ഒരു ദിവസമില്ല ചേച്ചി.' അവൾ പൊട്ടിക്കരഞ്ഞു കൊണ്ട് പാർവതിയെ കെട്ടിപ്പിടിച്ചു.

'ഇങ്ങനെ മരിക്കേണ്ടവനായിരുന്നോ വിനുവേട്ടൻ ? വിനുവേട്ടൻ പാവമായിരുന്നു.'

അവൾ കരച്ചിലിനൊടുവിൽ പറഞ്ഞു കൊണ്ടിരുന്നു.

പാർവതി അവളെ ഇറുകി പിടിച്ചു നിശ്ചലയായി നിന്നു.

'ചേച്ചിയെ വലിയ ഇഷ്ടമായിരുന്നു. ജീവനായിരുന്നു. ഇപ്പൊ പറയാൻ പാടുണ്ടോ എന്നെനിക്കറിയില്ല. ഒരിക്കൽ എന്നോട് പറഞ്ഞിട്ടുണ്ട് പാറുവിനെ മറക്കണമെങ്കിൽ വിനു മരിക്കണമെന്ന്...'

പാർവതിയുടെ കണ്ണുകൾ നിറഞ്ഞൊഴുകി.

'മനുഷ്യന്മാർ എന്തിനാ ഇങ്ങനെ സ്നേഹിക്കുന്നത് അല്ലെ മോളെ? സമാധാനം കളയാൻ ആയിട്ട് ഇങ്ങനെ എന്തിനാ സ്നേഹിക്കുന്നത് ?'

അവൾ കണ്ണീർ അമർത്തി തുടച്ചു.

'പോട്ടെ ഒക്കെ കഴിഞ്ഞില്ലേ ? മോള് സന്തോഷമായിട്ടിരിക്കണം.

കിച്ചുവിനെ ജീവനെ കണക്കു സ്നേഹിക്കണം. നമ്മളീ ഭൂമിയിൽ ആകെ ബാക്കി വെയ്ക്കുന്നത് നമ്മൾ മറ്റുള്ളവർക്ക് കൊടുക്കുന്ന സ്നേഹമാണ്.'

പൗർണമി തലയാട്ടി.

'ഈ കല്യാണം നടക്കുന്നതിനു രണ്ടു പേരോടാണ് എനിക്ക് കടപ്പാട്. നന്ദേട്ടനോടും... പിന്നെ വിനുവേട്ടനോടും... അവരില്ലായിരുന്നെങ്കിൽ എന്റെ വിധി ചിലപ്പോ മാറിയേനെ.'

അവൾ പറഞ്ഞു.

'ആരുടെ വിധിയും ആർക്കും മാറ്റാൻ കഴിയില്ല മോളെ... വിധി മനുഷ്യന് മാറ്റാൻ കഴിയുന്ന ഒന്നല്ല ..നിനക്ക് കിച്ചുവിനെ കിട്ടണമെന്നത് ദൈവത്തിന്റെ തീരുമാനമാണ്. നല്ലതേ വരൂ...'

'ചേച്ചി വാ. ഇവിടെ നിൽക്കണ്ട.' അവൾ പാർവതിയുടെ കൈ പിടിച്ചു നടന്നു.

കല്യാണം കേമമായി തന്നെ നടന്നു.

കിച്ചു രോഗാവസ്ഥയെ മറി കടന്നത് കണ്ടു പാർവതിക്ക് സന്തോഷം തോന്നി.

എല്ലാം ശരിയാകട്ടെ. ആർക്കും സങ്കടങ്ങൾ ഒന്നും ഉണ്ടാകാതിരിക്കട്ടെ. കല്യാണം നടക്കുമ്പോൾ അവൾ പ്രാർത്ഥിച്ചു കൊണ്ടിരുന്നു.

വരന്റെ വീട്ടിലേക്ക് പോകുന്ന സമയമെത്തി.

പൗർണമി അവളെ കെട്ടിപിടിച്ചു കരഞ്ഞു

പാർവതി ആ ശിരസ്സിൽ തലോടി.

അവിടെയെവിടെയോ വിനു നിന്നു നോക്കും പോലെ വീണ്ടുമവൾക്ക് തോന്നി.

ഈ വിവാഹം നടക്കാൻ ഏറ്റവും ആഗ്രഹിച്ചവരിൽ ഒരാൾ.

ഇന്ന് അവനില്ല.

അവൾക്ക് തന്റെ മനസ്സിനെന്തൊക്കെയാ സംഭവിക്കുന്നതെന്നോർത്തു ആകുലത തോന്നി.

ഒക്കെ മറക്കാൻ കഴിഞ്ഞെങ്കിൽ എന്ന് അവൾ പ്രാർത്ഥിച്ചു പോയി.

അവർ അന്ന് തന്നെ തിരിച്ചു പോരാൻ തീരുമാനിച്ചിരുന്നു.

'നന്ദ ...' പാർവതി അവന്റെ അരികിൽ ചെന്ന് വിളിച്ചു.

'നമുക്ക് തിരിച്ചു പോകുമ്പോൾ അഖിലയുടെ വീട്ടിൽ ഒന്ന് ചെന്നിട്ട് പോകാം.'

നന്ദൻ ശരി എന്ന് തലയാട്ടി.

'നമ്മളാരും പിന്നെ അങ്ങോട്ട് പോയിട്ടില്ലല്ലോ'

'പോകാം പാറു...'അവൻ പറഞ്ഞു.

അഖിലയുടെ വീട്ടിലാരും ഉണ്ടായിരുന്നില്ല.

വീട് പൂട്ടികിടന്നു.

'അവർ അച്ഛനുമമ്മയും അഖിലയുടെ ഏട്ടന്റെ അടുത്തേക്ക് പോയി. ദുബായിലേക്ക്. അവരിപ്പോ അവിടെയാണ്.'

തൊട്ടടുത്ത് താമസിക്കുന്ന അഖിലയുടെ ഇളയമ്മ അങ്ങോട്ടേക്ക് വന്നു പറഞ്ഞു.

'അഖിലയെ അടക്കിയത് ഇവിടെ തന്നെയല്ലേ ?'പാർവതി ചോദിച്ചു.

'അതെയതെ...അവിടെ...' അവർ ചൂണ്ടി കാണിച്ചു.

'ഞങ്ങൾക്കൊന്നു കാണാൻ...'

'പിന്നെ എന്താ താക്കോല് എന്റെ കൈയിലുണ്ട്. ഞാൻ തുറന്നു തരാമല്ലോ വരൂ.'

എല്ലാം കാടു പിടിച്ചു കിടക്കുന്നു.

'ഞാനും വയസ്സായ എന്റെ ഭർത്താവും മാത്രമേയുള്ളു വീട്ടിൽ. മക്കളെല്ലാം പുറത്താ. ഇടക്കൊക്കെ ഒരു പെണ്ണ് വരും. വീടും സ്ഥലവുമൊക്കെ തൂത്തിട്ടു പോകും. ഇപ്പൊ അവള് വരാറുമില്ല.' അവർ പറഞ്ഞുകൊണ്ടിരുന്നു.

അവർ അഖിലയെ അടക്കിയ സ്ഥലത്ത് എത്തി.

ഒരു മൺകൂന.

അവിടെ ചെടികളൊക്കെ വളർന്നു നിൽക്കുന്നു.

കുറച്ചു കൂടി കഴിഞ്ഞാൽ ഇവിടെ ഒരാളെ അടക്കിയിരുന്നു എന്ന് വിശ്വസിക്കാനാവാത്ത വിധം മണ്ണും ചെടികളും മൂടി പോകുമെന്ന് അവളോർത്തു.

ഇത്രയേ ഉള്ളു മനുഷ്യൻ.

കുറച്ചു മണ്ണും പാഴ്ച്ചെടികളും.
അവൾ കുറച്ചു നേരംകണ്ണടച്ച് പ്രാത്ഥിച്ചു.
പിന്നെ തിരികെ പോരുന്നു.

വീണ്ടും യാത്ര
പഴയ ജീവിതത്തിലേക്ക്...
താനും നന്ദനും ശ്രീകുട്ടിയും അടങ്ങുന്ന തങ്ങളുടെ സ്വർഗത്തിലേക്ക്
ഇനിയൊരു വേദനകളും തന്നെ തേടി വരാതിരിക്കട്ടെ എന്നവൾ പ്രാർത്ഥിച്ചു.
സങ്കടങ്ങൾ ഒക്കെ ഒഴിഞ്ഞു പോകട്ടെ.
ഓർമ്മകൾ
നല്ല ഓർമകൾ മാത്രം നിൽക്കട്ടെ .
അവൾ കണ്ണുകളടച്ചു നന്ദന്റ ചുമലിലേക്ക് ചേർന്നിരുന്നു.
ഒരു ഉറക്കത്തിനായി കാത്ത്...

●

www.ingramcontent.com/pod-product-compliance
Lightning Source LLC
LaVergne TN
LVHW100258051026
849517LV00006B/2131
* 9 7 8 9 3 9 4 4 7 2 1 2 9 *